രാവണൻ

ravanan
children's literature
•
sreekrishnapuram krishnankutty
•
first edition
january 2020
•
second impression
november 2021
•
published
chintha publishers, thiruvananthapuram
•
typesetting
star communications, thiruvananthapuram
•
printed
repro india ltd, mumbai
•
cover
vinod mangoes
•
price
rupees two hundred and ten only

Distribution
DESHABHIMANI BOOK HOUSE
H O Thiruvananthapuram 695035
phone: 0471-2303026, 6063026
Email: chinthapublishers@gmail.com
Website: www.chinthapublishers.com

Branch
Head Office Kunnukuzhi • Statue Thiruvananthapuram • KSRTC Bus Station Alappuzha • KSRTC Bus Station Ernakulam • Machingal Lane Thrissur • IG Road Kozhikode • Mavoor Road Kozhikode • NGO Union Building Kannur • Central Bus Terminal Complex Thavakkara Kannur

---

CO - 2877 / 5660
ISBN - 978-93-89410-39-6

രാവണൻ

(ബാലസാഹിത്യം)

ശ്രീകൃഷ്ണപുരം കൃഷ്ണൻകുട്ടി

ചിന്ത പബ്ലിഷേഴ്സ്
തിരുവനന്തപുരം-695 035
വില : ₹ 210

ശ്രീകൃഷ്ണപുരം കൃഷ്ണൻകുട്ടി

ഹൈസ്കൂൾ പഠനം ശ്രീകൃഷ്ണപുരം ഹൈസ്കൂളിൽ. ആനക്കര ട്രെയിനിങ് സ്കൂളിൽനിന്നും ടി ടി സി പാസായി. ആദ്യം പാലക്കാട് എടത്തറ സ്കൂളിൽ പ്രൈമറി അദ്ധ്യാപകനായി. പിന്നീട് മലയാളം വിദ്വാൻ പാസായപ്പോൾ കൊടുവായൂർ ഗവ. ഹൈസ്കൂളിൽ മലയാളം അദ്ധ്യാപകനായി. പാലക്കാട് ഗവ. മോയൻ മോഡൽ ഗേൾസ് ഹൈസ്കൂളിലും ദീർഘകാലം മലയാളം അദ്ധ്യാപകനായി പ്രവർത്തിച്ചു. പ്രൈവറ്റായി മലയാളത്തിൽ ഒന്നാം ക്ലാസോടെ ബിരുദാനന്തര ബിരുദം നേടി. ഇടുക്കി രാജാക്കാട് ഹയർസെക്കന്ററി സ്കൂൾ, പാലക്കാട് എടത്തനാട്ടുകര ഗവ. ഓറിയന്റൽ ഹയർ സെക്കന്ററി സ്കൂൾ, വൊക്കേഷണൽ ഗവ. ഹയർ സെക്കന്ററി സ്കൂൾ അലനല്ലൂർ എന്നിവിടങ്ങളിൽ പ്രധാന അദ്ധ്യാപകനായും ജോലി ചെയ്തു. 2001 ൽ മികച്ച അദ്ധ്യാപകനുള്ള ദേശീയ അവാർഡു നേടി. 2004 മുതൽ 2012 വരെ മണ്ണമ്പറ്റ ടീച്ചർ ട്രെയിനിങ് ഇൻസ്റ്റിറ്റ്യൂട്ടിൽ പ്രിൻസിപ്പാളായി.

കൃതികൾ: *ഒരു വെറും സാക്ഷി മാത്രം, നിലവിളി പോലെ, കണ്ണാടിയിൽ കാണാത്തത്, ഇപ്പോൾ ചിരിക്കുന്നതാര്* (കഥാസമാഹാരങ്ങൾ), *ദൈവത്തിന്റെ കോമാളി, താവളം, മനസ്സിലേക്കൊരു പാലം, കനൽക്കിനാവുകൾ,* (നോവലുകൾ), *കർണ്ണൻ* (കുട്ടികൾക്കുള്ള നോവൽ).

കണ്ണാടിയിൽ കാണാത്തത് എന്ന കൃതിക്ക് 2007 ൽ മികച്ച കഥാസമാഹാരത്തിനുള്ള എം എസ് രുദ്രൻ അവാർഡു ലഭിച്ചു.

ഭാര്യ	:	ഇന്ദിരാദേവി (അന്തരിച്ചു)
മക്കൾ	:	രാജീവൻ (ഏഷ്യാനെറ്റ് ന്യൂസ്) മനു (ടെക്നോപാർക്ക്)
മരുമക്കൾ	:	രേഖ രാജീവൻ, സുജിത മനു
പേരമക്കൾ	:	ഉത്തര രാജീവൻ, പ്രണത് രാജീവൻ. ദേവദത്തൻ
വിലാസം	:	'ഹരിശ്രീ' ശ്രീകൃഷ്ണപുരം, പാലക്കാട് പിൻ - 679513
ഫോൺ	:	9447329244

ഉള്ളടക്കം

പ്രസാധകക്കുറിപ്പ്

രാമായണത്തിലെ പ്രതിനായകനായി അടയാളപ്പെടുത്തപ്പെട്ട വ്യക്തിത്വമാണ് രാവണന്റേത്. വായനകളിലൂടെയും പുനർവായനകളിലൂടെയും രാവണന്റെ പ്രതിനായക പരിവേഷം അഴിഞ്ഞു വീഴുന്നുണ്ട്. ചില സന്ദർഭങ്ങളിൽ നായക പദവിയിലേക്ക് രാവണൻ ഉയർത്തപ്പെടുകയും ചെയ്യുന്നു. ഇത്തരത്തിൽ രാവണനെ ഏറെ അടുത്തറിയുന്നതിന് ഉപകാര പ്രദമാകുന്ന കൃതിയാണ് ശ്രീകൃഷ്ണപുരം കൃഷ്ണൻകുട്ടിയുടെ *രാവണൻ.* മികച്ച ബാലസാഹിത്യ കൃതികളുടെ രചയിതാവായ ഇദ്ദേഹത്തിന്റെ രാവണൻ വായനാസമൂഹത്തിനായി സമർപ്പിക്കുന്നു.

ചിന്ത പബ്ലിഷേഴ്സ്

കൈകസി

കൈകസി രാവണനേയും മടിയിലിരുത്തി ഇരിക്കുകയായിരുന്നു. പെട്ടെന്നാണ് ആകാശത്തിലൂടെ ചീറിപ്പായുന്ന ഒരു വിമാനത്തിന്റെ ശബ്ദം കേട്ടത്. അവൾ തലയുയർത്തി ആകാശത്തേക്കു നോക്കി. മിന്നിത്തിളങ്ങുന്ന വിമാനം ആകാശത്തിലൂടെ പാഞ്ഞുപോകുന്നു. പെട്ടെന്ന് ഞെട്ടലോടെ അവളുടെ കണ്ണുകൾ അതു തിരിച്ചറിഞ്ഞു. വിശ്രവസ്സ് മഹർഷിയുടെ പുത്രനായ കുബേരന്റെ പുഷ്പകവിമാനം. തന്റെ മകനും കൂടി ലഭിക്കേണ്ട അവകാശം. അത് കുബേരൻ ഒറ്റയ്ക്ക് അനുഭവിക്കുന്നു. ഓർത്തപ്പോൾ അവളുടെ കണ്ണുകൾ നിറഞ്ഞു. തന്റെ പുത്രനും വിശ്രവസ്സിന്റെ പുത്രൻ തന്നെ. തന്റെ അച്ഛനായ സുമാലിയുടെ ആഗ്രഹത്തോടെ മഹർഷിയെ താൻ സമീപിച്ച സംഭവം ഇന്നലെക്കഴിഞ്ഞപോലെ ഓർക്കുന്നു. അതിമനോഹരമായ ലങ്കാരാജധാനി തങ്ങളുടെ പൂർവ്വികമായ സ്വത്താണ്. ദേവശില്പിയായ വിശ്വകർമ്മാവ് സൃഷ്ടിച്ച ലങ്ക രാക്ഷസർക്കായി തന്നതാണ്. ഒടുവിൽ രാക്ഷസരുമായുണ്ടായ യുദ്ധത്തിൽ മഹാവിഷ്ണു മാലിയെ കൊല്ലുകയും മാല്യവാൻ, സുമാലി എന്നിവരെ പാതാളത്തിലേക്കയക്കുകയും ചെയ്തു.

നഷ്ടപ്രതാപം വീണ്ടെടുക്കാൻവേണ്ടിയാണ് അച്ഛനായ സുമാലി വിശ്രവസ്സിനെ വശീകരിച്ച് പുത്രനെ നേടാൻ തന്നോ

ടാവശ്യപ്പെട്ടത്. താൻ വിശ്രവസ്സിനെ സമീപിച്ച സമയത്ത് അദ്ദേഹം അഗ്നിഹോത്രം അർപ്പിക്കുകയായിരുന്നു. അതുനോക്കാതെ അവൾ തലതാഴ്ത്തി കാലിലേക്കു നോക്കി പെരുവിരൽകൊണ്ട് മണ്ണിൽ വരച്ച് അങ്ങനെ നില്ക്കുകയായിരുന്നു. അതുകണ്ട് വിശ്രവസ്സ് ചോദിച്ചു. "സുന്ദരിയായ നീ ആരാണ്? എന്തിനാണ് വന്നത്?" അതിനു കൈകസി മറുപടി പറഞ്ഞു. "മഹർഷേ, അച്ഛന്റെ ആജ്ഞ അനുസരിച്ച് വന്നതാണ്. എന്റെ ആഗ്രഹം അങ്ങേക്ക് അറിയാമല്ലോ."

മുനി ധ്യാനത്തിൽനിന്ന് അവളുടെ ആഗ്രഹം മനസ്സിലാക്കി. "നീ എന്നിൽനിന്ന് സന്തതികളെ ആഗ്രഹിക്കുന്നുവല്ലേ? പക്ഷേ, നീ വന്ന സമയം ശരിയായില്ല. ദാരുണമായ തപസ്സിന്റെ സമയത്ത് വന്നതുകൊണ്ട് ക്രൂരരൂപമായ മക്കളെയാണ് നിനക്ക് ലഭിക്കുക."

അവൾ അതുകേട്ടു പറഞ്ഞു. "അങ്ങയിൽനിന്ന് ഇമ്മാതിരി ദുരാചാരികളായ മക്കളെ ഞാൻ ആഗ്രഹിക്കുന്നില്ല."

അപ്പോൾ വിശ്രവസ്സ് പറഞ്ഞു. "ഇക്കാര്യത്തിൽ മാറ്റമുണ്ടാക്കാൻ എനിക്കാകില്ല. എന്നാൽ നിനക്കു ജനിക്കുന്ന അവസാനപുത്രൻ ധർമ്മിഷ്ഠനായിരിക്കും."

അങ്ങനെ കൈകസിക്ക് ആദ്യപുത്രനായി രാവണൻ ജനിച്ചു. പത്തുതലയും ഇരുപതു കൈകളുമുള്ള ഭീകര രൂപിയായിരുന്നു അവൻ. ജനനസമയത്ത് ആകാശമിരുണ്ടു. മേഘങ്ങൾ ചോര പെയ്തു. സൂര്യപ്രകാശം ഇല്ലാതായി. തീ വിഴുങ്ങുന്ന കുറുക്കന്മാരും മാംസഭുക്കുകളും ചുറ്റി നടന്നു. വലിയ കൊള്ളിമീനുകൾ ഭൂമിയിൽ പതിച്ചു. സമുദ്രം ഇളകി മറിഞ്ഞു. അച്ഛൻ അവന് ദശഗ്രീവൻ എന്നുപേരിട്ടു. പത്തു കഴുത്തുകളുള്ളവൻ എന്നർത്ഥം.

അവനുശേഷം മഹാബലനും വലിപ്പമുള്ളവനുമായ കുംഭകർണ്ണൻ ജനിച്ചു. പിന്നീട് വികൃതരൂപത്തോടുകൂടിയ ശൂർപ്പണഖയും. ഏറ്റവും ഒടുവിൽ ധർമ്മിഷ്ഠനായ വിഭീഷണൻ പിറന്നു. അപ്പോൾ ആകാശത്ത് ദേവവാദ്യങ്ങൾ മുഴങ്ങി. പുഷ്പവൃഷ്ടിയുണ്ടായി.

വിശ്രവസ്സിന്റെ പുത്രനായ വൈശ്രവണൻ അനുഭവിക്കുന്ന എല്ലാ സുഖങ്ങൾക്കും തന്റെ മക്കൾ കൂടി അവകാശികളാണെന്നോർത്തപ്പോൾ അവൾക്കു കണ്ണീരടക്കാനായില്ല. അവളറിയാതെ ഒരു തുള്ളി കണ്ണുനീർ ഉറങ്ങിക്കിടന്ന രാവണന്റെ മുഖത്തുവീണു.

പെട്ടെന്നു രാവണൻ ഉണർന്നു. എവിടെ നിന്നാണ് വെള്ളം വീണത്. മഴ പെയ്യുകയാണോ? അല്ല! അതു വീണത് അമ്മയുടെ കണ്ണിൽ നിന്നാണ്. അമ്മ കരയുകയോ? എന്തിന്?

"എന്താണമ്മേ കരയുന്നത്? അമ്മയുടെ ഏതു സങ്കടവും തീർത്തു തരാൻ കഴിവുള്ള കരുത്തന്മാരായ മക്കളുള്ളപ്പോൾ അമ്മ കരയേണ്ട കാര്യമെന്ത്?"

ആദ്യം പറയാൻ മടിച്ചെങ്കിലും ഒടുവിൽ എല്ലാ സത്യവും മകനോടു പറയാൻ കൈകസി നിർബ്ബന്ധിതയായി.

"ആകാശത്തിലൂടെ നിന്റെ അനുജൻ വൈശ്രവണൻ പുഷ്പകവിമാനത്തിൽ പറന്നു പോകുന്നതു കണ്ടിട്ടാണ് ഞാൻ കരഞ്ഞത്. നിങ്ങൾ കൂടി അനുഭവിക്കേണ്ട ഭാഗ്യം അവൻ ഒറ്റയ്ക്കു

അനുഭവിക്കുന്നതു കാണുമ്പോൾ എങ്ങനെ ഒരമ്മയ്ക്കതു സഹിക്കാൻ കഴിയും?"

"അതിനാണോ അമ്മ സങ്കടപ്പെടുന്നത്? അമ്മയ്ക്ക് അതാണ് ആഗ്രഹമെങ്കിൽ ഈ നിമിഷത്തിൽ അവനെ യുദ്ധത്തിൽ തോല്പിച്ച് പുഷ്പകവിമാനം അമ്മയുടെ കാല്ക്കൽ കാഴ്ച വെക്കാം. അതിന് അമ്മയുടെ അനുഗ്രഹം മാത്രം മതി."

അതുകേട്ട് കൈകസി പറഞ്ഞു. "അയ്യോ മകനേ, നീ വിചാരിക്കുന്ന അത്ര എളുപ്പമല്ല കാര്യങ്ങൾ. അത്ര വേഗം പരാജയപ്പെടുന്നവനല്ല വൈശ്രവണൻ."

"ഞാനും എന്റെ അനുജന്മാരും കൂടിയാൽ എത്ര വലിയവനേയും തോല്പിക്കാനാവുമെന്ന് അമ്മയ്ക്കറിഞ്ഞുകൂടേ. അമ്മ കല്പന തന്നാൽ മാത്രം മതി."

അതുകേട്ട് അമ്മ പറഞ്ഞു. "അരുത് മകനേ, അത്ര എടുത്തുചാട്ടം പാടില്ല. അവൻ അത്ഭുത സിദ്ധികളുള്ളവനാണ്. അത്ര എളുപ്പത്തിൽ തോല്പിക്കാനാവില്ല. അതിന് നിങ്ങളും സിദ്ധികൾ നേടണം. എന്നാലേ അതിന് സാധിക്കൂ."

അമ്മ പറഞ്ഞതു ശരിയാണെന്ന് രാവണന് തോന്നി. ഇനി അതിനെന്താണ് വഴി?

"അതിന് നിങ്ങൾ ബ്രഹ്മാവിനെ തപസ്സു ചെയ്തു വരങ്ങൾ നേടണം. നിങ്ങൾ അജയ്യരായി മാറണം. എന്നാലേ നിങ്ങൾക്കതു സാധിക്കൂ."

അമ്മ പറയുന്നതു ശരിയാണെന്നു രാവണനു തോന്നി.

"അമ്മേ, ഇതാ ഞങ്ങൾ ശിവനെ തപസ്സു ചെയ്യാൻ പോകുന്നു. എന്തു തടസ്സങ്ങളുണ്ടായാലും അതിനെയെല്ലാം അതിജീവിച്ചേ അമ്മയുടെ മകൻ തിരിച്ചു വരൂ. വരങ്ങൾ നേടി അനുജൻ അനുഭവിക്കുന്ന പുഷ്പകവിമാനം മാത്രമല്ല സ്വർണ്ണമയമായ ലങ്കയും ഞങ്ങൾ കരസ്ഥമാക്കും. ഇതു സത്യം! സത്യം!"

രാവണൻ അമ്മയുടെ തലയിൽ തൊട്ടു സത്യം ചെയ്തു. പിന്നെ അനുജന്മാരേയും കൂട്ടി തപസ്സിനു പുറപ്പെട്ടു.

അമ്മ ആഹ്ലാദത്തോടെ, അഭിമാനത്തോടെ ആ കാഴ്ച നോക്കി നിന്നു.

തപസ്സും വരപ്രാപ്തിയും

ഘോരമായ കാട്ടിനുള്ളിൽ പ്രകൃതിവിപത്തുകളെ കണക്കാക്കാതെ അതിഘോരമായ തപസ്സിലാണ് ആ ജ്യേഷ്ഠാനുജന്മാർ ഏർപ്പെട്ടിരിക്കുന്നത്. മഴയും മഞ്ഞും വെയിലും തണുപ്പും ചൂടും നോക്കാതെ അവർ തപസ്സിലേർപ്പെട്ടു.

കുംഭകർണ്ണൻ ഗ്രീഷ്മകാലത്ത് പഞ്ചാഗ്നി മദ്ധ്യത്തിലിരുന്നും മഴക്കാലത്ത് വീരാസനത്തിലിരുന്നും മഴ നനഞ്ഞും പതിനാലായിരം വർഷം കഠിനതപം ചെയ്തു. വിഭീഷണൻ ഒറ്റക്കാലിൽ അയ്യായിരം വർഷം തപം ചെയ്തു. അവന്റെ തപസ്സു കഴിഞ്ഞപ്പോൾ അപ്സരഗണങ്ങൾ ആകാശത്തു നൃത്തംചെയ്തു. പൂമഴ പെയ്തു. വീണ്ടും അയ്യായിരം വർഷം തലയും കൈയും ഉയർത്തി സൂര്യനെ നോക്കി വ്രതം അനുഷ്ഠിച്ചു. ഇങ്ങനെ വിഭീഷണന്റെ പതിനായിരം വർഷം കഴിഞ്ഞു.

രാവണൻ പതിനായിരം വർഷം നിരാഹാരനായി കഴിച്ചുകൂട്ടി. ഓരോ ആയിരം വർഷത്തിലും ഓരോ തലവെട്ടി അഗ്നിയിൽ ഹോമിക്കും. ഇങ്ങനെ ഒമ്പതിനായിരം വർഷം കഴിഞ്ഞു. പതിനായിരം വർഷം തികഞ്ഞപ്പോൾ പത്താമത്തെ തലയും വെട്ടാനായി രാവണൻ വാളുയർത്തി പെട്ടെന്ന് ബ്രഹ്മാവ് പ്രത്യക്ഷനായി പറഞ്ഞു. “അരുത്, വത്സ അരുത്. സാഹസം അരുത്. നിന്നിൽ ഞാൻ പ്രസാദിച്ചിരിക്കുന്നു. നിന്റെ ഘോര തപസ്സ് വെറു

തെയായില്ല. നിന്റെ ആഗ്രഹം വെറുതെയാവില്ല. നീ ആഗ്രഹിക്കുന്ന വരമെന്താണ്?"

ബ്രഹ്മാവിനെ കണ്ട്, ബ്രഹ്മാവിന്റെ ശബ്ദം കേട്ട് രാവണൻ സന്തുഷ്ടനായി പറഞ്ഞു. "പ്രാണികൾക്ക് മരണത്തിൽ നിന്നല്ലാതെ ഒരു ഭയവുമില്ല. അതുകൊണ്ട് ഞാൻ അമരത്വം ആഗ്രഹിക്കുന്നു."

ഇതുകേട്ട് ബ്രഹ്മാവ് പറഞ്ഞു. "നീ ആഗ്രഹിക്കുന്ന അമരത്വം എനിക്ക് തരാൻ കഴിയില്ല. മറ്റ് ഏത് വരവും ചോദിച്ചുകൊള്ളൂ."

അതുകേട്ട് രാവണൻ പറഞ്ഞു. "അല്ലയോ പ്രജാപതേ,

എങ്കിൽ ഞാൻ നാഗയക്ഷദേവദാനവർക്കെല്ലാം അവദ്ധ്യനായിരിക്കണം. മനുഷ്യരെക്കുറിച്ച് ഞാൻ ചിന്തിക്കുന്നതേയില്ല. അവർ തൃണതുല്യരാണ്."

അതുകേട്ട് ബ്രഹ്മാവ് ചിരിച്ചുകൊണ്ടു പറഞ്ഞു. "നീ പറഞ്ഞതുപ്രകാരം തന്നെ ഭവിക്കട്ടെ. അതു മാത്രമല്ല നീ അഗ്നിയിൽ ഹോമിച്ച തലകളെല്ലാം പഴയ പടിയുണ്ടാവും. നീ മനസ്സാൽ ആഗ്രഹിക്കുന്ന രൂപം നിനക്കു ലഭിക്കും."

രാവണന് വലിയ സന്തോഷം തോന്നി.

ബ്രഹ്മാവ് പിന്നീട് വിഭീഷണന്റെ അടുത്താണ് ചെന്നത്. "അല്ലയോ ധർമ്മബുദ്ധിയായ വിഭീഷണാ, നിന്നിൽ ഞാൻ സന്തുഷ്ടനായിരിക്കുന്നു. നീ ആഗ്രഹിക്കുന്ന വരം ഏതായാലും ചോദിച്ചുകൊള്ളൂ."

വിഭീഷണൻ കൈകൂപ്പികൊണ്ടു പറഞ്ഞു. "അല്ലയോ ബ്രഹ്മദേവാ അങ്ങ് എന്നിൽ പ്രീതനായതുകൊണ്ട് എനിക്കു വലിയ സന്തോഷമുണ്ട്. ഏത് ആപത്ത് ഏർപ്പെട്ടാലും എന്റെ മനസ്സ് ധർമ്മ മാർഗ്ഗത്തിൽനിന്നു മാറരുത്. അഭ്യസിക്കാതെതന്നെ ബ്രഹ്മാസ്ത്രവും തോന്നണം. ഏതാശ്രമത്തിലും സദ്ബുദ്ധി മാത്രം ഉണ്ടാവണം."

അവന്റെ മധുരം കിനിയുന്ന വാക്കുകൾ കേട്ട് സന്തുഷ്ടനായ ബ്രഹ്മാവ് പറഞ്ഞു. "നിന്റെ ബുദ്ധി അധർമ്മത്തിൽ ചലിക്കുകയില്ല. ധർമ്മിഷ്ഠനായ നിന്റെ ആഗ്രഹങ്ങളെല്ലാം സാധിക്കും."

ഇതുകേട്ട് വിഭീഷണൻ സന്തുഷ്ടനായി.

പിന്നീട് ബ്രഹ്മാവു ചെന്നതു കുംഭകർണ്ണന്റെ അടുത്താണ്. അതു കണ്ട് ദേവന്മാർ വേവലാതിപ്പെട്ടു. സ്വതേ ദുഷ്ടനായ കുംഭകർണ്ണൻ വരപ്രസാദം കൂടി ലഭിച്ചാൽ മൂന്നു ലോകങ്ങളും നശിപ്പിക്കില്ലേ എന്നവർ ഭയപ്പെട്ടു.

അതു ശരിയാണെന്നു ബ്രഹ്മാവിനും തോന്നി. അദ്ദേഹം സരസ്വതി ദേവിയെ സ്മരിച്ചു. ദേവി പ്രത്യക്ഷയായി. ബ്രഹ്മാവ് ദേവിയോടു പറഞ്ഞു. "ഞാൻ കുംഭകർണ്ണനു വരം കൊടുക്കാൻ പോകുകയാണ്. ആ സമയത്ത് നീ അവന്റെ നാവിൽ കളിയാടി തെറ്റുവരുത്തണം."

ബ്രഹ്മാവിന്റെ കല്പന പ്രകാരം കുംഭകർണ്ണന്റെ നാവിൽ

സരസ്വതി പ്രവേശിച്ചു.

ബ്രഹ്മാവ് കുംഭകർണ്ണനോടു ചോദിച്ചു. “അല്ലയോ കുംഭകർണ്ണാ, അങ്ങാഗ്രഹിക്കുന്ന വരം ആവശ്യപ്പെട്ടാലും.”

കുംഭകർണ്ണൻ നിർദ്ദേവത്വം എന്നാണ് പറയാൻ ആഗ്രഹിച്ചത്. അതായത് ദേവന്മാരില്ലാത്ത അവസ്ഥ. എന്നാൽ വാണിമാതാവ് അവനെ പരയാൻ പ്രേരിപ്പിച്ചത് നിദ്രേവത്വം എന്നാണ്. ഉറക്കം എന്നാണ് ആ വാക്കിനർത്ഥം.

“അങ്ങനെയാവട്ടെ.” എന്നു ബ്രഹ്മാവ് പറഞ്ഞു.

അപ്പോഴാണ് കുംഭകർണ്ണന് തന്റെ അമളി മനസ്സിലായത്. താനെന്തു വിഡ്ഢിയാണ്! നിർദ്ദേവത്വത്തിനു പകരം നിദ്രേവത്വം വരിച്ചിരിക്കുന്നു. ഇനി എങ്ങനെ ജ്യേഷ്ഠന്റെ മുഖത്തു നോക്കും.

“അയ്യോ എനിക്കു തെറ്റുപറ്റി. ഞാൻ നിർദ്ദേവത്വം എന്നാണാഗ്രഹിച്ചത്. നാവു പിഴവുകൊണ്ട് നിദ്രേവത്വം എന്നായി. ഭഗവാൻ ദയവായി അതു തിരുത്തിത്തരണം.

ബ്രഹ്മാവ് ചിരിച്ചുകൊണ്ടു പറഞ്ഞു. “അയ്യോ കുംഭകർണ്ണ തന്ന വരം എനിക്കു തിരിച്ചെടുക്കാനാവില്ല. എന്നാൽ ചെറിയ ഒരു മാറ്റം ആവാം. 6 മാസം ഉണർവ്വ്. 6 മാസം ഉറക്കം എന്നാക്കി മാറ്റിത്തരാം.”

അതു സ്വീകരിക്കുകയല്ലാതെ മറ്റൊരു നിർവ്വാഹവും കുംഭകർണ്ണനുണ്ടായിരുന്നില്ല.

വരം നല്കി ബ്രഹ്മാവ് മറഞ്ഞു. കുംഭകർണ്ണൻ താഴ്ത്തിയ തലയോടെ തന്റെ വങ്കത്തമോർത്ത് സ്വയം പശ്ചാത്തപിച്ച് തിരിച്ചുനടന്നു.

ലങ്കയ്ക്കു വേണ്ടി

വരപ്രാപ്തിയിൽ സന്തുഷ്ടനായി സിംഹാസനത്തിൽ രാവണൻ ഞെളിഞ്ഞിരുന്നു. കുംഭകർണ്ണനും വിഭീഷണനും തൊഴുകൈയോടെ അടുത്തുണ്ട്. രാവണൻ അനുജന്മാരോട് തപസ്സിന്റെ വിശേഷങ്ങൾ ചോദിക്കുകയാണ്.

"ഞാൻ ദേവന്മാരാലോ രാക്ഷസന്മാരാലോ ദാനവന്മാരാലോ വധിക്കപ്പെടില്ലെന്ന വരവും നേടിയാണ് തപസ്സു പൂർത്തിയാക്കിയത്. പതിനായിരം വർഷം നിരാഹാരനായി നടത്തിയ തപസ്സ് ഫലപ്രാപ്തിയിലെത്തി. ഓരോ വർഷം കഴിയുന്തോറും ഓരോ തല വെട്ടി ഞാൻ അഗ്നിയിൽ ഹോമിക്കും. ഒടുവിൽ അവസാന തലയും അഗ്നിയിൽ ഹോമിക്കാൻ തുടങ്ങുമ്പോഴേക്കും ബ്രഹ്മാവ് പ്രത്യക്ഷപ്പെട്ടു വരം തരികയായിരുന്നു. സത്യത്തിൽ ഈ വരം ഞാൻ ബ്രഹ്മാവിനോട് പിടിച്ചു വാങ്ങുകയായിരുന്നു. ആട്ടെ, ഇനി നിങ്ങളുടെ വിശേഷങ്ങൾ കേൾക്കട്ടെ. എന്തെല്ലാം മഹത്തരങ്ങളായ വരങ്ങളാണ് നിങ്ങൾ നേടിയതു, കേൾക്കട്ടെ. എന്റെ അനുജന്മാരല്ലേ! മോശക്കാരാകാൻ വഴിയില്ല. ആദ്യം കുംഭകർണ്ണൻ പറയട്ടെ."

അതുകേട്ട് ലജ്ജകൊണ്ട് കുംഭകർണ്ണൻ ഭൂമിയോളം താണു. എങ്ങനെ ജ്യേഷ്ഠനോടതു പറയും? പതിനായിരം വർഷത്തെ കൊടും തപസ്സുകൊണ്ട് താൻ നേടിയത് ഉറക്കമാണെന്നു കേൾക്കുമ്പോൾ ജ്യേഷ്ഠൻ എന്തു വിചാരിക്കും തന്നെക്കുറിച്ച്?

"എന്താ നിന്റെ നാവിറങ്ങിപ്പോയോ? പതിനായിരം വർഷത്തെ തപസ്സുകൊണ്ട് നീ നേടിയതെന്ത്?"

ഒടുവിൽ ഒരുവിധം ധൈര്യം സംഭരിച്ചുകൊണ്ട് കുംഭകർണ്ണൻ പറഞ്ഞു.

"ജ്യേഷ്ഠാ, ക്ഷമിക്കണം, എനിക്കൊരബദ്ധം പറ്റി. നിർദ്ദേവത്വം എന്നവരമാണ് ഞാൻ ആഗ്രഹിച്ചത്. പക്ഷേ, നാക്കുപിഴച്ചതു കൊണ്ട് അത് നിദ്രേവത്വമായിപ്പോയി."

"ഹ!.. ഹ!.. ഹ!" രാവണൻ ഉറക്കെ ചിരിച്ചു. "ബലേ ഭേഷ് നിർദ്ദേവത്വത്തിനു പകരം നിദ്രേവത്വം. അനുജന്മാർ ജ്യേഷ്ഠന്മാരെ സഹായിക്കേണ്ടത് ഇങ്ങനെതന്നെ. നാണമില്ലേ എന്റെ മുമ്പിൽ നില്ക്കാൻ. നിന്നെ കാണുന്നതു തന്നെ നാണക്കേടുണ്ടാക്കുന്നു. പോ ദൂരെ പോ."

ദേഷ്യവും സങ്കടവും സഹിക്കാനാവാതെ രാവണൻ അലറി.

വീണ്ടും കുംഭകർണ്ണൻ തല ചൊറിഞ്ഞുകൊണ്ടു പറഞ്ഞു.

"എങ്കിലും ചെറിയൊരു മാറ്റം വരുത്താൻ എനിക്കു കഴിഞ്ഞു. ആറു മാസം ഉറക്കവും ആറു മാസം ഉണർവ്വും എന്നാക്കി മാറ്റാൻ കഴിഞ്ഞു."

രാവണൻ പരിഹാസത്തോടെ പറഞ്ഞു. "അതെന്തിനാ

അങ്ങനെയാക്കിയത്? മുഴുവൻ സമയവും ഉറങ്ങാനുള്ള വരം വാങ്ങാമായിരുന്നില്ലേ. എന്നാൽ വൈകിക്കേണ്ട. വേഗം പോയി ഭക്ഷണവും കഴിച്ച് ഉറങ്ങിയാട്ടെ."

ജ്യേഷ്ഠന്റെ കോപത്തിനു മുമ്പിൽ നില്ക്കാനാവാതെ കുംഭകർണ്ണൻ പിന്മാറി.

"ഇനി നിന്റെ ഊഴം." രാവണൻ പരിഹാസത്തോടെ പറഞ്ഞു. "നീ എന്തു വിശിഷ്ട വരം നേടിയാണ് വന്നിരിക്കുന്നത്? കേൾക്കട്ടെ."

വിഭീഷണൻ അഭിമാനത്തോടെ പറഞ്ഞു. "ഏത് അത്യാപത്തു വന്നാലും എന്റെ മനസ്സ് ധർമ്മമാർഗ്ഗത്തിൽനിന്ന് മാറരുത്. ഏത് ആശ്രമത്തിലും എനിക്ക് സത് ബുദ്ധി മാത്രം തോന്നണം എന്ന വരമാണ് ഞാൻ വാങ്ങിയത്. കൂടാതെ പഠിക്കാതെത്തന്നെ എനിക്കു ബ്രഹ്മാസ്ത്രം തോന്നും."

"ഗംഭീരം തന്നെ!" രാവണന്റെ പരിഹാസച്ചിരി മുഴങ്ങി. "നീ കുംഭകർണ്ണനെയും ജയിച്ചിരിക്കുന്നു. ഇനി എവിടെയെങ്കിലും പോയി ഭജനമിരിക്കാമല്ലോ. എപ്പോഴും ജപിക്കുന്ന ഒരാൾക്ക് ബ്രഹ്മാസ്ത്രം കൊണ്ടെന്ത് പ്രയോജനം? ഇങ്ങനെ രണ്ടനുജന്മാരെ കിട്ടാൻ ഭാഗ്യം ചെയ്യണം. ഒരാൾക്ക് ഉറക്കം. മറ്റേ ആൾക്ക് ജപം. ഇതിൽ കൂടുതൽ എന്തു വേണം ഒരു ജ്യേഷ്ഠന്! നമ്മുടെ പിതാവിന്റെ മറ്റൊരു പുത്രൻ പുഷ്പകവിമാനത്തിൽ പോകുമ്പോൾ അമ്മയുടെ കണ്ണിൽനിന്ന് വീണത് കണ്ണീരല്ല. ചുടു ചോരയാണ്. അതിന്റെ ചൂട് നേരിട്ട് അനുഭവിച്ചവനാണ് ഞാൻ. ലങ്കയും പുഷ്പകവിമാനവും പിടിച്ചെടുക്കുക എന്നതാണ് നമ്മുടെ മുമ്പിലുള്ള ലക്ഷ്യം. അതിന് നിങ്ങൾ രണ്ടുപേരും ചെയ്ത സഹായത്തിനു നന്ദി! പൊയ്ക്കോ എന്റെ മുമ്പിൽനിന്ന് വേഗം."

വിഭീഷണനും രാവണന്റെ മുമ്പിൽനിന്നു മാറിപ്പോയി.

രാവണനു വല്ലാത്ത നിരാശ തോന്നി. പക്ഷേ, ഉടനെത്തന്നെ മനസ്സിനെ പിടിച്ചുനിർത്തി. നിരാശ ഭീരുക്കളുടെ രക്ഷാമാർഗ്ഗമാണ്. ഏതു പ്രതിസന്ധിയിലും തളരാത്തവനാണ് ധീരൻ. ലോകം ജയിക്കാൻ പുറപ്പെട്ട രാവണനു മുമ്പിൽ നിരാശയ്ക്കെവിടെ സ്ഥാനം.

"ഞാൻ ആഗ്രഹിച്ചതു നേടിയേയിരിക്കൂ."

രാവണൻ സ്വന്തം തീരുമാനത്തിൽ ഉറച്ചുനിന്നു.

ലങ്ക കീഴടക്കൽ

താൻ തീരുമാനിച്ചതു നേടിയേ തീരൂ. കുബേരനെ കീഴടക്കി ലങ്കയും പുഷ്പക വിമാനവും സ്വന്തമാക്കണം.

അതിനുള്ള ഒരുക്കത്തിലായി രാവണൻ. സങ്കടങ്ങളൊക്കെ മാറ്റി വെച്ചു രാവണൻ പടയൊരുക്കി.

ആ സമയത്താണ് വിഷ്ണുവിനെ ഭയന്ന് പാതാളത്തിൽ താമസമാക്കിയ സുമാലി എന്ന രാക്ഷസൻ തന്റെ മന്ത്രിമാരായ മാരീചൻ, പ്രഹസ്തൻ, വിരൂപാക്ഷൻ, മഹോദരൻ എന്നിവരോടൊത്ത് രാവണസന്നിധിയിൽ എത്തിയത്.

അവർ രാവണനെ ആലിംഗനം ചെയ്തുകൊണ്ടു പറഞ്ഞു. "ദശഗ്രീവാ, നീ വരപ്രാപ്തിയാൽ ശക്തനായിത്തീർന്നല്ലോ! വളരെ സന്തോഷം. വിഷ്ണുഭയം കൊണ്ടാണ് ഞങ്ങൾക്കു പാതാളത്തിലേക്കു പോകേണ്ടി വന്നത്. നീ കാരണം ആ ഭയം നീങ്ങിപ്പോയി. രാക്ഷസന്മാർ പാർത്തുപോന്ന ലങ്ക നമ്മുടേതാണ്. നിന്റെ സഹോദരൻ കുബേരൻ അതു കൈക്കലാക്കി അവിടെ കയറിക്കൂടിയിരിക്കയാണ്. ദാനം കൊണ്ടോ, സാമം കൊണ്ടോ, ദണ്ഡം കൊണ്ടോ, ശൗര്യം കൊണ്ടോ അത് വീണ്ടെടുക്കുകയാണ് നാം ആദ്യം ചെയ്യേണ്ടത്. നീ ലങ്കേശ്വരനായി നഷ്ടപ്പെട്ട രാക്ഷസപ്രഭാവം വീണ്ടെടുക്കണം. അതാണ് ഞങ്ങൾ ആഗ്ര

ഹിക്കുന്നത്."

താൻ ആഗ്രഹിക്കുന്നത് തന്നെയാണ് അമ്മയുടെ അച്ഛനായ സുമാലി പറയുന്നതെന്നു കേട്ടപ്പോൾ രാവണന് സന്തോഷമായി. രാവണൻ സുമാലിയോടു ചോദിച്ചു. "വൈശ്രവണൻ ഞങ്ങൾക്ക് ഗുരുവല്ലേ. അദ്ദേഹത്തെ എതിർക്കുന്നതു ശരിയാണോ?"

അതുകേട്ട് മനം മങ്ങിയ സുമാലി പറഞ്ഞു. "പ്രിയ രാവണാ, അങ്ങങ്ങനെ പറയുന്നതു ശരിയല്ല. ശൂരന്മാർക്ക് സാഹോദര്യ ഭാവമുണ്ടാകാൻ പാടില്ല. അദിതിയും ദിതിയും സ്നേഹസമ്പന്നരായ സഹോദരിമാരായിരുന്നു. കശ്യപപ്രജാപതിയുടെ ഭാര്യമാരായിരുന്നു. അദിതിയുടെ പുത്രന്മാരാണ് ദേവന്മാർ. ദിതിയുടെ പുത്രന്മാർ അസുരന്മാരുമായി. കാടും കടലും കുന്നുമുള്ള ഈ ഭൂമി ദൈത്യന്മാരുടേതായിരുന്നു. എന്നാൽ കരുത്തനായ വിഷ്ണു ഞങ്ങളെ യുദ്ധത്തിൽ നശിപ്പിച്ച് മൂന്ന് ലോകങ്ങളെയും ദേവന്മാരുടേതാക്കി. അവിടെ സഹോദരനായിട്ടും സൗഹാർദ്ദമൊന്നും വിഷ്ണു കാണിച്ചില്ല. അതുകൊണ്ട് നമ്മുടെ പൂർവ്വികസ്വത്തായ ലങ്ക കായശക്തികൊണ്ട് വീണ്ടെടുക്കുന്നത് ഒരിക്കലും അനീതിയാവുകയില്ല."

സുമാലിയുടെ വാക്കുകൾ ശരിയാണെന്ന് രാവണനു തോന്നി. "മാതാമഹ, അങ്ങു പറഞ്ഞതു ശരിയാണ്. ലങ്ക രാക്ഷസന്മാർക്ക് അവകാശപ്പെട്ടതു തന്നെ. അതു വീണ്ടെടുക്കേണ്ടതുമാണ്. നമുക്കൊന്നിച്ച് അതിനുള്ള ശ്രമം തുടങ്ങാം."

ഉടൻതന്നെ രാവണൻ മന്ത്രിയായ പ്രഹസ്തനെ കുബേരന്റെ അടുത്തേക്ക് ദൂതനായി അയച്ചു.

രാവണൻ പ്രഹസ്തനോടു പറഞ്ഞു. "നീ വേഗം കുബേരന്റെ അടുത്തു ചെന്ന് മര്യാദയോടെ ഇങ്ങനെ അറിയിക്കണം. ലങ്ക രാക്ഷസന്മാരുടെ വകയാണ്. അങ്ങ് അതിൽ കയറിക്കൂടി. അത് അങ്ങയെപ്പോലെ ഒരാൾക്ക് ചേർന്നതല്ല. അങ്ങ് അതു തിരിച്ചുതന്നാൽ അതു ധർമ്മം മാത്രമാണ്. എനിക്കതു സന്തോഷവുമാവും. അല്ലെങ്കിൽ അങ്ങ് അതിനു വലിയ വില നല്കേണ്ടിവരും."

പ്രഹസ്തൻ കുബേരന്റെ അടുത്തു ചെന്ന് രാവണന്റെ വാക്കുകൾ അറിയിച്ചു. “മഹാവിക്രമാ, അങ്ങയുടെ സഹോദരൻ രാവണന്റെ ദൂതനായിട്ടാണ് ഞാൻ വന്നിരിക്കുന്നത്. അദ്ദേഹം പറയുന്നതിതാണ്. ഈ ലങ്കാപുരി രാവണന്റെ പിതാമഹന്മാരായ മാലി, സുമാലി എന്നിവർ അനുഭവിച്ചു വന്നതാണ്. അതുകൊണ്ട് ഇതിന്റെ ഇപ്പോഴത്തെ അവകാശം രാവണനാണ്. അങ്ങിത് അവനു നല്കണം.”

“രാക്ഷസശൂന്യമായ ഈ ലങ്ക അച്ഛൻ എനിക്കു തന്നതാണ്. എന്റെ ദാനമാന ഗുണങ്ങൾ കൊണ്ട് രക്ഷസ്സുകളും ഗന്ധർവ്വന്മാരും ഇവിടെ വന്നു പാർത്തു. എന്റെ ഈ നഗരവും രാജ്യവും നിന്റേതു കൂടിയാണ്. എന്റെ രാജ്യവും സ്വത്തും നീയുമായി ഭാഗിക്കേണ്ട കാര്യമില്ല.”

ഇങ്ങനെ പറഞ്ഞ് കുബേരൻ അച്ഛന്റെ അടുത്തേക്കു പോയി രാവണന്റെ ദൂതിന്റെ കാര്യം പറഞ്ഞു. “രാവണൻ ലങ്കാപുരി വിട്ടു പോകണമെന്ന് ആവശ്യപ്പെട്ട് ദൂതനെ അയച്ചിരിക്കുന്നു. ഞാനെന്തു ചെയ്യണമെന്ന് അങ്ങ് തന്നെ പറഞ്ഞു തരണം.”

തന്റെ മുമ്പിൽ തൊഴുതു നില്ക്കുന്ന കുബേരനോടു വിശ്രവസ്സ് പറഞ്ഞു. “അവൻ എന്റെ അടുത്തും ഈ ആവശ്യവുമായി വന്നിരുന്നു. ഞാൻ അവനെ ശകാരിച്ചു. നീ മര്യാദകെട്ടു പെരുമാറുന്നുവെന്ന് ഞാൻ അവനോടു പറഞ്ഞു. പക്ഷേ, വരലാഭംകൊണ്ടു ഗർവ്വിതനായ അവനുണ്ടോ എന്റെ വാക്കുകൾ കേൾക്കുന്നു. ശാപംകൊണ്ട് അവൻ ക്രൂരസ്വഭാവിയായി മാറിയിരിക്കുന്നു. അതുകൊണ്ട് നീ ലങ്ക ഉപേക്ഷിച്ച് കൈലാസത്തിലേക്ക് അനുചരന്മാരോടൊത്ത് പൊയ്ക്കൊൾക. അവിടെ പാർപ്പിടമുണ്ടാക്കിക്കൊള്ളൂ. പൊൽത്താമരകൾ നിറഞ്ഞ മന്ദാകിനി നദി അവിടെയുണ്ട്. അപ്സരസ്സുകളും, ഉരഗങ്ങളും, കിന്നരന്മാരും അവിടെ ഒത്തൊരുമയോടെ താമസിക്കുന്നു. ഈ രാക്ഷസനോടുള്ള ശത്രുത നിനക്കു പറ്റിയതല്ല. അവൻ വരലാഭത്താൽ ഏറെ ശക്തനാണ്.”

അങ്ങനെ കുബേരൻ ഭാര്യമാരോടും പുത്രന്മാരോടും മന്ത്രിമാരോടും വാഹനങ്ങളോടും കൂടി കൈലാസത്തിലേക്കു പോയി.

ഈ വിവരം പ്രഹസ്തൻ രാവണനെ അറിയിച്ചു. “അങ്ങ

യുടെ ആവശ്യപ്രകാരം കുബേരൻ ലങ്ക വിട്ടു പോയിക്കഴിഞ്ഞു. ഇനി എല്ലാവരുമൊത്ത് അങ്ങ് അവിടെ പാർത്താലും."

ഇതുകേട്ട് രാവണൻ സഹോദരന്മാരോടും മന്ത്രിമാരോടും അനുചരന്മാരോടും ചേർന്ന് ലങ്കയിൽ പ്രവേശിച്ചു. കുബേരൻ ഉപേക്ഷിച്ച മനോഹരവും വിസ്തൃതവുമായ ലങ്കയിൽ ഇന്ദ്രൻ സ്വർഗ്ഗത്തിലെന്നപോലെ രാവണൻ അനുചരന്മാരുമായി പ്രവേശിച്ചു.

രാക്ഷസന്മാരാൽ അഭിഷേകം ചെയ്യപ്പെട്ട രാവണൻ ലങ്കാപുരിയുടെ ചക്രവർത്തിയായി.

മണ്ഡോദരി

രാവണനും സഹോദരങ്ങൾക്കും ഏക സഹോദരിയായിരുന്നു ശൂർപ്പണഖ. അവളെ രാക്ഷസനായ വിദ്യുജിഹ്വനു നല്കി. സഹോദരിയുടെ വിവാഹത്തിനു ശേഷം കാട്ടിൽ വേട്ടയാടി നടക്കുകയായിരുന്നു രാവണൻ. അവിടെ അതിതേജസ്വിയായ

ഒരു വ്യക്തി അതി സുന്ദരിയായ ഒരു പെൺകുട്ടിയുടെ കൈയും പിടിച്ച് നില്ക്കുന്നതുകണ്ട് അയാൾ അത്ഭുതത്തോടെ ചോദിച്ചു. "നിങ്ങൾ ആരാണ്? ഈ പെൺകുട്ടിയുമായി ഇവിടെ നില്ക്കുന്നതെന്ത്?"

അയാൾ രാവണനോടു പറഞ്ഞു. "ഞാൻ ദിതിയുടെ പുത്രനായ മയനാണ്. എനിക്ക് ഹേമ എന്ന അപ്സരസിലുണ്ടായ മകളാണ് ഈ പെൺകുട്ടി. മണ്ഡോദരി എന്നു പേർ. ആയിരംവർഷം ഞാൻ ഹേമയ്ക്കൊപ്പം സന്തോഷത്തോടെ ജീവിച്ചു. പിന്നീട് അവൾക്ക് എന്നെയും മകളേയും ദേവകാര്യാർത്ഥം ഉപേക്ഷിച്ചു പോകേണ്ടിവന്നു. അവൾക്കായി വിശിഷ്ടമായ വജ്ര വൈഡൂര്യങ്ങൾകൊണ്ട് ഒരു പുരം തന്നെ ഞാൻ നിർമ്മിച്ചിട്ടുണ്ട്. അവൾക്ക് ഒരു ഭർത്താവിനെ തേടി ഞാൻ ഈ കാട്ടിൽ വന്നിരിക്കയാണ്. രാക്ഷസകുലത്തിനോ, ദേവകുലത്തിനോ ഇവൾ അവകാശപ്പെട്ടത് എന്ന സംശയത്തിലാണ് ഞാൻ. ഹേമയിൽ എനിക്ക് രണ്ടു പുത്രന്മാരും ഉണ്ട്. മൂത്തവൻ മായാവി. രണ്ടാമൻ ദുന്ദുഭി. എന്റെ കാര്യങ്ങളൊക്കെ ഞാൻ പറഞ്ഞു. ഇനി നീ ആരാണ് എന്നു പറയുക."

മയന്റെ വാക്കുകൾ കേട്ട് രാവണൻ പറഞ്ഞു. "ഞാൻ വിശ്രവസ്സിന്റെ പുത്രനായ രാവണനാണ്."

മഹർഷി പുത്രനാണ് രാവണൻ എന്നറിഞ്ഞപ്പോൾ മയന് സന്തോഷമായി. മകൾക്കു പറ്റിയ വരനാണ് രാവണൻ എന്നു മയനു ബോദ്ധ്യമായി. മണ്ഡോദരിയെ രാവണനു നല്കാൻ അയാൾ തയ്യാറായി.

"അല്ലയോ രാക്ഷസരാജാവായ രാവണാ. ഹേമയിൽ പിറന്ന ഈ ഉത്തമയായ കന്യകയെ അങ്ങ് പത്നിയായി സ്വീകരിച്ചാലും. ഇവൾ അങ്ങയ്ക്ക് മംഗളം കൊണ്ടുവരും."

അങ്ങനെയാവാമെന്ന് രാവണനും സമ്മതിച്ചു.

അവിടെ വെച്ച് തന്നെ അഗ്നി ജ്വലിപ്പിച്ച് രാവണൻ മണ്ഡോദരിയെ പാണിഗ്രഹണം ചെയ്തു. രാവണനു മുനി ശാപം ഏറ്റിട്ടുണ്ടെന്നറിഞ്ഞിട്ടും ബ്രഹ്മവംശത്തെ ഓർത്താണ് മയൻ മകളെ അവനു കൊടുത്തത്. മകളോടൊപ്പം താൻ തപസ്സു ചെയ്തു

നേടിയ ഒരു അത്ഭുത വേലും മയൻ രാവണനു കൊടുത്തു.

ലങ്കേശ്വരനായ രാവണൻ മണ്ഡോദരിയോടൊപ്പം ലങ്കയിലെത്തി. താമസിയാതെ സഹോദരന്മാരുടെ വിവാഹങ്ങളും നടത്താൻ തീരുമാനിച്ചു.

കുംഭകർണ്ണന് പൗരോചനന്റെ പുത്രിയായ വജ്രാലയേയും വിഭീഷണന് ശൈലൂഷനെന്ന ഗന്ധർവ്വന്റെ മകളും ധർമ്മജ്ഞയുമായ സരമയേയും വിവാഹം ചെയ്തു കൊടുത്തു. അവരേവരും സന്തോഷത്തോടെ വസിച്ചു.

മണ്ഡോദരി മേഘനാദൻ എന്ന പുത്രനു ജന്മം നല്കി. അവൻ പിറന്ന ഉടനെ ഇടിമുഴക്കം പോലെ കരഞ്ഞതിനാൽ അവനു മേഘനാഥൻ എന്നു പേർ വന്നു. രാവണപുത്രനായ മേഘനാദൻ സർവ്വവിദ്യയും അഭ്യസിച്ച് വീരനും ശക്തനുമായി വളർന്ന് എല്ലാവർക്കും സന്തോഷം നല്കി.

പുഷ്പക വിമാനം

വാക്പിഴയാൽ നിദ്രേവത്വം ഏറ്റുവാങ്ങിയ കുംഭകർണ്ണന് ഉറക്കം വരാൻ തുടങ്ങി. അവൻ പറഞ്ഞു. "ജ്യേഷ്ഠാ എന്നെ നിദ്ര ബാധിക്കുന്നു. ഉറങ്ങാനായി എനിക്ക് ഒരു ഭവനം നിർമ്മിച്ചു തരണം.."

രാവണൻ അനുജനായി ശില്പികളെക്കൊണ്ട് ഒരു യോജന വീതിയും രണ്ടു യോജന നീളവുമുള്ള മനോഹരവും മിനുസമാർന്നതുമായ ഒരു മന്ദിരം നിർമ്മിച്ചു കൊടുത്തു. പളുങ്കും പൊന്നും കൊണ്ടുള്ള തൂണുകളാൽ അലങ്കരിക്കപ്പെട്ടതായിരുന്നു

അത്. എങ്ങും സുഖമരുളുന്ന ഒരു വീടു തന്നെയായിരുന്നു. ജ്യേഷ്ഠൻ അനുജനായി ഒരുക്കിക്കൊടുത്തത്. അവിടെ കുംഭകർണ്ണൻ തടസ്സമേതുമില്ലാതെ നിദ്രയിലാണ്ടു.

കുംഭകർണ്ണൻ ഉറക്കത്തിലായിരിക്കെ രാവണൻ ദേവഋഷി ഗന്ധർവ്വരെ കൊന്നുകൊണ്ടിരുന്നു. നന്ദനം തടങ്ങിയ ദേവോദ്യാനങ്ങളെ തച്ചു തകർത്തു. നദികൾ കലക്കി. മരങ്ങൾ മുറിച്ചു. മലകൾ കീറി. അങ്ങനെ ഭൂമി മുടിക്കാൻ തുടങ്ങി.

രാവണന്റെ ഇത്തരം നടപടികളിൽ മനംനൊന്ത് ജ്യേഷ്ഠസ്ഥാനീയനായ വൈശ്രവണൻ അവന് ഹിതം ഉപദേശിക്കാനായി ഒരുദൂതനെ അയച്ചു.

ദൂതൻ രാവണരാജധാനിയിൽ എത്തി വിഭീഷണനെ കണ്ടു. വിഭീഷണൻ ദൂതനെ വിധിപ്രകാരം മാനിച്ച് സഭയിലിരിക്കുന്ന രാവണനെ കാണിച്ചു കൊടുത്തു. തേജസ്സുകൊണ്ടു തിളങ്ങുന്ന രാവണരാജാവിനെ ജയവാക്യങ്ങളോടെ വാഴ്ത്തി ദൂതൻ ഇങ്ങനെ പറഞ്ഞു.

"ഹേ വീരാ, അങ്ങയുടെ സഹോദരൻ പറഞ്ഞത് ഇവിടെ അറിയിക്കാം. നീ ചെയ്യുന്നതൊക്കെ ഞാൻ അറിയുന്നുണ്ട്. നീ നന്ദനവനം മുടിച്ചു. ഋഷികളെ കൊന്നു. ഇനി ഇതെല്ലാം നിർത്തുക. മര്യാദക്കാരനാവുക. നീ പലതവണ എന്നെ ധിക്കരിച്ചു. ബാലൻ ഒരു തെറ്റു ചെയ്താലും ബന്ധുക്കൾ അവനെ രക്ഷിക്കേണ്ടതാണല്ലോ. ഞാൻ ശിവനെ തപസ്സു ചെയ്യാൻ പോയിരിക്കുകയായിരുന്നു. ശിവന്റെ സഖിത്വം നേടി മടങ്ങി വന്നപ്പോഴാണ് നിന്റെ പാപകർമ്മങ്ങളെക്കുറിച്ച് കേട്ടത്. കുലനാശകങ്ങളായ ഈ അധർമ്മങ്ങളിൽനിന്ന് പിന്മാറുക. ദേവന്മാരും ഋഷികളും നിന്നെ വധിക്കാനുള്ള വഴി തേടിക്കൊണ്ടിരിക്കുന്നു."

എന്നാൽ ഈ ഉപദേശം തന്നോടുള്ള നിന്ദയായാണ് രാവണൻ എടുത്തത്. അദ്ദേഹം ദൂതനോടു പറഞ്ഞു. "നീ പറഞ്ഞത് എനിക്ക് പൊറുക്കാവുന്നതല്ല. ഗുരുവല്ലേ, ജ്യേഷ്ഠനല്ലേ, എന്നു കരുതി ഇത്രകാലം ഞാൻ ക്ഷമിച്ച് നിന്നെ കൊല്ലാതെ വിട്ടു. ഇനി ക്ഷമയില്ല. നീയോ, നിന്നെ അയച്ചവനോ ഇനി ബാക്കിയില്ല." ഇതുപറഞ്ഞ് അപ്പോൾ തന്നെ ദൂതനെ കൊന്ന് രാക്ഷസന്മാർക്ക് ഭക്ഷണത്തിനായി ഇട്ടുകൊടുത്തു.

പിന്നെ രാവണൻ മഹോദരൻ, മാരീചൻ, പ്രഹസ്തൻ, ശുകൻ, സാരണൻ എന്നിവരൊത്ത് ബലഗർവ്വിതനായി മൂന്നു ലോകങ്ങളും നശിപ്പിക്കുമാറ് സഞ്ചരിച്ചു.

മലകളും കാടുകളും കടന്ന് അവർ കൈലാസത്തിലെത്തി കാവല്ക്കാരായ യക്ഷന്മാർക്ക് അവരുടെ മുമ്പിൽ നില്ക്കാനായില്ല. അവർ വിവരം വൈശ്രവണനെ അറിയിച്ചു. അനുജന്റെ ഉദ്ദേശ്യമറിഞ്ഞ് വൈശ്രവണൻ പോരിന് അനുവാദം നല്കി.

രാക്ഷസരാജാവിന്റെ സേന ഹിമാലയത്തെ ഇളക്കുമാറ് അണിനിരന്നു. യക്ഷന്മാരും രാക്ഷസന്മാരും പോരാട്ടം തുടങ്ങി.

യക്ഷന്മാർ ശരമാരിയാൽ രാവണസേനയെ തടയാൻ ശ്രമിച്ചു. യക്ഷായുധപ്രഹരമേറ്റിട്ടും ഒട്ടും കൂസാതെ രാവണൻ യക്ഷരെ കൊന്നു മുന്നേറി.

യക്ഷസേന തകർന്നു പോയി. ഒടുവിൽ രാക്ഷസസേന രാജധാനിയുടെ പ്രവേശനദ്വാരത്തിലെത്തി. അപ്പോൾ സൂര്യഭാനു എന്ന ദ്വാരപാലകൻ രാവണനെ തടഞ്ഞു. അതു കൂട്ടാക്കാതെ അകത്തുകടക്കാൻ ശ്രമിച്ച രാവണനെ അവൻ തോരണം പറിച്ച് അടിച്ചു. എന്നാൽ ബ്രഹ്മാവിന്റെ വരദാനത്താൽ രാവണന് ആപത്തൊന്നും പറ്റിയില്ല. ആ തോരണം കൊണ്ടുതന്നെ അവനെ തല്ലിയതോടെ അവന്റെ കഥ കഴിയുകയും ചെയ്തു.

ആയിരക്കണക്കിന് യക്ഷന്മാർ പേടിച്ച് ഓടിയൊളിച്ചപ്പോൾ വൈശ്രവണൻ മഹായക്ഷനായ മാണിഭദ്രനോട് രാവണനെ കൊല്ലാൻ കല്പിച്ചു. മാണിഭദ്രൻ നാലായിരം യക്ഷന്മാരൊത്ത് പട വെട്ടിയെങ്കിലും രാക്ഷസന്മാരുടെ മായായുദ്ധത്തിനു മുമ്പിൽ യക്ഷന്മാരുടെ നേർയുദ്ധത്തിന് പിടിച്ചു നില്ക്കാനായില്ല.

രാവണമന്ത്രിയായ ധൂമ്രാക്ഷൻ മാണിഭദ്രന്റെ മാറിൽ വൻ ഗദകൊണ്ട് അടിച്ചിട്ടും അവൻ ഇളകിയില്ല. മാണിഭദ്രൻ ഗദ ചുഴറ്റി ധൂമ്രാക്ഷനെ അടിച്ചപ്പോൾ അവൻ ബോധം കെട്ടു നിലംപതിച്ചു. അതുകണ്ട് രാവണൻ മാണിഭദ്രനു നേരെ കോപത്തോടെ പാഞ്ഞടുത്തു. അപ്പോൾ മാണിഭദ്രൻ അവനെ വേൽകൊണ്ടു കുത്തി. കുത്തേറ്റ രാവണൻ അവന്റെ ശിരസ്സിൽ അടിച്ചതോടെ അവന്റെ തല ഒരു വശത്തേക്ക് ചരിഞ്ഞു.

മാണിഭദ്രൻ പിന്തിരിഞ്ഞപ്പോൾ വൈശ്രവണൻ തന്നെ യുദ്ധസന്നദ്ധനായി യുദ്ധരംഗത്തെത്തി. "ഞാൻ തടഞ്ഞിട്ടും നീ അനുസരിച്ചില്ല. അമ്മയേയും അച്ഛനേയും ജ്യേഷ്ഠനെയും അപമാനിക്കുന്നവർ മരണത്തിൽ കാര്യങ്ങൾ തിരിച്ചറിയും. ഇനി നിന്നോടു ഉപദേശിച്ചിട്ടു കാര്യമില്ല." എന്നു പറഞ്ഞ് കോപത്തോടെ മാരീചാദികളെ തല്ലി. അവർ പിന്തിരിഞ്ഞോടി. പിന്നെ രാവണന്റെ തലയ്ക്ക് ഗദകൊണ്ട് പ്രഹരിച്ചു. എന്നിട്ടും രാവണന് കുലുക്കമുണ്ടായില്ല. അവർ തമ്മിൽ ഘോരമായ പോരു നടന്നു. വൈശ്രവണൻ രാവണന്റെ നേർക്ക് ആഗ്നേയാസ്ത്രം പ്രയോഗിച്ചപ്പോൾ രാവണൻ വരുണാസ്ത്രംകൊണ്ട് അത് തടഞ്ഞു. രാവണൻ പല രൂപമെടുത്ത് ശത്രുക്കളെ ഒടുക്കി. ചിലപ്പോൾ രാവണനെ കാണാതാവും. ഒടുവിൽ രാവണൻ വൈശ്രവണനെ ഗദകൊണ്ട് തലയ്ക്കടിച്ചു. ആ അടിയേറ്റ് ചോരയുമൊലിപ്പിച്ച് വൈശ്രവണൻ താഴെ വീണു. അപ്പോൾ യക്ഷന്മാർ വൈശ്രവണനെ രക്ഷിച്ച് കൊണ്ടുപോയി.

വൈശ്രവണനെ ജയിച്ച് രാവണൻ പുഷ്പകവിമാനം തട്ടിയെടുത്തു. പൊൻതൂണുകൾ, വൈഡൂര്യകമാനങ്ങൾ, ബ്രഹ്മനിർമ്മിതമായ, മനസ്സ് പോലെ പായുന്ന, തണുപ്പോ ചൂടോ ഏല്ക്കാത്തതാണ് ആ പുഷ്പകവിമാനം. ആ പുഷ്പകവിമാനത്തിൽ കയറി മൂന്നു ലോകവും കീഴടക്കിയ മനസ്സോടെ രാവണൻ കൈലാസമിറങ്ങി. സ്വതേജസ്സുകൊണ്ട് മഹത്തായ വിജയം നേടി തിളങ്ങുന്ന കിരീടവുമണിഞ്ഞ് പുഷ്പകവിമാനത്തിൽ അഗ്നിയെപ്പോലെ രാവണൻ വിളങ്ങി.

ചന്ദ്രഹാസ ലബ്ധി

സോദരനായ വൈശ്രവണനെ ജയിച്ച രാവണൻ സുബ്രഹ്മണ്യൻ ജനിച്ച ശരവണപ്പൊയ്കയിലേക്കു പോയി. കാടുകൾ നിറഞ്ഞ ആ മല മുകളിലേക്ക് കയറിയപ്പോൾ വിമാനം മുമ്പോട്ടു പോകാതെ സ്തംഭിച്ച് നിന്നു.

രാവണൻ അമ്പരന്നു. പുഷ്പകത്തിന് എന്തു പറ്റി? ഈ കുന്നിന്മേൽ വാഴുന്ന ആരോ ആണ് ഇതിനു പിന്നിൽ. ആരാണ് അത്?

അപ്പോൾ മാരീചൻ പറഞ്ഞു: "പുഷ്പകവിമാനം അനങ്ങാതിരിക്കുന്നതിന് കാരണമുണ്ടാവും. വൈശ്രവണനാണല്ലോ ഇതിന്റെ ഉടമസ്ഥൻ. ഈ വിമാനം അദ്ദേഹത്തെ അല്ലാതെ ആരേയും അനുസരിക്കാത്തതു കൊണ്ടാവും."

മാരീചൻ ഇങ്ങനെ പറയുന്നതിനിടയ്ക്ക് കറുത്തു കുറുകിയ രൂപത്തോടു കൂടിയവനും ബലവാനും ശിവകിങ്കരനുമായ നന്ദികേശ്വരനെന്ന വാനരൻ അവരുടെ അടുത്തെത്തി രാവണനോടു പറഞ്ഞു. "രാവണാ, മടങ്ങിപ്പോവുക. കൈലാസ പർവ്വതത്തിൽ ശിവപാർവ്വതിമാർ സ്വൈരമായി വാഴുകയാണ്. നാഗങ്ങൾക്കോ, യക്ഷഗന്ധർവ്വർക്കോ ഭൂതങ്ങൾക്കോ ഇവിടെ പ്രവേശിക്കാനാവില്ല."

നന്ദികേശ്വരന്റെ ഈ വാക്കുകൾ കേട്ടപ്പോൾ കോപംകൊണ്ടു

തുടുത്ത കണ്ണുകളോടെ രാവണൻ പുഷ്പകത്തിൽ നിന്നിറങ്ങി. വിരൂപനായ നന്ദിയെ കണ്ട് പരിഹാസത്തോടെ പൊട്ടിച്ചിരിച്ചു. “ആരാണ് ഈ ശിവൻ?” എന്നു ചോദിച്ചു.

അപ്പോൾ നന്ദി കോപത്തോടെ രാവണനോടു പറഞ്ഞു. “വാനരവീരനായ എന്നെ അപമാനിച്ചുകൊണ്ട് നീ ഇടിമുഴക്കം പോലെ പൊട്ടിച്ചിരിച്ചുവല്ലോ. അതിനാൽ എന്റെ രൂപത്തിനൊത്ത വാനരന്മാർ നിന്റെ കുലം മുടിക്കാൻ വന്നു പിറക്കും. അവരൊത്തൊരുമിച്ച് നിന്റെയും മക്കളുടെയും കിങ്കരന്മാരുടെയും കരുത്തും അഹങ്കാരവും നശിപ്പിക്കും. എനിക്കിപ്പോൾ വേണമെങ്കിൽ നിന്നെ കൊല്ലാനാവാഞ്ഞിട്ടല്ല. എന്നാൽ ഞാൻ നിന്നെ കൊല്ലുന്നില്ല. നിന്റെ കർമ്മം കൊണ്ടുതന്നെ നീ കൊല്ലപ്പെട്ടു കഴിഞ്ഞു.”

നന്ദിവാക്യത്തെ അവഗണിച്ചുകൊണ്ട് രാവണൻ പർവ്വതത്തിന്റെ അടിയിലെത്തി. എന്നിട്ടു പർവ്വതത്തോട് പറഞ്ഞു. “പറക്കുന്ന വിമാനത്തെ തടഞ്ഞതുകൊണ്ട് ഞാൻ നിന്നെ വേരോടെ പിഴുതുകളയും. എന്തു ശക്തി കൊണ്ടാണ് ശിവൻ ഇവിടെ രാജാ

വിനെപ്പോലെ കഴിയുന്നത് എന്ന് എനിക്കറിയണം."

ഇതു പറഞ്ഞുകൊണ്ട് രാവണൻ തന്റെ കരുത്തുള്ള കൈകൾ കൊണ്ട് പർവ്വതത്തെ പൊക്കിയെടുത്ത് അമ്മാനമാടി. പർവ്വതം കിടന്നാടി. ദേവന്മാർ വിറ പൂണ്ടു.

ഈ സമയത്ത് പാർവ്വതി പരമേശ്വരനോട് കലഹിച്ചിരിക്കയായിരുന്നു. പാർവ്വതി കുളിക്കാൻപോയ തക്കം നോക്കി ശിവൻ തലയിലിരിക്കുന്ന ഗംഗയെ മടിയിലിരുത്തി ലാളിക്കുകയായിരുന്നു. പെട്ടെന്ന് എന്തോ ആവശ്യത്തിന് തിരിച്ചു വന്ന പാർവ്വതി ഈ കാഴ്ച കണ്ടു. അവൾ കുപിതയായി. കുട്ടികളേയും കൂട്ടി കൈലാസത്തിൽനിന്ന് പോവുകയാണെന്ന് പറഞ്ഞ് പുറപ്പെട്ടു. ശിവന്റെ പ്രീണന വാക്കുകൊണ്ടൊന്നും ഫലമുണ്ടായില്ല.

ഈ സമയത്താണ് രാവണൻ കൈലാസമെടുത്ത് അമ്മാനമാടിയത്. എന്തു നടക്കുന്നു എന്നറിയാതെ ഭയന്നുവിറച്ച് പാർവ്വതി കലഹം മറന്ന് ശിവനെ കെട്ടിപ്പിടിച്ചു.

എല്ലാം മനസ്സിൽ കണ്ട ശിവൻ കാര്യമറിഞ്ഞ് പുഞ്ചിരിയോടെ പാർവ്വതിയെ ആശ്വസിപ്പിച്ചു. പിന്നെ കാൽവിരൽ മെല്ലെയൊന്നമർത്തി. കരിങ്കൽ തൂണുപോലുള്ള രാവണന്റെ കൈകൾ പർവ്വതത്തിനു കീഴിൽപ്പെട്ടു ഞെരുങ്ങി. രാക്ഷസൻ വേദന കൊണ്ട് ലോകത്തെ നടുക്കുന്ന വിധത്തിൽ അലമുറയിട്ടു.

ഉമാപതിയായ ശിവനെ നമസ്കരിച്ച് കീർത്തിക്കുക. അദ്ദേഹത്തെ ശരണം പ്രാപിക്കുക. അതല്ലാതെ മറ്റു മാർഗ്ഗങ്ങളൊന്നുമില്ലെന്നു മന്ത്രിമാർ പറഞ്ഞപ്പോൾ രാവണൻ മണ്ണുകൊണ്ടു ശിവലിംഗമുണ്ടാക്കി. ശിവനെ പൂജ ചെയ്തു.

ആയിരം വർഷം അങ്ങനെ കഴിഞ്ഞപ്പോൾ ശിവൻ പ്രത്യക്ഷനായി രാവണന്റെ കൈകൾ മോചിപ്പിച്ചു. എന്നിട്ടു രാവണനോടു പറഞ്ഞു. "രാക്ഷസരാജാവേ, നിന്റെ പരാക്രമംകൊണ്ടു ഞാൻ സന്തുഷ്ടനായി. കുന്നിന്റെ അടിയിൽപ്പെട്ട് മൂന്നു ലോകങ്ങളെയും ഭയപ്പെടുത്തുന്ന വിധത്തിൽ അലറിക്കരഞ്ഞതുകൊണ്ട് നീ രാവണൻ എന്ന പേരിൽ ഇന്നു മുതൽ അറിയപ്പെടും. നിനക്കിഷ്ടമുള്ള വഴിയേ പോകാം. ഞാനിതാ അനുവാദം തന്നിരിക്കുന്നു." ഇതു പറഞ്ഞ് പരമേശ്വരൻ രാവണനെ അനു

ഗ്രഹിച്ചു. പാർവ്വതിയുമായി കലഹം തീർക്കാൻ കാരണക്കാരനായ രാവണന് തന്റെ അതിവിശിഷ്ടമായ ചന്ദ്രഹാസമെന്ന വാളും നല്കി. എന്നിട്ടു പറഞ്ഞു. "നീ ഇതിനെ ഒരിക്കലും അപമാനിക്കരുത്. അപമാനിച്ചാൽ അതെന്റെ പക്കൽത്തന്നെ തിരിച്ചെത്തും."

രാവണൻ ഭഗവാനെ വണങ്ങി, അദ്ദേഹത്തിന്റെ കൈയിൽനിന്ന് ചന്ദ്രഹാസം വാങ്ങി. പിന്നെ സന്തോഷത്തോടെ യാത്ര തുടർന്നു.

വേദവതി

വരപ്രാപ്തി കൊണ്ട് അതീവ അഹങ്കാരിയായ രാവണൻ ലോകമെങ്ങും ചുറ്റി നടന്നു. മനുഷ്യർക്കും ഋഷിമാർക്കും ദേവന്മാർക്കും ദ്രോഹം ചെയ്തുകൊണ്ട് ആർത്തട്ടഹസിച്ചു നടന്നു. അങ്ങനെ ഒടുവിൽ ഹിമവൽവനത്തിലെത്തി. അവിടെ മാന്തോൽ ധരിച്ച ജടയോടുകൂടിയ ഒരു സുന്ദരി വനമദ്ധ്യത്തിൽ ഘോരതപസ്സിൽ ഏർപ്പെട്ടിരിക്കുന്നതു കണ്ടു.

സുന്ദരിയായ ആ കന്യകയെകണ്ട് കാമപരവശനായ രാവണൻ ചോദിച്ചു. "നിന്റെ രൂപത്തിനൊത്ത പ്രവൃത്തിയല്ലല്ലോ നീ ചെയ്യുന്നത്? നീ ആരാണ്? നിന്റെ ഭർത്താവാരാണ്? നീ ഭജിക്കേണ്ടവളല്ല. നിന്നെ ഭജിക്കുന്നവനാണ് പുണ്യവാൻ."

രാവണൻ ഇങ്ങനെ ചോദിച്ചപ്പോൾ ആതിഥ്യമര്യാദയോടെ ആ സുന്ദരി പറഞ്ഞു. "ബൃഹസ്പതി പുത്രനും ബ്രഹ്മർഷിയുമായ കുശധ്വജന്റെ പുത്രിയാണ് ഞാൻ. പേര് വേദവതി. ദേവന്മാരും ഗന്ധർവ്വന്മാരും എന്നെ വിവാഹമർത്ഥിച്ച് അച്ഛനെ സമീപിച്ചു. എന്നാൽ അവർക്കാർക്കും എന്നെ കൊടുക്കാൻ അച്ഛൻ തയ്യാറായില്ല. അദ്ദേഹത്തിന് ഏറ്റവും ഇഷ്ടപ്പെട്ട മരുമകൻ വിഷ്ണു ആയിരുന്നു. അതിനാൽ മറ്റാർക്കും എന്നെ കൊടുക്കാൻ അദ്ദേഹം തയ്യാറായില്ല. വിഷ്ണുവിന് എന്നെ കൊടുക്കാൻ പോകുന്നെന്നറിഞ്ഞ് അസുരരാജാവായ ശംഭു എന്റെ അച്ഛനെ

കൊന്നു. അമ്മയും അച്ഛന്റെ പിന്നാലെ അഗ്നിപ്രവേശം ചെയ്തു. അതിനുശേഷം വിഷ്ണുവിനെ മനസ്സുകൊണ്ട് വരിച്ച് ഇവിടെ ഞാൻ തപസ്സു ചെയ്യുകയാണ്. നാരായണനെ വിട്ട് എനിക്ക് വേറെ ഒരു ഭർത്താവില്ല. ആ ദൃഢനിശ്ചയത്താലാണ് ഞാൻ ഈ ഉഗ്രതപസ്സിൽ ഏർപ്പെട്ടിരിക്കുന്നത്. ഹേ പുലസ്ത്യപൗത്രനായ രാവണാ, എനിക്ക് അങ്ങയെ അറിയാം. തപസ്സുകൊണ്ട് മൂന്നു ലോകങ്ങളിലും നടക്കുന്ന ഏതു സംഭവവും എനിക്കറിയാം."

കാമപരവശനായ രാവണൻ അവളുടെ നല്ല വാക്കുകൾക്കൊന്നും ചെവി കൊടുത്തില്ല. പുഷ്പകവിമാനത്തിൽ നിന്നിറങ്ങി മഹാവ്രതത്തിലേർപ്പെട്ടിരിക്കുന്ന വേദവതിയോടു പറഞ്ഞു. "തപസ്സൊക്കെ വയസ്സന്മാർക്കു ചേർന്നതാണ്. ഈ പ്രായത്തിനും നിന്റെ സൗന്ദര്യത്തിനും തപസ്സു യോജിച്ചതല്ല. നിന്റെ യൗവ്വനം പൊയ്പ്പോകുന്നു. നീ ലങ്കാധിപതിയായ രാവണന്റെ ഭാര്യയാവുക. നീ വിഷ്ണു എന്നു പറയുന്ന ഈ നിസ്സാരൻ സമ്പത്തുകൊണ്ടോ ശക്തികൊണ്ടോ എനിക്കു തുല്യനല്ല. അതുകൊണ്ട് നീ എന്നെ ഭർത്താവായി സ്വീകരിച്ചാലും."

ഇതുകേട്ട് വേദവതി ചെവി പൊത്തിക്കൊണ്ടു പറഞ്ഞു. "മൂന്നു ലോകങ്ങൾക്കും നാഥനായ നാരായണനെ ഇങ്ങനെ നിന്ദിക്കാൻ നിനക്കൊഴികെ മറ്റാർക്കും സാദ്ധ്യമല്ല. സർവ്വലോ

കങ്ങളും അദ്ദേഹത്തിന്റെ കാല്ക്കൽ നമസ്കരിക്കാൻ കാത്തു നില്ക്കുന്നു.”

ഇതു കേട്ടപ്പോൾ കുപിതയായ രാവണൻ അവളുടെ തലമുടിയിൽ ബലാൽക്കാരമായി പിടിച്ചു. അപ്പോൾ കുപിതയായ വേദവതി കൈ വാളാക്കി രാവണന്റെ പിടിയിലായ മുടി മുറിച്ചു കളഞ്ഞു. എന്നിട്ടു ലോകമെരിയുന്ന വിധത്തിൽ അവനോടു പറഞ്ഞു. “നീചാ, നീ എന്നെ തീണ്ടുകയാൽ ഇനി എനിക്കു ജീവിക്കാൻ ആഗ്രഹമില്ല. എന്നെ വനത്തിൽ വന്നു തൊട്ടതിനാൽ നിന്നെ കൊല്ലുവാനായി ഞാൻ വീണ്ടും ജനിക്കും. പാപിയായ പുരുഷനെ വധിക്കുവാൻ സ്ത്രീക്ക് അധികാരമില്ല. ഞാൻ നിന്നെ ശപിച്ചാൽ എന്റെ തപസ്സിനു ക്ഷീണം സംഭവിക്കും. ഞാൻ ചെയ്ത തപസ്സിന്റെയും ദാനഹോമാദികളുടെയും സഹായത്താൽ ഞാൻ ഒരു ധർമ്മിഷ്ഠന്റെ പിറക്കാത്ത പുത്രിയായി തീരും. ഞാൻ കാരണം നിന്റെ അവസാനവും സംഭവിക്കും.”

ഇതു പറഞ്ഞ് വേദവതി കത്തിക്കാളുന്ന തീയിൽ ചാടി ദേഹത്യാഗം ചെയ്തു. അപ്പോൾ ആകാശത്തുനിന്ന് പുഷ്പവൃഷ്ടിയുണ്ടായി.

ആ വേദവതി വീണ്ടും താമരയിൽ ജനിച്ചു. വിധികൊണ്ട് രാവണൻ അവളെ വീണ്ടും കണ്ടെത്തി. താമരപ്പൂവിന്റെ ഭംഗിയുള്ള അവളെ എടുത്ത് ലങ്കയിലേക്കു കൊണ്ടുപോയി. പെൺമക്കളില്ലാത്ത രാവണൻ അവളെ മകളായി വളർത്താൻ ആഗ്രഹിച്ചു.

എന്നാൽ ജ്യോതിഷി അവളുടെ നാൾ കണക്കാക്കി രാവണനോടു പറഞ്ഞു. “ഈ പെൺകുട്ടി ലങ്കയിൽ വാണാൽ ഇവൾ കാരണം അങ്ങയ്ക്കു ജീവനാശം സംഭവിക്കും.”

അതുകേട്ട് രാവണൻ അവളെ ഒരു പെട്ടിയിലാക്കി കടലിൽ ഒഴുക്കി. ആ പെട്ടി തിരമാലകളിൽ നീങ്ങി നീങ്ങി ജനകരാജ്യമായ വിദേഹത്തെ വയലിൽ അടിഞ്ഞു.

യാഗത്തിനായി ജനകമഹാരാജാവ് നിലമുഴുതപ്പോൾ ആ പെട്ടി കിട്ടി. അതിലുണ്ടായിരുന്ന സുന്ദരിയായ പെൺകുട്ടിയെ രാജാവ് സ്വന്തം മകളായി വളർത്തി. ഉഴവുചാലിൽനിന്ന് കിട്ടിയതുകൊണ്ട് അവൾക്ക് സീത എന്നു പേരിട്ടു.

മരുത്തന്റെ യാഗം

വേദവതി അഗ്നിയിൽ പ്രവേശിച്ച ശേഷം രാവണൻ പുഷ്പകവിമാനമേറി ലോകമെല്ലാം ചുറ്റി നടന്നു.

രാവണൻ ഉശീരബീജം എന്ന സ്ഥലത്തെത്തി. അവിടെ മരുത്തൻ എന്ന രാജാവ് ദേവന്മാരൊത്ത് യാഗം ചെയ്യുകയായിരുന്നു. ദേവഗുരുവായ ബൃഹസ്പതിയുടെ സഹോദരനും ബ്രഹ്മർഷിയുമായ സംവർത്തനാണ് യാഗം ചെയ്യിക്കുന്നത്. അവിടെ എല്ലാ ദേവന്മാരും ഉണ്ടായിരുന്നു. അവർ വരദാനംകൊണ്ട് കരുത്തനും അഹങ്കാരിയുമായ രാക്ഷസരാജാവിന്റെ വരവുകണ്ടു.

അവരുടെ ആക്രമണം ഭയന്ന് ദേവന്മാർ മൃഗങ്ങളുടെ രൂപമെടുത്തു. ഇന്ദ്രൻ മയിലായും ധർമ്മദേവൻ കാക്കയായും വൈശ്രവണൻ ഓന്തായും വരുണൻ അരയന്നമായും രൂപമെടുത്തു. മറ്റുള്ള ദേവന്മാരും പല പല മൃഗങ്ങളുടെ രൂപമെടുത്തു.

യാഗവേദിയിലേക്ക് രാവണൻ നായയുടെ രൂപത്തിൽ എത്തി. എന്നിട്ട് "എനിക്ക് യുദ്ധം തരിക. അല്ലെങ്കിൽ തോറ്റെന്നു പറയുക" എന്നു പറഞ്ഞു. അപ്പോൾ മരുത്തൻ രാവണനോട് അങ്ങ് ആരാണ് എന്നു ചോദിച്ചു.

രാവണൻ അദ്ദേഹത്തെ പുച്ഛിച്ചുകൊണ്ട് പൊട്ടിച്ചിരിച്ചു. എന്നിട്ടു പറഞ്ഞു. "രാജാവേ, അങ്ങയുടെ അവഗണനകൊണ്ട്

ഞാൻ തൃപ്തനായിരിക്കുന്നു. എന്നെ നീ അറിയില്ല അല്ലേ? ഈ മൂന്നു ലോകങ്ങളിലും എന്റെ കൈക്കരുത്ത് അറിയാത്തവരായി ആരുണ്ട്? എന്റെ സോദരനെ ജയിച്ച് അവന്റെ പുഷ്പകവിമാനം ഞാൻ നേടിയിരിക്കുന്നു."

അപ്പോൾ മരുത്തൻ പറഞ്ഞു. "നീ സോദരനെ തോല്പിച്ച് കേമനായിരിക്കുന്നു! നിനക്കു തുല്യം പ്രശംസനീയരായി വേറെ ആരും ഉണ്ടാവുമെന്നു തോന്നുന്നില്ല. നീ പറയുന്ന വാക്കുകൾ ഞാൻ മുമ്പു കേട്ടിട്ടില്ല. നീയിനി ജീവനോടെ ഇവിടെ നിന്ന് മടങ്ങുകയില്ല. കൂരമ്പുകൾ കൊണ്ട് നിന്നെ ഞാൻ കാലപുരിയിലേക്ക് അയക്കും." ഇതു പറഞ്ഞ് അദ്ദേഹം പോരിന് പുറപ്പെട്ടു.

എന്നാൽ സംവർത്തമുനി അദ്ദേഹത്തെ വഴിയിൽ തടഞ്ഞിട്ടു പറഞ്ഞു. "അങ്ങയ്ക്ക് യുദ്ധം ഇപ്പോൾ ഉചിതമല്ല. മഹേശ്വര യജ്ഞം സമാപിക്കാതിരുന്നാൽ അത് അങ്ങയുടെ കുലം നശിപ്പിക്കും. യാഗദീക്ഷിതനായ അങ്ങേക്ക് കോപം പാടില്ല. മാത്രവുമല്ല വരപ്രാപ്തിയാൽ രാവണൻ അജയ്യനുമാണ്."

ഗുരുവാക്യം കേട്ട് മരുത്തൻ സ്വയം അടങ്ങി. അമ്പും വില്ലും വെടിഞ്ഞ് സ്വസ്ഥനായി യജ്ഞത്തിലേർപ്പെട്ടപ്പോൾ അവൻ തോറ്റു എന്നു കരുതി രാവണ മന്ത്രിയായ ശുകൻ രാവണൻ ജയിച്ചു എന്ന് ആർത്തു വിളിച്ചു. യജ്ഞത്തിനു വന്ന ഋഷിമാരെ കൊന്ന് അവരുടെ ചോര കുടിച്ച് അഹങ്കാരത്തോടെ വീണ്ടും ലോകം ചുറ്റാൻ തുടങ്ങി.

രാവണൻ പോയപ്പോൾ ഇന്ദ്രാദി ദേവന്മാരെല്ലാം അവരവരുടെ രൂപം കൈക്കൊണ്ടു. ഇന്ദ്രൻ പ്രീതിയോടെ മയിലിനെ അനുഗ്രഹിച്ചു. "നിനക്കു പാമ്പിൽനിന്ന് ഭയം ഉണ്ടാവില്ല. നിന്റെ പീലികളിൽ ആയിരം കണ്ണുകളുണ്ടാവും. ഞാൻ മഴ പൊഴിക്കുമ്പോൾ നീ ആഹ്ലാദത്തോടെ നൃത്തമാടും." അങ്ങനെയാണ് മയിലിന് ഇന്നുള്ള വർണ്ണഭംഗി കിട്ടിയതത്രെ.

യാഗശാലയിലെ മുളങ്കൊമ്പിൽ ഇരിക്കുന്ന കാക്കയോട് ധർമ്മരാജൻ പറഞ്ഞു. "കാക്കേ, നിന്നിൽ ഞാൻ പ്രീതനായിരിക്കുന്നു. മറ്റു പ്രാണികളെയൊക്കെ ഞാൻ രോഗങ്ങൾ കൊണ്ടു പീഡിപ്പിക്കും. എന്റെ പ്രീതികൊണ്ട് നിനക്ക് രോഗങ്ങൾ ഒന്നും

ഉണ്ടാവുകയില്ല. മരണ ഭയവും ഉണ്ടാവില്ല. മനുഷ്യൻ നിന്നെ കൊല്ലാത്തിടത്തോളം കാലം നീ ജീവിച്ചിരിക്കും. സ്വർഗ്ഗത്തിൽ വാഴുന്നവർ വിശപ്പുകൊണ്ട് വലയുമ്പോൾ നീ ആഹാരം കഴിച്ചാൽ അവർ സംതൃപ്തരാവും."

ഗംഗാജലത്തിൽ വിഹരിക്കുന്ന അരയന്നത്തോട് വരുണൻ പറഞ്ഞു. "നിന്റെ നിറം വെളുത്ത പതയ്ക്കും. ചന്ദ്രമണ്ഡലത്തിനും തുല്യമായിരിക്കും. നീ ഭംഗിയുള്ളവനായിത്തീരും."

പിന്നീട് വൈശ്രവണൻ ഓന്തിനോട് പറഞ്ഞു. "നിനക്കു ഞാൻ സ്വർണ്ണവർണ്ണം നല്കുന്നു."

വരങ്ങൾ ലഭിച്ച പക്ഷിമൃഗാദികൾ സന്തോഷത്തോടെ മടങ്ങി. യാഗം അവസാനിച്ചപ്പോൾ ദേവന്മാരും സ്വർഗ്ഗത്തിലേക്കു മടങ്ങി.

ഇന്ദ്രജിത്തിന്റെ വരലാഭം

യമനെയും വരുണനെയും യുദ്ധത്തിൽ തോല്പിച്ച് വരുന്ന രാവണൻ രാജാക്കന്മാരെ കൊന്നശേഷം അവരുടെ സ്ത്രീകളെ പുഷ്പകവിമാനത്തിൽ അടച്ചു. അവർ അതിനുള്ളിൽ കിടന്ന് ഉറക്കെ നിലവിളിച്ചു. അവർ അവനെ ശപിച്ചു. സ്ത്രീകളിൽ അതീവതല്പരനായ ഈ രാക്ഷസൻ സ്ത്രീകൾ മൂലം നശിപ്പിക്കപ്പെടട്ടെ.

ലങ്കയിൽ രാവണൻ പ്രവേശിച്ചപ്പോൾ ഘോരരൂപിണിയും സഹോദരിയുമായ ശൂർപ്പണഖ രാവണന്റെ കാല്ക്കൽ വീണ് മുറവിളി കൂട്ടി.

“എന്താണ് സോദരി നിനക്കു വേണ്ടത്? നീ കരയുന്നതെന്തിന്? നീ കാര്യം പറയൂ. നിന്നെ കരയിച്ചത് ആരായാലും ഞാനവനെ ഇല്ലാതാക്കുന്നുണ്ട്.” രാവണൻ അനുജത്തിയെ പിടിച്ചെഴുന്നേല്പിച്ചുകൊണ്ട് പറഞ്ഞു.

അപ്പോൾ കണ്ണീർ നിറഞ്ഞ മിഴികളോടെ അവൾ പറഞ്ഞു. “ബലവാനായ നീ തന്നെ എന്നെ വിധവയാക്കി.”

“ഞാൻ നിന്നെ വിധവയാക്കുകയോ?” രാവണൻ അത്ഭുതപ്പെട്ടു.

“കാലകേയന്മാരെന്ന പതിനായിരം അസുരന്മാരെ അങ്ങ് പോരിൽ കൊന്നു കഴിഞ്ഞു. അതിൽ എന്റെ ഭർത്താവും പെട്ടു.

എന്റെ പ്രാണപ്രിയനും ബലവാനുമായ ഭർത്താവിനെ നീ തന്നെ കൊന്നു കളഞ്ഞു. സത്യത്തിൽ അതിലൂടെ നീ സ്വയം കൊല്ലു കയാണ് ചെയ്തത്."

കരയുന്ന സഹോദരിയെ സമാശ്വസിപ്പിച്ച് രാവണൻ അവളെ ആലിംഗനം ചെയ്തു പറഞ്ഞു. "അനുജത്തി നീ കരയരുത്. യുദ്ധം കൊതിച്ച ഞാൻ ശത്രുക്കളാര്, സ്വജനങ്ങളാര് എന്നു തിരിച്ചറിഞ്ഞില്ല. അങ്ങനെയാണ് ഞാൻ നിന്റെ ഭർത്താവിനെ കൊല്ലാനിടയായത്. ഇനി നിനക്കു വേണ്ടി ചിലത് ചെയ്യാൻ ഞാൻ ആഗ്രഹിക്കുന്നു. നിനക്കായി ഞാൻ ദണ്ഡകവനം തരുന്നു. നമ്മുടെ ചിറ്റമ്മയുടെ മകനായ ഖരൻ നിന്റെ കല്പനകളനുസ രിക്കുന്ന രക്ഷാധികാരിയായിരിക്കും. ദൂഷണൻ അവന്റെ സേനാ ധിപതിയുമായിരിക്കും. ദണ്ഡകവനം കാക്കാൻ അവൻ വേഗം പോകട്ടെ."

ഇങ്ങനെ സഹോദരിയെ ആശ്വസിപ്പിച്ച് പതിനായിരം രാക്ഷ സന്മാരെ അവളുടെ സൈനികരായി അയച്ചു. രാക്ഷസന്മാരാൽ ചുറ്റപ്പെട്ട ഖരൻ ശൂർപ്പണഖയുമൊത്ത് ദണ്ഡകവനത്തിൽ താമ സമാക്കി.

പിന്നീട് രാവണൻ ലങ്കയിലെ ഉദ്യാനമായ നികുംഭിയിൽ പ്രവേശിച്ചു. അവിടെ ഒരു യാഗം നടക്കുകയാണെന്ന് രാവണനു മനസ്സിലായി. മാന്തോൽ ധരിച്ച് കമണ്ഡലവുമായി ഇരിക്കുന്ന തന്റെ പുത്രൻ മേഘനാദനെ കണ്ട് രാവണൻ ചോദിച്ചു. "ഉണ്ണീ, നീയെന്താണ് ചെയ്യുന്നത്?" അപ്പോൾ അവന്റെ യജ്ഞത്തിന് തടസ്സം വരാതിരിക്കാൻ ആചാര്യനായ ശുക്രൻ പറഞ്ഞു. "അങ്ങ യുടെ പുത്രൻ ഏഴു യജ്ഞങ്ങൾ ചെയ്തുകഴിഞ്ഞു. അതിദുർല്ല ഭമായ മഹേശ്വരയാഗമാണ് ഇപ്പോൾ നടത്തിക്കൊണ്ടിരിക്കുന്ന ത്. അങ്ങയുടെ പുത്രൻ ശിവനിൽനിന്ന് ഒട്ടേറെ വരങ്ങൾ നേടി ക്കഴിഞ്ഞിരിക്കുന്നു. ഇഷ്ടാനുസരണം സഞ്ചരിക്കുന്നതും ദിവ്യ വുമായ രഥം നേടിയിരിക്കുന്നു. താമസി എന്ന മായ ഉപയോ ഗിച്ച് ഏതു സമയത്തും ഇരുട്ടുണ്ടാക്കാനാകും. അമ്പൊടുങ്ങാത്ത ആവനാഴിയും അജയ്യമായ വില്ലും ശത്രുക്കളെ നശിപ്പിക്കാനാ വുന്ന ആയുധവും കിട്ടി. ഈ വരങ്ങൾ നേടി ഇവൻ എന്നോ ടൊപ്പം അങ്ങയെ കാണാനിരിക്കുകയായിരുന്നു." അതുകേട്ട് രാവ

ണൻ കോപത്തോടെ മകനോടു പറഞ്ഞു. "നീ ഈ ചെയ്തതു ശരിയായില്ല. ഇന്ദ്രാദിശത്രുക്കളെ നീ പൂജിച്ചുവല്ലോ. ഇനി നീ പോരുക. നമുക്കു ഗൃഹത്തിലേക്കു പോകാം."

പിന്നെ പുത്രനോടും വിഭീഷണനോടും കൂടി വന്ന് തേരിൽ അലമുറയിടുന്ന സ്ത്രീകളെ താഴെയിറക്കി.

ഇതുകണ്ട വിഭീഷണൻ പറഞ്ഞു. "കീർത്തിയെയും അർത്ഥത്തെയും കുടുംബമഹത്ത്വത്തെയും കെടുത്തുന്ന ഇത്തരം പ്രവൃത്തികൾകൊണ്ട് ജീവജാലങ്ങൾക്കനുഭവപ്പെടുന്ന പീഡനം അറിഞ്ഞിട്ടും അങ്ങു തോന്നിയപോലെ നടക്കുകയാണ്. ഇതാ ഇപ്പോൾ മധു എന്ന അസുരൻ സഹോദരിതുല്യയായ കുംഭീനസിയെ പിടിച്ചുകൊണ്ടു പോയിരിക്കുന്നു. മാല്യവാന്റെ പേരക്കുട്ടിയായ കുംഭീനസിയെ. ഞാൻ വെള്ളത്തിനകത്തു പാർക്കുകയായിരുന്നു. കുംഭകർണ്ണജ്യേഷ്ഠൻ ഉറക്കത്തിലും. ഇന്ദ്രജിത്ത് തപസ്സിലും ആയിരുന്നപ്പോൾ രാക്ഷസന്മാരെ വധിച്ച് അവൻ അവളെ ബലാൽക്കാരമായി പിടിച്ചുകൊണ്ടു പോയി. ഇതു കേട്ടിട്ടും ഞാൻ ക്ഷമിച്ചു. അവനെ കൊന്നില്ല. കാരണം സഹോദരന്മാർ കന്യകയെ വരനു നല്കേണ്ടവരാണല്ലോ."

വിഭീഷണൻ പറഞ്ഞതുകേട്ട് രാവണൻ തിളച്ച കടൽ പോലെയായി. അവൻ കല്പിച്ചു. "സൈന്യങ്ങൾ തയ്യാറാകട്ടെ. കുംഭകർണ്ണാദികൾ സർവ്വായുധങ്ങളോടും കൂടി രഥത്തിൽ കയറട്ടെ. മധുവിനെ ഇന്നുതന്നെ കൊന്ന് ഞാൻ ദേവലോകം കീഴടക്കാൻ പോവുകയാണ്."

ഇന്ദ്രജിത്ത് യോദ്ധാക്കളുമായി സൈന്യത്തിനുമുമ്പിൽ, രാവണൻ നടുക്ക്, കുംഭകർണ്ണൻ പിന്നാലെ ഇങ്ങനെയായിരുന്നു പടയൊരുക്കം. കൂടാതെ രാവണന്റെ വിശിഷ്ടരായ നാലായിരം അക്ഷൗഹിണി സേനകൾ വിവിധ ആയുധങ്ങളുമായി പിറകെ. വിഭീഷണൻ ധർമ്മമനുഷ്ഠിച്ച് ലങ്കയിൽ പാർത്തു.

രാവണസേന മധുപുരയിൽ എത്തി. അവിടെ മധു ഉണ്ടായിരുന്നില്ല. അവരുടെ അനുജത്തിയായ കുംഭീനസി അവിടെ ഉണ്ടായിരുന്നു. രാവണനെ കണ്ട് ഭയന്ന് അവൾ അവന്റെ കാല്ക്കൽ വീണ് കരയാൻ തുടങ്ങി.

അവളെ പിടിച്ചെഴുന്നേല്പിച്ച് രാവണൻ ചോദിച്ചു: "നീ ഭയപ്പെടേണ്ട. നിനക്കു ഞാനെന്താണ് ചെയ്തു തരേണ്ടത്?"

"മഹാരാജൻ അങ്ങയ്ക്ക് എന്നിൽ കരുണയുണ്ടെങ്കിൽ എന്റെ ഭർത്താവിനെ കൊല്ലരുത്. കുലസ്ത്രീകൾക്ക് വിധവയാകുന്നതിനേക്കാൾ വലിയ ദുഃഖമില്ല. അങ്ങ് എനിക്ക് വേണ്ടതു ചെയ്യാമെന്നു പറഞ്ഞുവല്ലോ. അങ്ങ് അങ്ങയുടെ വാക്ക് സത്യമാക്കിയാലും."

കരഞ്ഞുകൊണ്ട് അങ്ങനെ പറഞ്ഞപ്പോൾ രാവണൻ അവളെ പിടിച്ചെഴുന്നേല്പിച്ചു കൊണ്ടു പറഞ്ഞു. "എവിടെ നിന്റെ ഭർത്താവ്? ദേവലോകം ജയിക്കാൻ അവൻ എന്നോടൊപ്പം വേണം. നിന്റെ ഭർത്താവിനെ ഞാൻ കൊല്ലുകയില്ല."

ഇതുകേട്ട കുംഭീനസി ഉറങ്ങിക്കിടന്നിരുന്ന ഭർത്താവിനെ ഉണർത്തി. "ഇതാ മഹാബലവാനായ എന്റെ സഹോദരൻ രാവണൻ. ബന്ധുക്കളൊത്ത് ദേവലോകം കീഴടക്കാനായി പോകുന്ന എന്റെ സഹോദരനെ സഹായിക്കാനായി അങ്ങും കൂടെ പോവുക."

അവളുടെ വാക്ക് കേട്ട് അങ്ങനെ ചെയ്യാം എന്നു മധു സമ്മതിച്ചു. എന്നിട്ട് രാവണനെ ധർമ്മാനുസരണം പൂജിച്ചു. അന്നവിടെ പാർത്ത് പിറ്റേ ദിവസം രാവണൻ വൈശ്രവണൻ പാർക്കുന്ന കൈലാസത്തിലേക്ക് യാത്രയായി.

നളകൂബര ശാപം

സൂര്യാസ്തമയത്തോടെ രാവണൻ കൈലാസപർവ്വതത്തിൽ താമസിക്കാൻ തീരുമാനിച്ചു. ഹിമാലയപർവ്വതത്തെ നിലാവിൽ മുക്കി ചന്ദ്രൻ ഉദിച്ചപ്പോൾ രാവണസേന ഉറക്കത്തിലായി.

രാവണൻ നിലാവിൽ ശോഭിക്കുന്ന കൈലാസത്തിലെ വനഭംഗി കണ്ടു. അവിടെ കൊങ്ങമരക്കാട്, കടമ്പുകൾ, അശോകങ്ങൾ, മന്ദാരവൃക്ഷങ്ങൾ തുടങ്ങിയ മരങ്ങളാൽ ശോഭിക്കുന്നതുകണ്ടു. കിന്നരന്മാർ പാട്ടു പാടിക്കൊണ്ടിരുന്നു. വൈശ്രവണഗൃഹത്തിൽ നിന്ന് അപ്സരസ്സുകളുടെ പാട്ടുകേട്ടു. കാറ്റിലാടുന്ന മരങ്ങൾ പൂമഴ പൊഴിച്ച് ആ പർവ്വതത്തെ സുന്ദരമാക്കി. പൂമ്പൊടിയുടെ മണവുമായി വന്ന കുളിർക്കാറ്റ് രാവണനെ കാമതുരനാക്കി. അവൻ നെടുവീർപ്പിട്ടുകൊണ്ട് ചന്ദ്രനെ നോക്കി.

അപ്പോൾ ആ വഴിക്ക് ദിവ്യാഭരണങ്ങൾ അണിഞ്ഞ്, നീലപ്പട്ടുടുത്ത് സുന്ദരിയായ രംഭ വന്നു. അവളെ കണ്ട് കാമപരവശനായ രാവണൻ അവളുടെ കൈ കടന്നുപിടിച്ചു. എന്നിട്ട് പറഞ്ഞു. “അല്ലയോ സുന്ദരീ, നീ എവിടേക്കാണ് ഇപ്പോൾ പോകുന്നത്? നിന്റെ മേനി പുല്കാൻ എന്നെക്കാൾ യോഗ്യൻ വേറെ ആരുണ്ട്? ഇന്ദ്രനോ, വിഷ്ണുവോ, അശ്വിനി ദേവകളോ എന്നെക്കാൾ വലിയവരല്ല. ഞാൻ നിന്നോടു കൈകൂപ്പി യാചിക്കുന്നു. ഇന്ന് നീ എന്റെ കൂടെ പോരൂ.”

ഇതുകേട്ട് വിറപൂണ്ട രംഭ തൊഴുതു കൊണ്ടു പറഞ്ഞു. “അങ്ങെനിക്ക് ഗുരുവാണ് അങ്ങ് ഇങ്ങനെ പറയുന്നത് ശരിയല്ല. അങ്ങയുടെ സഹോദരൻ വൈശ്രവണന്റെ പുത്രൻ നളകൂബരന്റെ ഭാര്യയാണ് ഞാൻ അദ്ദേഹം എന്നെ ഉൽക്കണ്ഠയോടെ കാത്തിരിക്കയാണ്. അങ്ങയുടെ മരുമകളായ ഞാൻ പറയുന്നത് നേരാണ്.”

“നീ എന്റെ മകന്റെ ഭാര്യയായാലല്ലേ എന്റെ മരുമകളാവൂ?” രാവണൻ ചോദിച്ചു.

അതുകേട്ട് രംഭ പറഞ്ഞു. “അതെ. അങ്ങയുടെ സഹോദരപുത്രനായ നളകൂബരന്റെ ഭാര്യയാണ് ഞാൻ. അതുകൊണ്ടു തന്നെ അങ്ങയുടെ മരുമകളും. എന്നെ വേഗം വിടൂ. ഞാൻ പോകട്ടെ.”

ഇതുകേട്ട് രാവണൻ പറഞ്ഞു. “മരുമകളെന്നു നീ പറഞ്ഞുവല്ലോ. അത് ഏക പത്നീവ്രതക്കാരുടെ പതിവാണ്. അപ്സരസ്ത്രീകൾക്ക് ഭർത്താവില്ല. നിന്നെ കൈവശപ്പെടുത്തുന്നതിൽ യാതൊരു തെറ്റും ഞാൻ കാണുന്നില്ല.” ഇതും പറഞ്ഞ് രാവണൻ അവളെ ബലാൽക്കാരം ചെയ്തു.

മോചിതയായ അവൾ മാലകളും ആഭരണങ്ങളും ചിന്നിച്ചിതറി കൊമ്പൻ കലക്കിമറിച്ച പുഴ പോലെ പേടിച്ചു വിറച്ച്, നാണിച്ച് കൈകൂപ്പി നളകൂബരന്റെ കാല്ക്കൽ വീണു. അതുകണ്ട് നളകൂബരൻ അവളെ പിടിച്ചെഴുന്നേല്പിച്ചുകൊണ്ടു ചോദിച്ചു. “പ്രിയേ, നീ എന്തിനാണ് എന്റെ കാല്ക്കൽ വീണത്? ആരാണ് നിന്നോട് അന്യായം പ്രവർത്തിച്ചത്?

രംഭ കരഞ്ഞുകൊണ്ടു പറഞ്ഞു. “ദേവാ, ഞാൻ അങ്ങയുടെ അടുത്തേക്കു വരുമ്പോൾ രാവണൻ എന്നെ ബലാൽക്കാരം ചെയ്തു.”

ഇതുകേട്ട് വൈശ്രവണപുത്രൻ കോപം പൂണ്ടു. അല്പനേരം ചിന്തയിലാണ്ട അവൻ കോപം കൊണ്ടു തുടുത്ത കണ്ണുകളോടെ ജലം കൈയിലെടുത്ത് വന്ദിച്ച് ആ രാക്ഷസന് കഠിനമായ ശാപം കൊടുത്തു. രാവണനെ ആഗ്രഹിക്കാത്ത ഒരുവളെ അവൻ തൊട്ടാൽ അവന്റെ തല ഏഴായിപ്പൊട്ടിപ്പിളരും.

കാളുന്ന തീയിനു തുല്യമായ ആ ശാപം കേട്ട് ദേവന്മാർ പുഷ്പവൃഷ്ടി നടത്തി.

രാവണനും ആ ശാപവൃത്താന്തം കേട്ടു. അന്നുമുതൽ തന്നെ ആഗ്രഹിക്കാത്ത സ്ത്രീകളുമായി ബന്ധം അവൻ വേണ്ടെന്നുവെച്ചു. അതുകേട്ട് രാവണനാൽ അപഹരിക്കപ്പെട്ട പതിവ്രതകളായ സ്ത്രീകൾ ആശ്വാസം പൂണ്ടു.

ദേവലോകം കീഴടക്കൽ

കൈലാസം കടന്ന് രാവണൻ സേനയോടൊത്ത് ഇന്ദ്രലോകത്തിലെത്തി. രാവണസേന ഇന്ദ്രപുരിയിൽ എത്തിയതോടെ ഇരമ്പുന്ന കടൽ എന്ന പോലെ ദേവലോകമാകെ കുലുങ്ങി. "ദുരാത്മാവായ രാവണനോട് പോരാടാൻ ഒരുങ്ങുവിൻ." ഇന്ദ്രൻ കല്പിച്ചു.

രാവണനെ ഭയന്ന് ഇന്ദ്രൻ മഹാവിഷ്ണുവിന്റെ അടുത്തെത്തി. "രാവണനെ എങ്ങനെ നേരിടണം? വരപ്രാപ്തികൊണ്ട് അജയ്യനായ രാവണനെ അങ്ങു തന്നെ നേരിടുമോ?" ഇന്ദ്രൻ ചോദിച്ചു.

അതുകേട്ട് വിഷ്ണു പറഞ്ഞു. "വരദാനംകൊണ്ട് ദുർജ്ജയനായ ഇവനെ സുരനോ, അസുരനോ കൊല്ലാൻ കഴിയില്ല. ഞാൻ രാവണനോടു പോരിടാൻ ഒരുങ്ങുകയില്ല. ഞാൻ യുദ്ധമാരംഭിച്ചാൽ ശത്രുവിനെ കൊല്ലാതെ എനിക്കു പിൻവാങ്ങാനാവില്ല. വരരക്ഷിതനായ രാവണനെ കൊല്ലാൻ എനിക്കും സാദ്ധ്യമല്ല. എന്നാൽ ഞാനൊന്ന് പ്രതിജ്ഞ ചെയ്യുന്നു. ആ രാക്ഷസന്റെ മരണത്തിന് ഞാൻതന്നെ കാരണമായിത്തീരും. അങ്ങ് ദേവന്മാരൊത്ത് പോരാടുക."

അങ്ങനെ ദേവേന്ദ്രൻ ദേവന്മാരോടൊപ്പം രാവണനെതിരെ യുദ്ധമാരംഭിച്ചു. അതിഘോരമായ യുദ്ധമായിരുന്നു അത്.

രാവണസചിവന്മാരായ മാരീചൻ, പ്രഹസ്തൻ എന്നിവർ യുദ്ധത്തിൽ അണിചേർന്നു. അതിന് നേതൃത്വം നല്കിയ സുമാലി ദേവസേനയെ തകർത്തു.

സുമാലി ദേവന്മാരെ ഓടിക്കുന്നത് കണ്ട് എട്ടാമത്തെ വസുവായ സാവിത്രൻ കോപത്തോടെ തന്റെ സേനയുമായെത്തി രാവണനെ തടഞ്ഞു. സുമാലിയും സാവിത്രനും തമ്മിൽ ഭയങ്കര യുദ്ധം നടന്നു. ഒടുവിൽ സാവിത്രൻ സുമാലിയെ ഗദകൊണ്ട് തലയ്ക്കടിച്ചു. അതോടെ സുമാലി കൊല്ലപ്പെട്ടു.

വസു സുമാലിയെ കൊന്നതുകൊണ്ടും ദേവന്മാരുടെ മർദ്ദ

നമേറ്റ് സ്വന്തം സേന ഓടുന്നത് കണ്ടും രാവണപുത്രനായ മേഘനാദൻ തന്റെ അഗ്നിവർണ്ണമായ രഥത്തിൽ വന്നെത്തി. അവൻ യുദ്ധമാരംഭിച്ചതോടെ ദേവന്മാർ ചിന്നിച്ചിതറി പായാൻ തുടങ്ങി.

അപ്പോൾ ദേവേന്ദ്രൻ പറഞ്ഞു: "നിങ്ങൾ ഭയപ്പെടേണ്ട. രാവണപുത്രനെ എതിർക്കാൻ എന്റെ പുത്രൻ ജയന്തൻ പുറപ്പെടുന്നു."

ജയന്തൻ ദിവ്യമായ തേരിൽ കയറി പോരിനൊരുങ്ങി പുറപ്പെട്ടു. അപ്പോൾ ദേവന്മാർ ജയന്തനോടൊത്ത് മേഘനാദനെതിരെ പോരാടാൻ തുടങ്ങി.

ദേവേന്ദ്രപുത്രനും രാവണപുത്രനും തമ്മിൽ ഘോരമായ യുദ്ധം നടന്നു. മേഘനാദൻ മാതലിപുത്രനും ജയന്തസാരഥിയുമായ ഗോമുഖന്റെ മേൽ ബാണങ്ങൾ പ്രയോഗിച്ചു. ഉടനെ ജയന്തനും മേഘനാദന്റെ തേരാളിയെ അമ്പെയ്തു. കലിപൂണ്ട രാവണപുത്രൻ ശരമാരികൾ കൊണ്ട് ഇന്ദ്രപുത്രനെ മൂടി.

രാവണപുത്രൻ ദേവസേനകളെ നശിപ്പിക്കുമ്പോൾ ലോകമാകെ ദുഃഖം പൂണ്ടു. എങ്ങും ഇരുട്ടു പരന്നു. ശത്രുവാരെന്ന് തിരിച്ചറിയാതെ ദേവന്മാരും രാക്ഷസന്മാരും പരസ്പരം കൊന്നുകൊണ്ടിരുന്നു. ആ സമയത്ത് പുലോമാവ് പേരക്കുട്ടിയായ ജയന്തനെ പോർക്കളത്തിൽനിന്നകറ്റി കടലിൽ പ്രവേശിച്ചു.

ജയന്തനെ കാണാതായപ്പോൾ ദേവന്മാർ ഉത്സാഹമറ്റ് നാലുപാടുമോടി. മകനെ കാണാതായതും ദേവന്മാർ ഓടിയതും കണ്ട് ദേവേന്ദ്രൻ തേരാളിയായ മാതലിയോട് തേരു കൊണ്ടുവരാൻ ആവശ്യപ്പെട്ടു. ദേവേന്ദ്രൻ യുദ്ധത്തിന് പുറപ്പെട്ടപ്പോൾ രാവണൻ വിശ്വകർമ്മാവ് നിർമ്മിച്ച ദിവ്യരഥത്തിലെത്തി.

മകനെ തടഞ്ഞ് രാവണൻ സ്വയം പോരിനൊരുങ്ങി. ദേവന്മാർ പൂർവ്വാധികം ശക്തിയോടെ യുദ്ധം ആരംഭിച്ചു. കുംഭകർണ്ണൻ രുദ്രന്മാരോട് എതിരിട്ടു. അവരുടെ ആയുധങ്ങളേറ്റ് സർവ്വാംഗം വ്രണിതനായി.

ദേവന്മാരുടെ ആയുധങ്ങളേറ്റ് രാക്ഷസന്മാർ കൊല്ലപ്പെട്ടുകൊണ്ടിരുന്നു. രാവണൻ ഇന്ദ്രനോട് ഏറ്റുമുട്ടി. ഇന്ദ്രൻ രാവണന് നേരെ അസ്ത്രങ്ങൾ അയച്ചു. രാവണനും ദേവേന്ദ്രനെ

ശരവർഷം കൊണ്ടു മൂടി.

ഇരുട്ടു പരന്നതോടെ ബലവാന്മാരായ ദേവന്മാരും രാക്ഷസന്മാരും പരസ്പരം ഏറ്റുമുട്ടി ദേവന്മാർ രാക്ഷസന്മാരെ പത്തിലൊന്നാക്കി കുറച്ചു. പടയൊടുങ്ങിയത് കണ്ട് കലികൊണ്ട രാവണൻ തേരാളിയോട് പറഞ്ഞു. "എന്നെ ശത്രുസേനയുടെ അങ്ങേയറ്റം വരെ കൊണ്ടു പോകൂ. എല്ലാ ദേവന്മാരേയും ഞാൻ കൊല്ലാൻ പോവുകയാണ്."

രാവണന്റെ വാക്കുകൾ തേരാളി അനുസരിച്ചു. അപ്പോൾ ദേവേന്ദ്രൻ ദേവന്മാരോടു പറഞ്ഞു. "ഇവനെ കൊല്ലാൻ നമുക്കാവില്ല. അവനെ ജീവനോടെ പിടിക്കുവിൻ." എന്നിട്ട് ദേവേന്ദ്രൻ രാവണനെ വിട്ട് വേറൊരിടത്ത് പോയി. രാക്ഷസന്മാരെ വിറപ്പിച്ചു കൊണ്ടു പോരാടി.

രാവണൻ സേനാമദ്ധ്യത്തിൽ കയറി പോരാടി. ദേവേന്ദ്രൻ സേനയേയും കൊണ്ട് രാവണനെ വലയം ചെയ്തു. രാവണൻ ദേവേന്ദ്രസേനയാൽ ചുറ്റപ്പെട്ടപ്പോൾ നാം മുടിഞ്ഞു എന്ന് പറഞ്ഞ് രാക്ഷസന്മാർ ആർത്തനാദം മുഴക്കി.

ഇതുകണ്ട് കലി കയറിയ മേഘനാഥൻ പടയിലേക്ക് കടന്നുകയറി. അവൻ ദേവന്മാരെ വിട്ട് ദേവേന്ദ്രന്റെ നേരെ പാഞ്ഞു. തന്റെ നേർക്കു വരുന്ന അസ്ത്രങ്ങൾ തടഞ്ഞുകൊണ്ട് ഇന്ദ്രനെ ശരമാരിയിൽ കുളിപ്പിച്ചു. അപ്പോൾ ഐരാവതത്തിനു മേൽ കയറി ദേവേന്ദ്രൻ രാവണപുത്രനെ എതിരിട്ടു.

പോരിൽ ഇന്ദ്രൻ തളർന്നപ്പോൾ മായകൊണ്ട് അവൻ ഇന്ദ്രനെ ബന്ധിച്ചു സ്വസൈന്യത്തിലേക്ക് കൊണ്ടുപോന്നു. ഇത് കണ്ട് ദേവന്മാർ വിലപിച്ചു.

അദൃശ്യനായ രാവണപുത്രൻ രാവണനോടു പറഞ്ഞു. "അച്ഛാ, വരൂ. മൂപ്പാരിനും ദേവനായ ഇന്ദ്രനെ ഞാൻ ബന്ധനസ്ഥനാക്കി. ഇനിയെന്തിന് പാടുപെടുന്നു? ഇനി യുദ്ധം വെറുതെയാണ്."

അതുകേട്ട് ദേവന്മാർ പോരാട്ടം നിർത്തി മടങ്ങി. സന്തുഷ്ടനായ രാവണൻ മകനെ അഭിനന്ദിച്ചു. "നീ ഈ കുലത്തിന് മഹത്ത്വം കൊണ്ടുവന്നിരിക്കുന്നു. നമുക്ക് പോകാം." അപ്പോൾ

ബലശാലിയായ പുത്രനാൽ ദേവേന്ദ്രനെ ജയിച്ച രാവണന്റെ മുമ്പിൽ ദേവന്മാർ ബ്രഹ്മാവുമൊത്ത് എത്തി. ബ്രഹ്മാവ് രാവണനോടു പറഞ്ഞു. "പോരിൽ വീര്യം കാണിച്ച നിന്റെ പുത്രനിൽ ഞാൻ സന്തുഷ്ടനായിരിക്കുന്നു. ഇവൻ അതി ബലവാനാണ്. ഇനി മുതൽ ഇവൻ ഇന്ദ്രജിത്ത് എന്ന പേരിൽ അറിയപ്പെടും. അല്ലയോ മഹാവീരാ, നീ ഇനി ദേവേന്ദ്രനെ വിട്ടയച്ചാലും. ദേവേന്ദ്രനെ മോചിപ്പിക്കാനായി ഞാൻ എന്താണ് തരേണ്ടത്?"

അപ്പോൾ ഇന്ദ്രജിത്ത് പറഞ്ഞു. "ബ്രഹ്മദേവാ ഇയാളെ വിട്ടയയ്ക്കാൻ ഞാൻ അമരത്വം ആവശ്യപ്പെടുന്നു." ബ്രഹ്മാവ് പറഞ്ഞു. "ഈ ലോകത്തിൽ അമരത്വം തരാൻ എനിക്കാവില്ല. മറ്റെന്തെങ്കിലും ആവശ്യപ്പെട്ടു കൊള്ളുക."

ഇതു കേട്ട് ഇന്ദ്രജിത്ത് പറഞ്ഞു. "എന്നാൽ അഗ്നിയിൽ ഹോമം അർപ്പിച്ചാൽ കുതിരകളോടൊത്ത തേർ അതിൽനിന്നു പൊന്തി വരണം. അതിലിരിക്കുമ്പോൾ ഞാൻ അമരനായിരിക്കണം."

അങ്ങനെയാവട്ടെ എന്നു ബ്രഹ്മദേവൻ പറഞ്ഞപ്പോൾ ഇന്ദ്രജിത്ത് ദേവേന്ദ്രനെ മോചിപ്പിച്ചു.

രാവണ പരാജയം

ഇന്ദ്രനെ തോല്പിച്ചതിനുശേഷം രാവണനും മന്ത്രിമാരും സേനയും ഹേഹയം എന്ന രാജ്യത്തിലെത്തി. ഹേഹയം വാണിരുന്നത് കാർത്തവീര്യാർജ്ജുനനായിരുന്നു- ആയിരം കൈകളുള്ള മഹാബലവാൻ.

രാവണൻ ഹേഹയരാജ്യത്തിലെത്തി. കാർത്തവീര്യാർജ്ജുനനെ പോരിനു വിളിച്ചു. എന്നാൽ രാവണൻ എത്തിയ സമയം അർജ്ജുനൻ സ്ത്രീകളോടൊത്ത് നർമ്മദാ നദീ തീരത്തിൽ കുളിക്കുവാൻ പോയിരിക്കുകയായിരുന്നു.

അവിടെയെത്തിയ രാവണൻ അലറി. "എവിടെ അർജ്ജുനൻ? ഞാൻ അയാളോട് പോരിന് വന്നിരിക്കയാണ്. ആ വിവരം അയാളെ അറിയിക്കുവിൻ."

അപ്പോൾ അവിടത്തെ മന്ത്രിമാർ രാജാവ് ഇപ്പോൾ അവിടെയില്ല എന്നു പറഞ്ഞു. പൗരന്മാരിൽനിന്ന് അർജ്ജുനൻ നർമ്മദാ നദിയിലേക്ക് പോയതറിഞ്ഞ് രാവണൻ വിന്ധ്യാപർവ്വതത്തിലെത്തി.

പുണ്യനദിയായ നർമ്മദയുടെ തീരത്ത് മന്ത്രിമാരും സേനയുമൊത്ത് അദ്ദേഹം ഇരുന്നു. നർമ്മദയെ ഗംഗയെന്നു വാഴ്ത്തി രാവണൻ ആഹ്ലാദത്തോടെ നോക്കിയിരുന്നു. എന്നിട്ട് മന്ത്രിമാരോടു പറഞ്ഞു. "ആയിരം കിരണങ്ങൾകൊണ്ടു ഭൂമിയെ പൊന്നാ

ക്കിയ സൂര്യൻ ആകാശത്തിന്റെ നടുക്കെത്തിയിരിക്കുന്നു. പക്ഷേ, അവൻ എന്നെ ഭയന്ന് ചന്ദ്രനെപ്പോലെയായിരിക്കുന്നു. വായു വളരെ കരുതലോടെ വീശുന്നു. നിങ്ങൾ എല്ലാവരും ആ നർമ്മദാ നദിയിൽ കുളിക്കുവിൻ. ഞാൻ ഈ നദിയുടെ തീരത്തു ശിവാർച്ചന നടത്തുന്നുണ്ട്."

രാവണന്റെ വാക്കുകൾ കേട്ട് മന്ത്രിമാർ നർമ്മദയിൽ ആണ്ടു മുങ്ങി. നദിയെ അവർ ഇളക്കി മറിച്ചു.

കുളി കഴിഞ്ഞ് അവർ രാവണന് ശിവപൂജയ്ക്കാവശ്യമായ പുഷ്പങ്ങൾ കൊണ്ടുവന്നു. നദിയുടെ വെൺമണൽത്തിട്ടിൽ ഒരു പൂമാല തന്നെ ഉണ്ടാക്കി. രാവണൻ എവിടെ പോകുമ്പോഴും ഒരു ശിവലിംഗം കൂടെ കൊണ്ടുപോകാറുണ്ട്. മണലിൽ ഒരു തിട്ടുണ്ടാക്കി. അതിൽ ശിവലിംഗം സ്ഥാപിച്ച് പുഷ്പ ചന്ദനാദി കളാൽ അർച്ചന ചെയ്തു. പിന്നെ സാമഗാനങ്ങൾ പാടി ശിവ ലിംഗത്തിനു മുന്നിൽ നൃത്തം ചെയ്തു.

രാവണൻ അർച്ചന ചെയ്തുകൊണ്ടിരിക്കെ നർമ്മദയിൽ അകലെയല്ലാതെ അർജ്ജുനൻ സ്ത്രീകളൊത്ത് കളിച്ച് മദിക്കു കയായിരുന്നു. നർമ്മദയെ ആയിരം കൈകൾകൊണ്ട് അണകെ ട്ടി. അർജ്ജുനന്റെ കൈകളാൽ തടയപ്പെട്ട നർമ്മദാനദി മഴക്കാ ലത്തെന്നപോലെ ഇളകി മറിഞ്ഞ് മേലോട്ടൊഴുകാൻ തുടങ്ങി. ആ നദീപ്രവാഹം രാവണന്റെ പൂജാപാത്രങ്ങളെയും പുഷ്പാ ഞ്ജലികളെയും വെള്ളത്തിലേക്ക് പായിച്ചു.

ക്രുദ്ധനായി ആകെ നനഞ്ഞ് ചാടിയെഴുന്നേറ്റ രാവണൻ ഇതിന്റെ കാരണമെന്തെന്ന് അറിഞ്ഞു വരാൻ മന്ത്രിമാരോടു പറ ഞ്ഞു. അവർ ചെന്നപ്പോൾ കണ്ടത് അർജ്ജുനൻ ആയിരം കൈകൾ കൊണ്ട് നദിയെ തടഞ്ഞ് സ്ത്രീകളുമൊത്ത് അതിൽ മദിക്കുന്നതാണ്.

ഈ വിവരം മന്ത്രിമാരിൽ നിന്നറിഞ്ഞ് രാവണൻ അർജ്ജു നനോട് യുദ്ധത്തിന് പുറപ്പെട്ടു. ഒപ്പം രാവണസേനയും.

ബലശാലിയും അഞ്ജനം പോലെ കറുത്തവനുമായ രാവണൻ പിടിമാരാൽ ചുറ്റപ്പെട്ട കൊമ്പനെപ്പോലെ സ്ത്രീക ളാൽ ചുറ്റപ്പെട്ട അർജ്ജുനനെ കണ്ടു. രാവണൻ അയാളുടെ

മന്ത്രിമാരോട് താൻ പോരിന് വന്നിരിക്കുന്നുവെന്ന് അറിയിക്കാൻ പറഞ്ഞു.

രാവണൻ പറഞ്ഞതു കേട്ട് മന്ത്രിമാർ പറഞ്ഞു. "അദ്ദേഹം ഇപ്പോൾ സ്ത്രീകളോടൊത്ത് മദോന്മത്തനായി കളിച്ചു രസിക്കുകയാണ്. ഇതു യുദ്ധം ചെയ്യാനുള്ള അവസരമല്ല. നീ രാത്രി കഴിഞ്ഞ് നാളെ വരൂ. അർജ്ജുനനോടു പടവെട്ടാം. നിനക്ക് തിരക്കാണെങ്കിൽ ഞങ്ങളെ കൊന്ന് അദ്ദേഹത്തെ നേരിടാം."

വിശപ്പുള്ള രാവണമന്ത്രിമാർ അവരെ കൊന്നു തിന്നു. നർമ്മദാ നദീതീരം യുദ്ധാരവം കൊണ്ടു മുഴങ്ങി.

ജലകേളിയിൽ മുഴുകിയിരുന്ന ഹേഹയരാജാവിനോട് ആരോ രാവണന്റെ വരവിനെക്കുറിച്ച് പറഞ്ഞു. അപ്പോൾ അർജ്ജുനൻ സ്ത്രീകളോട് പേടിക്കേണ്ട എന്നുപറഞ്ഞ് ഗംഗാജലത്തിൽനിന്ന് ആനയെപ്പോലെ കയറി.

പിന്നീട് അവിടെ ഘോരമായ യുദ്ധം തന്നെ നടന്നു. പ്രഹസ്തൻ ഇരുമ്പുലക്ക അർജ്ജുനന്റെ നേരെ അയച്ചു. തന്റെ നേരെ പാഞ്ഞു വരുന്ന ഇരുമ്പുലക്കയെ അവൻ ഗദകൊണ്ട് തട്ടി നീക്കി. എന്നിട്ട് ആ ഗദ പ്രഹസ്തന്റെ നേർക്ക് പ്രയോഗിച്ചു. അപ്പോൾ ഇന്ദ്രന്റെ വജ്രമേറ്റ മലപോലെ അവൻ നിലംപതിച്ചു. പ്രഹസ്തൻ വീണതുകണ്ട് മാരീചനും സുഖസാരണന്മാരും മഹോദരനും ധൂമ്രാക്ഷനും ഒക്കെ പടക്കളത്തിൽനിന്നു പാഞ്ഞു. അതുകണ്ട് രാവണൻ അർജ്ജുനന്റെ നേർക്ക് അടുത്തു. അവരുടെ യുദ്ധം ശിവനും കാലനുമെന്ന പോലെ നീണ്ടു.

ഒടുവിൽ കോപം കൊണ്ട അർജ്ജുനൻ തന്റെ ഗദ രാവണന്റെ നേരെ പ്രയോഗിച്ചു. വര ലാഭംകൊണ്ട് ആ ഗദ രാവണന്റെ മാറിടത്തിൽ തട്ടി രണ്ടായി മുറിഞ്ഞു. എന്നാൽ ഗദാപ്രഹരത്തിന്റെ ശക്തികൊണ്ട് രാവണൻ ഒരു വില്പാട് ദൂരേക്ക് തെറിച്ചു ഞരങ്ങിക്കൊണ്ട് ഇരുന്നുപോയി.

രാവണൻ തളർന്നത് കണ്ട് ഗരുഡൻ പാമ്പിനെയെന്നപോലെ അർജ്ജുനൻ അവനെ പിടികൂടി. എതിർത്തുവന്ന രാവണമന്ത്രിമാരെ പരാജയപ്പെടുത്തി രാവണനെ ബന്ധിച്ച് തടവറയിൽ ഇട്ടു.

രാവണന്റെ ബന്ധനവിവരം അറിഞ്ഞ് അവന്റെ മുത്തച്ഛനായ പുലസ്ത്യ മഹർഷി ഹേഹയ രാജാവിനെ കാണാനെത്തി. അദ്ദേഹം മഹർഷിയെ വിധിയാം വണ്ണം പൂജിച്ചു. എന്നിട്ടു പറഞ്ഞു. "മഹർഷേ, അങ്ങയെ കണ്ടതുകൊണ്ട് എന്റെ രാജ്യം ഇന്ദ്രപുരിയായ അമഹാവതിക്കു തുല്യമായിരിക്കുന്നു. ഇന്നെന്റെ വ്രതം സഫലവും ജീവിതം ധന്യവുമായി. ഞാൻ അങ്ങയ്ക്ക് എന്താണ് ചെയ്തു തരേണ്ടത്? കല്പിച്ചാലും."

അർജ്ജുനവാക്കുകളിൽ സന്തുഷ്ടനായ മഹർഷി പറഞ്ഞു. "അങ്ങ് രാവണനെ ജയിക്കയാൽ അങ്ങയുടെ ബലത്തിന് തുല്യതയില്ലാതായി. യുദ്ധത്തിൽ അജയ്യനായ രാവണനെ അങ്ങ് ജയിച്ചല്ലോ. അവൻ എന്റെ പൗത്രനാണ്. ഇന്നെന്റെ അപേക്ഷ മാനിച്ച് അവനെ വിട്ടയക്കണം."

പുലസ്ത്യന്റെ ആഗ്രഹമറിഞ്ഞ് അർജ്ജുനൻ യാതൊരു തടസ്സവും പറയാതെ രാവണനെ ബന്ധനത്തിൽനിന്ന് മോചിപ്പിച്ചു. ദിവ്യാഭരണങ്ങൾകൊണ്ടും, മാലകൾ കൊണ്ടും, വിശിഷ്ടവസ്ത്രങ്ങൾ കൊണ്ടും രാവണനെ പൂജിച്ച് അഗ്നിസാക്ഷിയായി പരസ്പര സഖ്യവും ചെയ്തു. പരാജയം കൊണ്ട് ലജ്ജിതനെങ്കിലും പുതുതായി കിട്ടിയ ബലവത്തായ സഖ്യത്തിൽ രാവണൻ സന്തുഷ്ടനായി.

ബാലിയുടെ വാലിൽ കുടുങ്ങിയ രാവണൻ

കാർത്തവീര്യാർജ്ജുനോട് പരാജയപ്പെട്ടെങ്കിലും രാവണന് യുദ്ധത്തിൽ മടുപ്പുവന്നില്ല. തന്നേക്കാൾ ശക്തനെന്നു തോന്നുന്ന രാക്ഷസനായാലും മനുഷ്യനായാലും ദേവനായാലും രാവണൻ അവരെ പോരിന് വിളിക്കും.

അങ്ങനെ യുദ്ധം കൊതിച്ച് കിഷ്കിന്ധ വാണിരുന്ന ബാലി എന്ന വാനരപ്രമുഖന്റെ അടുത്തും രാവണൻ എത്തി. ബാലിയെ പോരിന് വിളിച്ചു.

അപ്പോൾ താരനും താരന്റെ അച്ഛനായ സുഷേണനും, ബാലിയുടെ അനുജനായ സുഗ്രീവനും ബാലി പുത്രനായ അംഗദനും അവനോടു പറഞ്ഞു. "ഹേ രാവണാ, നാലു സമുദ്രങ്ങളിലും സന്ധ്യാവന്ദനം കഴിഞ്ഞ് ബാലിയിപ്പോൾ തിരിച്ചെത്തും. അല്പനേരം കാത്തു നില്ക്കൂ. അതിനുമുമ്പ് ശംഖുപോലെ വെളുത്ത ഈ എല്ലിൻകൂന നോക്കൂ. ബാലിയുമായി യുദ്ധം കൊതിച്ചെത്തിയവരുടേതാണ് ഇത്. നീ അമൃതം കുടിച്ചു വന്നവനാണെങ്കിലും നിന്റെ അന്ത്യം ബാലിയുടെ കൈകൊണ്ടായിരിക്കും. നിനക്കു ചാകാൻ തിടുക്കമുണ്ടെങ്കിൽ തെങ്കടൽ തീരത്തേക്കു പോകുക. അവിടെ നിലത്ത് അഗ്നിയെപ്പോലെയിരിക്കുന്ന ബാലിയെ നിനക്കു കാണാം."

അവരെ ശകാരിച്ച് രാവണൻ പുഷ്പക വിമാനത്തിലേറി തെങ്കടൽ തീരത്തേക്കു പോയി. അവിടെ പൊന്മല പോലെയുള്ളവനും സൂര്യന് തുല്യം തിളങ്ങുന്നവനും സന്ധ്യാവന്ദനത്തിൽ മുഴുകിയവനുമായ ബാലിയെ കണ്ടു. പുഷ്പകത്തിൽ നിന്നിറങ്ങിയ രാവണൻ ബാലിയെ പിടിക്കാൻ ശല്യമുണ്ടാക്കാതെ. കാലൊച്ച കേൾപ്പിക്കാതെ അടുത്തു ചെന്നു.

യാദൃച്ഛികമായി ബാലി അവനെ കണ്ടു. അവന്റെ ദുഷ്ടോദ്ദേശ്യം മനസ്സിലായെങ്കിലും യാതൊരു സംഭ്രമവും ബാലിക്കുണ്ടായില്ല. അവനെ കണ്ടതായി നടിച്ചതുമില്ല. പിന്നിൽ വന്നു നില്ക്കുന്ന രാവണനെ പിന്തിരിഞ്ഞിരിക്കുന്ന ബാലി കക്ഷത്തിലൊതുക്കി. എന്നിട്ടു മേലോട്ടുയർന്നു ബാലി രാവണനെ മഴക്കാറിനെ കാറ്റ് എന്നപോലെ തള്ളിക്കൊണ്ടുപോയി.

അതുകണ്ട് ഓടി വന്ന രാവണ മന്ത്രിമാർക്കോ ഭടന്മാർക്കോ ഒന്നും ചെയ്യാനായില്ല. പക്ഷികൾക്കുപോലും ചെന്നെത്താനാവാത്ത സമുദ്രങ്ങളിൽ അതിവേഗമുള്ള വാനരശ്രേഷ്ഠൻ സന്ധ്യാവന്ദനം നടത്തി. രാവണനേയും കക്ഷത്തിലൊതുക്കി നാലു സമുദ്രങ്ങളിലും സന്ധ്യാവന്ദനം നടത്തി ബാലി കിഷ്കി

ന്ധയിൽ തിരിച്ചെത്തി. എന്നിട്ട് അപ്പോഴാണ് രാവണനെ കാണുന്നതെന്ന മട്ടിൽ അവനോടു ചോദിച്ചു. "നീ എവിടെ നിന്നാണ് വന്നത്?" അത്ഭുതംകൊണ്ടും ക്ഷീണം പിടയ്ക്കുന്ന കണ്ണുകളോടെ രാവണൻ പറഞ്ഞു. "വാനര രാജാവേ, രാക്ഷസരാജാവായ രാവണനാണ് ഞാൻ. അങ്ങയുടെ ശക്തി അപാരം തന്നെ. അങ്ങെന്നെ കക്ഷത്തിലൊതുക്കി നാലു കടലിലും കറക്കി. എന്നെയും തൂക്കി ഇത്ര വേഗത്തിൽ ചുറ്റാൻ അങ്ങയ്ക്കല്ലാതെ മറ്റാർക്കും കഴിയും? അങ്ങയുടെ ബലം അനുഭവിച്ചറിഞ്ഞ ഞാൻ അങ്ങയോട് സഖ്യം ആഗ്രഹിക്കുന്നു."

പിന്നീട് രാവണനും വാനര രാജാവും അഗ്നി ജ്വലിപ്പിച്ച് സഖ്യ പ്രതിജ്ഞ ചെയ്തു. ഒരു ഗുഹയിൽ രണ്ടു സിംഹങ്ങളെന്നപോലെ അവർ കിഷ്കിന്ധയിൽ പ്രവേശിച്ചു. അവിടെ സുഗ്രീവനെന്നപോലെ ബാലിയോടൊത്ത് രാവണൻ ഒരുമാസം താമസിച്ചു.

താടകാവധം

അയോദ്ധ്യയിലെ രാജാവായിരുന്ന ദശരഥന് മൂന്ന് പത്നിമാരുണ്ടായിരുന്നു. കൗസല്യ. കൈകേയി, സുമിത്ര. പക്ഷേ, അവരിലാരിലും സന്താന ഭാഗ്യം അനുഭവിക്കാനുള്ള യോഗം ദശരഥനുണ്ടായില്ല. അങ്ങനെയാണ് കുലഗുരുവായ വസിഷ്ഠന്റെ നേതൃത്വത്തിൽ പുത്രലബ്ധിക്ക് വേണ്ടി ഋശ്യശൃംഗൻ പുത്രകാമേഷ്ടി എന്ന യാഗം കഴിച്ചത്.

യാഗം സമാപിച്ചപ്പോൾ ദിവ്യഭൂഷിതനായ ഒരു രൂപം പായസപാത്രവുമായി പ്രത്യക്ഷപ്പെട്ടു. എന്നിട്ടു പറഞ്ഞു. "ഞാൻ ബ്രഹ്മാവിനാൽ അയക്കപ്പെട്ടവനാണ്. ദേവാർച്ചന കൊണ്ട് ദേവനിർമ്മിതമായ ഈ പായസം അങ്ങയ്ക്ക് ലഭിച്ചിരിക്കുന്നു. ഇത് ഭാര്യമാർക്ക് അങ്ങ് നല്കുക. അവരിൽനിന്നും അങ്ങയ്ക്ക് പുത്രന്മാരെ ലഭിക്കും."

ഇങ്ങനെ പറഞ്ഞ് ആ ദിവ്യൻ പായസം ദശരഥന് നല്കി. എന്നിട്ടു അപ്രത്യക്ഷനായി. ദശരഥൻ പാതി പായസം കൗസല്യക്ക് കൊടുത്തു പറഞ്ഞു. "പുത്രലാഭത്തിനായി ഈ പായസം നീ സ്വീകരിക്കുക. പിന്നെ പാതിയിൽ പാതി സുമിത്രയ്ക്കു കൊടുത്തു. അതിന്റെ പാതി കൈകേയിക്കു കൊടുത്തു. ബാക്കിയുള്ളത് ഒടുവിൽ സുമിത്രയ്ക്ക് തന്നെ കൊടുത്തു.

പായസം കഴിച്ച് അവർ ഗർഭിണികളായി. കൗസല്യ ശ്രീരാ

മനും കൈകേയി ഭരതനും സുമിത്ര ലക്ഷ്മണൻ, ശത്രുഘ്നൻ എന്നിവർക്കും ജന്മം നല്കി.

എല്ലാവർക്കും നേത്രാനന്ദം നല്കി കുട്ടികൾ വളർന്നു. ലക്ഷ്മണന് ശ്രീരാമൻ പ്രിയങ്കരൻ, ശത്രുഘ്നന് ഭരതനും. ജ്യേഷ്ഠപുത്രനായ രാമനാണ് ദശരഥന്റെ പ്രീതിപാത്രം.

അങ്ങനെയിരിക്കെ വിശ്വാമിത്രൻ അയോദ്ധ്യയിലേക്ക് വന്നു. ദശരഥൻ മുനിയെ വിധി പോലെ പൂജിച്ചു സ്വീകരിച്ചു. "അങ്ങയ്ക്ക് ഞാൻ എന്താണ് ചെയ്തു തരേണ്ടത്?" ദശരഥൻ വിനയത്തോടെ ചോദിച്ചു.

അപ്പോൾ വിശ്വാമിത്രൻ പറഞ്ഞു. "ഞാൻ ഒരുയാഗം നടത്തുകയാണ്. എന്നാൽ മാരീചൻ, സുബാഹു എന്നീ രാക്ഷസന്മാർ യാഗത്തിന് വിഘ്നം വരുത്തുന്നു. യാഗവേദിയിലേക്ക് അവർ ചോരയും മാംസവുമൊക്കെ ചൊരിയുന്നു. എനിക്കവരെ കൊല്ലാനാവില്ല. കാരണം അതോടെ എന്റെ തപോഫലം ഇല്ലാതാവും. അങ്ങനെ മനം മടുത്ത് ഞാൻ അങ്ങയുടെ അടുത്തു വന്നിരിക്കയാണ്. അങ്ങയുടെ മകൻ രാമനെ എന്റെ കൂടെ അയക്ക

ണം. രാക്ഷസന്മാരെ കൊല്ലാൻ എന്റെ സംരക്ഷണത്തിലുള്ള ഇവന് കഴിയും. പത്തു ദിവസത്തേക്ക് അവനെ എനിക്കു വിട്ടു തരിക."

മുനിവാക്യം കേട്ട് ദശരഥൻ മോഹാലസ്യപ്പെട്ടു. ബോധം തെളിഞ്ഞ് എഴുന്നേറ്റ് കരയാൻ തുടങ്ങി. "അവൻ കുഞ്ഞാണ്. രാക്ഷസന്മാരെ കൊല്ലാൻ അവന് കരുത്തില്ല. ഞാൻ വില്ലുമെടുത്ത് രാക്ഷസന്മാരെ കൊല്ലാം. ആരാണ് ആ രാക്ഷസന്മാർ?"

ദശരഥന്റെ വാക്കുകേട്ട് വിശ്വാമിത്രൻ പറഞ്ഞു. "രാവണൻ എന്ന രാക്ഷസൻ വരഫലത്താൽ ത്രിലോകങ്ങളെയും ദ്രോഹിക്കുന്നു. അവൻ ബലവാനും വീര്യവാനുമാണ്. സ്വയം യാഗം മുടക്കാൻ വരാതെ അവൻ മാരീചനെയും സുബാഹുവിനെയും അയച്ചിരിക്കുന്നു."

അതുകേട്ട് ദശരഥൻ പറഞ്ഞു. "ദേവന്മാർക്കോ ദാനവന്മാർക്കോ അവനെ കൊല്ലാനാവില്ല. പിന്നെ മനുഷ്യന്റെ കാര്യം എന്തു പറയാൻ. അങ്ങ് എന്റെ ഉണ്ണിയിൽ പ്രസാദിച്ചാലും. യുദ്ധപരിചയമില്ലാത്തവനും ബാലനുമായ അവനെ ഞാൻ അയക്കുകയില്ല. മാരീചനും സുബാഹുവുമൊക്കെ ശക്തരും അഭ്യാസബലമുള്ളവരുമാണ്. അവരിലൊരാളോട് പൊരുതാൻ ഞാൻ വരാം."

ഇതുകേട്ട് കുപിതനായ വിശ്വാമിത്രൻ പറഞ്ഞു. "നേരത്തെ വാക്കു തന്നിട്ട് ഇപ്പോൾ അതു തെറ്റിക്കാൻ നോക്കുന്നോ? ഇതാണ് അങ്ങയുടെ നിലപാടെങ്കിൽ ഞാനിതാ വന്ന വഴിക്ക് പോകുന്നു. അങ്ങും സുഹൃത്തുക്കളും സുഖമായി വാഴുക."

വിശ്വാമിത്രന്റെ കോപം കണ്ട് വസിഷ്ഠാദികൾ ദശരഥനെ അനുനയിക്കാൻ ശ്രമിച്ചു. "വാക്കുപറഞ്ഞ് അത് പിൻവലിക്കുന്നവന്റെ എല്ലാ നന്മകളും പാഴായിപ്പോകും. അഗ്നി അമൃതിനെയെന്നപോലെ വിശ്വാമിത്രനാൽ സംരക്ഷിക്കപ്പെടുന്ന രാമനെ രാക്ഷസന്മാർക്ക് ഒന്നും ചെയ്യാനാവില്ല. അവരെ നിഗ്രഹിക്കാൻ വിശ്വാമിത്രന് തനിയെ കഴിയാത്തതല്ല. അങ്ങയുടെ പുത്രന്റെ മംഗളത്തിനാണ് അങ്ങയോട് മകനെ അയക്കാൻ ആവശ്യപ്പെടുന്നത്."

ഇങ്ങനെ വസിഷ്ഠവാക്യം കേട്ട് സന്തുഷ്ടനായ ദശരഥൻ

രാമനെ മുനിക്കൊപ്പം അയക്കാമെന്നു സമ്മതിച്ചു. രാമന്റെ ഒപ്പം ലക്ഷ്മണനും പുറപ്പെട്ടു.

അവർ യാത്ര തുടങ്ങി. സരയൂ നദീതീരത്തിൽ എത്തിയപ്പോൾ മുനി പറഞ്ഞു. "ജലസ്പർശം ചെയ്യുക. ബല, അതിബല എന്നീ മന്ത്രങ്ങൾ ഉപദേശിച്ചു തരാം. ഇതു ലഭിച്ചാൽ നിങ്ങൾക്ക് വിശപ്പോ ദാഹമോ, തളർച്ചയോ ഉണ്ടാവുകയില്ല. ഉറക്കത്തിലോ ശ്രദ്ധിക്കാതിരിക്കുമ്പോഴോ രാക്ഷസന്മാർ ആക്രമിക്കുകയില്ല. ഈ വിദ്യ നേടുന്നതുകൊണ്ട് നിന്റെ കീർത്തി ലോകമെങ്ങും വ്യാപിക്കും."

രാമൻ ആചമിച്ച് മന്ത്രങ്ങൾ സ്വീകരിച്ചു. അന്ന് അവർ സരയൂതീരത്തെ പുൽമെത്തയിൽ ഉറങ്ങി.

പ്രഭാതമായപ്പോൾ അവർ സരയൂനദി കടന്ന് ഒരു വനപ്രദേശത്തെത്തി. "ഈ ഘോരവനം ഏതാണ്?" രാമൻ ചോദിച്ചു. അപ്പോൾ വിശ്വാമിത്രൻ പറഞ്ഞു. "ആയിരം ആനയുടെ കരുത്തുള്ള താടക എന്ന രാക്ഷസിയാണ് ഇവിടെ താമസിക്കുന്നത്. അവളുടെ മകനാണ് മാരീചൻ. ദുഷ്ടയായ താടക വഴിമുടക്കി വാഴുന്ന ഈ വഴിക്കാണ് നമുക്കു പോകേണ്ടത്."

''താടകയ്ക്കെങ്ങനെയാണ് ആയിരം ആനയുടെ കരുത്തുകിട്ടിയത്?" രാമൻ ചോദിച്ചു. അതു കേട്ട് മുനി പറഞ്ഞു. "സുകേതു എന്നൊരു യക്ഷനുണ്ടായിരുന്നു. അവന് മക്കളുണ്ടായിരുന്നില്ല. മക്കളുണ്ടാവാൻ അവൻ തപസ്സു ചെയ്തു. ബ്രഹ്മാവ് അവന് താടകയെന്ന കന്യകയെ നല്കി. അവൾക്ക് ആയിരം ആനയുടെ കരുത്തും നല്കി. താടകയ്ക്ക് മാരീചൻ എന്ന പുത്രനുണ്ടായി. ശാപംകൊണ്ട് അവൻ ഒരു രാക്ഷസനായി. താടക മകനോടൊത്ത് അഗസ്ത്യനെ പിടിക്കാനായി ആർത്തടുത്തു. അതുകണ്ട മുനി ഇവർ രാക്ഷസനായിപ്പോകട്ടേയെന്നു ശപിച്ചു. നീ ഇവളെ വധിക്കണം. സ്ത്രീവധത്തിൽ മടി തോന്നേണ്ട കാര്യമില്ല. പ്രജാരക്ഷയ്ക്കായി ശിഷ്ടമോ, ദുഷ്ടമോ ആയ കാര്യങ്ങൾ ചെയ്യേണ്ടി വരും. ഒരു കനിവും കാണിക്കാതെ നീ അവളെ കൊല്ലുക." "അച്ഛന്റെയും അങ്ങയുടെയും കല്പനായാൽ ഞാനത് ചെയ്യാം." എന്ന് പറഞ്ഞ് രാമൻ വില്ലിൽ ഞാണൊലി

യിട്ടു. ദിക്കുകളാകെ മുഴങ്ങി.

ശബ്ദം കേട്ട് താടക അവിടേക്ക് ക്രോധത്തോടെ പാഞ്ഞു വന്നു. അതുകണ്ട് രാമൻ ലക്ഷ്മണനോടു പറഞ്ഞു. "നോക്കൂ ലക്ഷ്മണാ, ഈ രാക്ഷസിയുടെ ഭയങ്കരരൂപം. അതുകണ്ടാൽ തന്നെ ഭീരുക്കളുടെ ഹൃദയം തകരും. സ്ത്രീയായതിനാൽ ഞാൻ ഇവളെ വധിക്കാൻ ആഗ്രഹിക്കുന്നില്ല. ഇവളുടെ മൂക്കും കാതു മറുത്ത് ഞാൻ ഇവളെ ഓടിക്കാം."

രാമൻ ഇങ്ങനെ പറഞ്ഞുകൊണ്ടിരിക്കുമ്പോൾ കലി പൂണ്ട താടക കൈയുയർത്തി രാമന്റെ നേർക്ക് പാഞ്ഞടുത്തു. മായ കൊണ്ട് കൽമഴ പെയ്ത് അവരെ മുക്കി. രാമൻ ശരമാരികൊണ്ട് അതു തടഞ്ഞു. ഓടിയടുക്കുന്ന അവളുടെ ഇരു കൈകളും അസ്ത്രമയച്ചു മുറിച്ചു കളഞ്ഞു. കൈകളറ്റ് അലറുന്ന അവളുടെ കാതും മൂക്കും ലക്ഷ്മണൻ മുറിച്ചു. അപ്പോൾ താടക മായ കൊണ്ട് നാനാരൂപങ്ങളെടുത്തു കൽമഴ പെയ്യിച്ചു. അപ്പോൾ വിശ്വാമിത്രൻ പറഞ്ഞു. "ഇവൾ അതീവ ദുഷ്ടയാണ്. യാഗം മുടക്കുന്നവളാണിവൾ മായ കൊണ്ടിവൾ വളരും സന്ധ്യയായാൽ രക്ഷസ്സുകളെ നേരിടാനാവില്ല. സന്ധ്യക്ക് മുമ്പ് ഇവളെ കൊല്ലണം."

താടക ആർത്തലറി രാമലക്ഷ്ണന്മാർക്കു നേരെ അടുത്തു. അപ്പോൾ രാമൻ അസ്ത്രമയച്ച് അവളെ വധിച്ചു.

നേരം സന്ധ്യയായി. താടകാവധത്തിൽ സന്തുഷ്ടനായ മുനി രാമന്റെ ശിരസ്സിൽ മുകർന്നുകൊണ്ടു പറഞ്ഞു. "രാമാ, നമുക്കിന്നിവിടെ പാർക്കാം."

ശാപമുക്തമായ വനത്തിൽ അവർ അന്നുരാത്രി പാർത്തു. പിറ്റേന്ന് പ്രഭാതത്തിൽ മുനി രാമനോടു പറഞ്ഞു. "ഞാൻ നിനക്ക് അനേകം ദിവ്യായുധങ്ങൾ നല്കാം. അതുകൊണ്ട് നിനക്ക് രാക്ഷസന്മാരെ നശിപ്പിക്കാനാവും." ഇതു പറഞ്ഞ് വായവ്യാസ്ത്രം, വരുണപാശം, നാരായണാസ്ത്രം തുടങ്ങിയ ദിവ്യാസ്ത്രങ്ങൾ നല്കി.

ആശ്രമത്തിലെത്തിയപ്പോൾ രാമൻ മുനിയോട് യജ്ഞം ആരംഭിക്കാൻ ആവശ്യപ്പെട്ടു. അദ്ദേഹം യജ്ഞം ആരംഭിച്ചു.

യജ്ഞം നടന്നു കൊണ്ടിരിക്കെ ആകാശത്ത് ഭയങ്കര ശബ്ദം കേട്ടു. കാർമേഘങ്ങൾ ആകാശത്തെ മൂടും പോലെ മാരീചനും സുബാഹുവും ആകാശം മൂടി. അവർ യാഗവേദിയിലേക്ക് ചോരയും മാംസക്കഷണങ്ങളും ചൊരിഞ്ഞു. അതുകണ്ട് രാമൻ ലക്ഷ്ണനോട് പറഞ്ഞു. "നോക്കൂ ലക്ഷ്മണാ, ഞാൻ മാനവാസ്ത്രം കൊണ്ട് ഇവരെ പറപ്പിക്കുന്നതാണ്. ഇവരെ കൊല്ലണമെന്ന് വിചാരിക്കുന്നില്ല."

ഇതും പറഞ്ഞ് രാമൻ മാരീചാദികൾക്കു നേരെ മാനവാസ്ത്രം തൊടുത്തു. അസ്ത്രമേറ്റ് മാരീചൻ നൂറു യോജന ദൂരത്തുള്ള കടലിൽ ചെന്നു വീണു. പിന്നെ ആഗ്നേയാസ്ത്രം സുബാഹുവിനു നേരെ അയച്ചു. അവനെ വധിച്ചു. മറ്റു രാക്ഷസന്മാരെ അസ്ത്രമയച്ചു കൊന്നു.

അതോടെ തടസ്സം കൂടാതെ വിശ്വാമിത്രമഹർഷിക്ക് യാഗം പൂർത്തിയാക്കാൻ കഴിഞ്ഞു. സന്തുഷ്ടനായ മുനി പറഞ്ഞു. "നീ ഈ വനത്തെ ശരിക്കും സിദ്ധാശ്രമമാക്കി മാറ്റി."

രാമലക്ഷ്മണന്മാർ കൃതാർത്ഥതയോടെ അന്നവിടെ പാർത്തു.

സീതാസ്വയംവരം

നേരം പുലർന്നപ്പോൾ പ്രഭാത കൃത്യങ്ങൾക്ക് ശേഷം രാമൻ വിശ്വാമിത്രനേയും മറ്റു മുനിമാരേയും വണങ്ങി ചോദിച്ചു. "മാമുനി ശ്രേഷ്ഠാ ഇനി ഞങ്ങൾ എന്താണ് ചെയ്യേണ്ടത്?"

ഇതുകേട്ട് മഹർഷിമാർ പറഞ്ഞു. "മിഥിലാ രാജാവായ ജനകൻ ഒരു യജ്ഞം ചെയ്യുകയാണ്. ഞങ്ങൾ അങ്ങോട്ടു പോവുകയാണ്. അങ്ങും ഞങ്ങളുടെ കൂടെ വരണം. അവിടെയുള്ള അത്ഭുതകരമായ ഒരു വില്ല് അങ്ങ് കാണേണ്ടതാണ്. അതുല്യമായ ആ വില്ല് യജ്ഞ സദസ്സിൽ വെച്ച് ദേവന്മാർ നല്കിയതാണ്. അത് ദേവന്മാർക്കോ ഗന്ധർവ്വർക്കോ, അസുരന്മാർക്കോ രാക്ഷസന്മാർക്കോ കുലയേറ്റാനാവില്ല. മനുഷ്യരുടെ കാര്യം പറയാനുമില്ല. മഹാ ബലവാന്മാരായ അനേകം രാജകുമാരന്മാർക്ക് അത് കുലയ്ക്കാൻപോലും ആയില്ല. മിഥില രാജാവായ ജനകന്റെ യാഗവും വില്ലും അങ്ങേക്കും കാണാം."

ഇപ്രകാരം പറഞ്ഞ് വിശ്വാമിത്രൻ ഋഷിമാരോടും കുമാരന്മാരോടും ഒപ്പം പുറപ്പെട്ടു.

മിഥിലയിലെത്തിയ വിശ്വാമിത്രനേയും രാമലക്ഷ്മണന്മാരേയും ജനകരാജാവ് ആദരവോടെ സ്വീകരിച്ചു. ജനകൻ പറഞ്ഞു. "മഹർഷേ രാമനോടൊപ്പം അങ്ങും ഈ യജ്ഞത്തിനെത്തിയതിൽ ഞാൻ അനുഗൃഹീതനായി." ഇതുകേട്ട് പ്രീതനായ

വിശ്വാമിത്രൻ രാമലക്ഷ്മണന്മാരൊത്ത് അവർക്കായി ഒരുക്കിയ പാർപ്പിടത്തിലേക്കു പോയി. നേരം പുലർന്നപ്പോൾ പ്രഭാതകർമ്മ ങ്ങൾക്കുശേഷം ജനകൻ രാമലക്ഷ്മണന്മാരേയും വിശ്വാമിത്ര നേയും കൊട്ടാരത്തിലേക്ക് വിളിച്ചു. അവരെ പൂജിച്ചു സ്വീക രിച്ചു പറഞ്ഞു. "ഭഗവൻ അങ്ങേക്ക് സ്വാഗതം. അങ്ങേക്ക് ഞാൻ എന്താണ് ചെയ്യേണ്ടത്? കല്പിച്ചാലും."

അതിന് മുനി മറുപടി പറഞ്ഞു. "ഇവർ ദശരഥപുത്രരും ലോകവിശ്രുതരുമായ ക്ഷത്രിയന്മാരാണ്. അങ്ങയുടെ പക്കലുള്ള വിശിഷ്ടമായ ശൈവചാപം കാണാൻ ഇവർ ആഗ്രഹിക്കുന്നു. ദയവായി അങ്ങ് അത് കാണിച്ചു കൊടുത്താലും."

അതുകേട്ട് ജനകൻ പറഞ്ഞു. "വയൽ വൃത്തിയാക്കുമ്പോൾ ഉഴവുചാലിൽനിന്ന് ഒരു കന്യകയെ കിട്ടി. അവളെ ഞാൻ മക ളായിത്തന്നെ വളർത്തി. അവളെ വേൾക്കാൻ പലരും വന്നു. ഞാൻ അവർക്കാർക്കും അവളെ നല്കിയില്ല. വീര്യപരീക്ഷണ ത്തിനായി ഞാൻ അവർക്ക് ഈ ശൈവചാപം നല്കി. അവർക്കാർക്കും അതു പൊക്കാനായില്ല. തോറ്റു പോയവർ പല വിധത്തിൽ മിഥിലയെ ദ്രോഹിക്കാൻ ശ്രമിച്ചു. തപസ്സിനാൽ പ്രീത രായ ദേവന്മാർ എനിക്കു ചതുരംഗസേനയെ തന്നു. അവർ രാജാ ക്കന്മാരെ തോല്പിച്ചോടിച്ചു. അങ്ങനെയുള്ള ആ വില്ലു ഞാൻ രാമലക്ഷ്മണന്മാർക്കു കാണിച്ചു കൊടുക്കാം. രാമൻ വില്ലു കുല യേറ്റുന്നുവെങ്കിൽ സീതയെ ഞാൻ അവന് നല്കാം." ജനകൻ പറഞ്ഞതുകേട്ട് വിശ്വാമിത്രൻ പറഞ്ഞു. "എന്നാൽ വില്ലു കാണിക്കൂ."

ഉടനെ ജനകൻ മന്ത്രിമാരോട് വില്ലു കൊണ്ടുവരാൻ പറ ഞ്ഞു. കരുത്തുറ്റ അയ്യായിരം ഭടന്മാർ എട്ടു ചക്രമുള്ള ആ ചാപ പേടകം വലിച്ചു കൊണ്ടുവന്നു. "സർവ്വ രാജാക്കന്മാരാലും പൂജി തമായ വില്ല് ഇതാ. അങ്ങ് ആ വില്ല് കുമാരന്മാർക്കു കാണിച്ചു കൊടുത്താലും." ജനകൻ പറഞ്ഞതു കേട്ട് വിശ്വാമിത്രൻ രാമ നോടു "വില്ലു നോക്കൂ" എന്നു പറഞ്ഞു. രാമൻ വില്ലു കണ്ട് "ഞാനിതൊന്ന് തൊട്ട് നോക്കട്ടെ പൊക്കി വളയ്ക്കാൻ പറ്റുമോ എന്നു നോക്കട്ടെ" എന്നു മുനിയോട് അനുവാദം ചോദിച്ചു.

അങ്ങനെയാവട്ടെ എന്നു മഹർഷി സമ്മതം മൂളിയപ്പോൾ അനേകായിരം ആളുകൾ നോക്കി നില്ക്കേ രാമൻ വില്ല് ഞാണു വലിച്ച് കുലയേറ്റി. പെട്ടെന്ന് ഇടി വെട്ടുന്നപോലെ ഒരുഭയങ്കര ശബ്ദമുണ്ടാക്കി. ഭൂമി കുലുങ്ങി വിറച്ചു. വില്ല് നടുവിൽ വെച്ച് രണ്ടായി മുറിഞ്ഞു. ശബ്ദം കേട്ട് അവിടെയുള്ളവർ മോഹാലസ്യപ്പെട്ടു വീണു. മോഹം വിട്ടുണർന്നപ്പോൾ പരിഭ്രമം തീർന്ന ജനകൻ മഹർഷിയോടറിയിച്ചു. “ഭഗവൻ രാമന്റെ വീര്യം ഞാൻ കണ്ടറിഞ്ഞു. എന്റെ മകളായ സീത ദശരഥപുത്രനായ രാമനെ ഭർത്താവായി സ്വീകരിച്ച് ജനകവംശത്തിന് കീർത്തിയുണ്ടാക്കും. സീത വീര ശുല്ക്കയെന്ന എന്റെ പ്രതിജ്ഞയും സത്യമായി. പ്രാണപ്രിയയായ എന്റെ പുത്രിയെ രാമന് നല്കാൻ എനിക്ക് സമ്മതമാണ്. ഈ വിവരം രാജദശരഥനെ അറിയിക്കാൻ മന്ത്രിമാർ ഇപ്പോൾത്തന്നെ അയോദ്ധ്യയിലേക്ക് പോകട്ടെ.”

ഉടൻതന്നെ ജനകമന്ത്രിമാർ ദശരഥനെ വിവരം അറിയിക്കാനായി അയോദ്ധ്യയിലേക്കു പുറപ്പെട്ടു.

രാമനും പരശുരാമനും

ജനകനാൽ അയക്കപ്പെട്ട സചിവന്മാർ അയോദ്ധ്യയിലെത്തി ദശരഥനെ കണ്ട് ജനകന്റെ സന്ദേശം അറിയിച്ചു. ആ സന്ദേശത്തിൽ "രാമന്റെ ബലവീര്യങ്ങൾ കണ്ടറിഞ്ഞ് ജനകൻ പുത്രിയായ സീതയെ രാമന് നല്കാൻ നിശ്ചയിച്ചിരിക്കുന്നു. ജനകന്റെ ഈ ആഗ്രഹം സമ്മതമാണെങ്കിൽ നമുക്ക് വേഗം അങ്ങോട്ടു പോകാം."

അങ്ങനെത്തന്നെയെന്ന് ഋഷിമാരും സമ്മതിച്ചു.

പിറ്റേന്നുതന്നെ ദശരഥൻ ഋഷിമാരും ചതുരംഗസേനയുമൊത്ത് വിദേഹത്തിലേക്കു പുറപ്പെട്ടു. നാലുദിവസംകൊണ്ട് അവർ ജനകദേശമായ വിദേഹത്തെത്തി.

ജനകൻ ദശരഥ രാജാവിനെയും ഋഷിമാരെയും പരിവാരങ്ങളെയും സ്വാഗതം ചെയ്തു. വിശ്വാമിത്രനോടൊപ്പമെത്തിയ രാമലക്ഷ്മണന്മാർ അച്ഛന്റെ പാദങ്ങളിൽ വന്ദിച്ചു. ജനകൻ അനുജനായ കുശധ്വജനേയും കൊണ്ടുവരാൻ ആളയച്ചിരുന്നു.

പിന്നീട് അതിഗംഭീരമായ വിവാഹച്ചടങ്ങുകളായിരുന്നു. സീതയെ രാമനും ഊർമ്മിളയെ ലക്ഷ്മണനും കുശധ്വജപുത്രിമാരായ മാണ്ഡവിയെ ഭരതനും, ശ്രുതകീർത്തിയെ ശത്രുഘ്നനും വസിഷ്ഠന്റെ സമ്മതത്തോടെ വിവാഹം ചെയ്തു.

ആ സമയത്ത് ആകാശത്തുനിന്ന് പുഷ്പവൃഷ്ടിയുണ്ടായി. ദേവവാദ്യങ്ങൾ മുഴങ്ങി. അപ്സരസ്ത്രീകൾ നൃത്തം ചെയ്തു. ഗന്ധർവ്വന്മാർ പാട്ടുപാടി.

പിറ്റേന്ന് ജനകനോടും കുശധ്വജനോടും യാത്ര പറഞ്ഞ് ദശരഥ മഹാരാജാവ് പുത്രന്മാരും അവരുടെ പത്നിമാരും മഹർഷിമാരും സേനയുമൊത്ത് അയോദ്ധ്യയിലേക്ക് പുറപ്പെട്ടു.

അങ്ങനെ യാത്ര ചെയ്യുമ്പോൾ പെട്ടെന്ന് ചില വിശേഷങ്ങൾ ഉണ്ടായി. ഘോരങ്ങളായ പക്ഷികൾ അവരുടെ ചുറ്റും കൂകിക്കൊണ്ടു പറന്നു. മൃഗങ്ങൾ ചുറ്റം വലം വെച്ചു. ഈ അശുഭ ലക്ഷണങ്ങൾ കണ്ട് ദശരഥൻ വസിഷ്ഠനോടു ചോദിച്ചു. "എന്താണ് ഈ അശുഭ ലക്ഷണങ്ങൾക്കു കാരണം? ഇതെല്ലാം കണ്ട് എന്റെ ഹൃദയം നോവുന്നു."

അപ്പോൾ വസിഷ്ഠൻ പറഞ്ഞു. "പക്ഷികൾ ഘോരഭയത്തെയും മൃഗങ്ങൾ അതു ശമിക്കുന്നതിനെയും കാണിക്കുന്നു. ഇക്കാര്യത്തിൽ ദുഃഖം വേണ്ട."

അവർ സംസാരിച്ചു കൊണ്ടിരിക്കുമ്പോൾ ഭൂമിയാകെ കുലുങ്ങി. മരങ്ങൾ കട പുഴങ്ങി. വൻകാറ്റടിച്ചു. ഇരുട്ടുകൊണ്ട് സൂര്യനെ കാണാതായി.

പെട്ടെന്ന് ജടാധാരിയും ഭീമരൂപനും ക്ഷത്രിയകുലകാലനുമായ പരശുരാമൻ വെണ്മഴുവും കൈയിലേന്തി അവർക്കു മുമ്പിൽപ്രത്യക്ഷനായി. അപ്പോൾ ഋഷിമാർ രാമ, രാമ, എന്നു മധുരമായി സ്തുതിച്ചുകൊണ്ട് പൂജ ചെയ്തു.

സൽക്കാരം കൈകൊണ്ട് പരശുരാമൻ ശ്രീരാമനോടു പറഞ്ഞു. "നിന്റെ അത്ഭുതകരമായ വീര്യവും നീ ശൈവചാപം ഒടിച്ചതുമായ കഥകളൊക്കെ ഞാൻ കേട്ടു. മറ്റൊരു വില്ലുമായാണ് ഞാൻ വന്നിരിക്കുന്നത്. ഇതു വൈഷ്ണചാപമാണ്. നിനക്ക് ഈ ചാപം കുലയേറ്റാനാവുമെങ്കിൽ മാത്രം ഞാൻ നിന്നോടു യുദ്ധം ചെയ്യാം. അല്ലെങ്കിൽ നിങ്ങളെ കൂട്ടത്തോടെ ഞാൻ കൊന്നൊടുക്കും."

അതുകേട്ട് ദശരഥൻ സങ്കടത്തോടെ കൈകൂപ്പി പരശുരാമനോടു പറഞ്ഞു. "ക്ഷത്രിയന്മാരോടുള്ള കോപത്തിൽനിന്ന് പിൻവാങ്ങി വലിയ തപസ്സു ചെയ്യുന്ന അങ്ങ് എന്റെ കുട്ടികൾക്ക് അഭയം നല്കണം. രാമനെ കൊന്നാൽ പിന്നെ ഞങ്ങളാരും ബാക്കിയുണ്ടാവില്ല."

എന്നാൽ ദശരഥ വാക്കുകൾ കേൾക്കാതെ പരശുരാമൻ വീണ്ടും പറഞ്ഞു. "ശത്രുനാശകമായ ഈ ചാപം ശൈവചാപ

ത്തിന് തുല്യമാണ്. കാർത്തവീര്യാർജ്ജുനൻ എന്റെ അച്ഛനെ കൊന്നതിൽ കോപം പൂണ്ട് ക്ഷത്രിയവംശത്തെ പലവട്ടം ഞാൻ നശിപ്പിച്ചു. എന്നിട്ട് മഹേന്ദ്ര പർവ്വതത്തിൽ തപസ്സിലേർപ്പെട്ടിരിക്കുകയായിരുന്നു. അപ്പോഴാണ് നീ വില്ലൊടിച്ചെന്ന് കേട്ടത്. പിതൃപിതാമഹന്മാരായിനിന്ന് എനിക്ക് കിട്ടിയ ദിവ്യമായ വൈഷ്ണവചാപം ഇതാ. ക്ഷത്രിയനാണെങ്കിൽ നീ ഇത് കുലച്ച് അസ്ത്രം തൊടുക്കുക. എങ്കിൽ ഞാൻ നിന്നോടു യുദ്ധം ചെയ്യാം. അല്ലെങ്കിൽ നിങ്ങളെ കൂട്ടത്തോടെ കൊന്നൊടുക്കും."

പരശുരാമന്റെ വാക്കുകൾ കേട്ട് രാമൻ പറഞ്ഞു. "അങ്ങ് ചെയ്ത കാര്യങ്ങൾ ഞാൻ കേട്ടിട്ടുണ്ട്. പിതാവിനോട് കടം വീട്ടിയ രീതിയും നന്നായിട്ടുണ്ട്. ക്ഷത്രിയവീര്യത്തിലും ധർമ്മത്തിലും അശക്തനാണ് ഞാൻ എന്ന് അങ്ങ് അപമാനിക്കുന്നുണ്ടല്ലോ. അങ്ങ് വില്ല് തരിക. ഞാൻ കുലച്ചു നോക്കട്ടെ. അങ്ങയുടെ ആജ്ഞയെ ധിക്കരിക്കാൻ ആർക്കാവും?"

ഇങ്ങനെ പറഞ്ഞ് രാമൻ വൈഷ്ണവചാപം പരശുരാമനിൽനിന്ന് ഏറ്റു വാങ്ങി നിസ്സാരമായി വില്ല് വലിച്ച് ഞാണേറ്റി. ചിരിച്ചുകൊണ്ട് പറഞ്ഞു. "അങ്ങ് ബ്രാഹ്മണനാകയാൽ എനിക്ക് അങ്ങയെ കൊല്ലാനാവില്ല. എന്നാൽ ഈ ശരം പാഴായിപ്പോവുകയുമില്ല. അങ്ങയുടെ ഗതിയേയോ, തപോബലത്താൽ ലഭ്യമായ ലോകങ്ങളെയോ ഈ ശരംകൊണ്ട്. നശിപ്പിക്കാമെന്നാണ് ഞാൻ കരുതുന്നത്."

അഹങ്കാരം കെട്ട്, തേജസ്സ് കെട്ട് പരശുരാമൻ ശ്രീരാമനോടു പറഞ്ഞു. "ഞാൻ ഭൂമി കശ്യപന് ദാനം ചെയ്തപ്പോൾ എന്റെ രാജ്യത്തിൽ പാർക്കരുത് എന്ന് അദ്ദേഹം പറഞ്ഞു. അതുകൊണ്ട് എന്റെ ഗതി അങ്ങ് മുടക്കരുത്. അസ്ത്രം ഞാൻ തപസ്സുകൊണ്ട് നേടിയ അതുല്യ ലോകങ്ങളിലേക്ക് അയച്ചാലും." ശ്രീരാമൻ പരശുരാമൻ പറഞ്ഞതുപോലെ ചെയ്തു. നേടിയ ലോകങ്ങൾ നഷ്ടപ്പെട്ട പരശുരാമൻ വീണ്ടും തപസ്സിനായി മഹേന്ദ്ര പർവ്വതത്തിലേക്ക് പോയി.

ദശരഥനും ഋഷിമാരും സന്തുഷ്ടരായി. അവർ ആഹ്ലാദത്തോടെ അയോദ്ധ്യയിലേക്ക് യാത്രയായി. അവിടെ കൗസല്യയും കൈകേയിയും സുമിത്രയും ചേർന്ന് വധുക്കളെ സ്വീകരിച്ചു.

അയോദ്ധ്യ ആഹ്ലാദാരവങ്ങളാൽ മുഖരിതമായി. വാദ്യനൃത്തസംഗീതങ്ങളാൽ പൗരന്മാർ ആ സന്തോഷം ആഘോഷിച്ചു.

രാമൻ കാട്ടിലേക്ക്

ബുദ്ധിമാനും, മധുരഭാഷിയും, വീര്യവാനും, ജനപ്രിയനുമായ രാമനെ അയോദ്ധ്യയിലെ യുവരാജാവായി അഭിഷേകം ചെയ്യാൻ ദശരഥൻ ആഗ്രഹിച്ചു. അദ്ദേഹം വസിഷ്ഠനും മന്ത്രിമാരുമായി ഇക്കാര്യം ചർച്ച ചെയ്തു. അവർ ദശരഥന്റെ ആഗ്രഹം അംഗീകരിച്ചു.

ആ സമത്ത് ഭരതൻ ശത്രുഘ്നനൊത്ത് അമ്മാവന്റെ രാജ്യമായ കേകയത്തിലേക്കു പോയിരിക്കുകയായിരുന്നു.

ദശരഥൻ രാമനെ യുവരാജാവായി വാഴിക്കാൻപോവുകയാണെന്ന് രാമനെ വിളിച്ചു പറഞ്ഞു. വിവരമറിഞ്ഞ് സന്തുഷ്ടയായ കൗസല്യ അതറിയിച്ചവർക്ക് വസ്ത്രങ്ങളും സ്വർണ്ണവും രത്നങ്ങളും സമ്മാനമായി നല്കി.

രാമന്റെ അഭിഷേകദിനം നിശ്ചയിച്ചു. ആഹ്ലാദഭരിതരായ ജനങ്ങൾ തെരുവുകൾ കൊടി തോരണങ്ങൾകൊണ്ട് അലങ്കരിച്ചു. സന്തോഷത്താൽ ആർത്തു വിളിച്ചു. നൃത്തമാടി.

ആ സമയത്ത് കൈകേയിയുടെ ദാസിയായ മന്ഥര അവിടെ വന്നു കയറി. ആഘോഷങ്ങൾ കണ്ട് അവൾ അമ്പരന്നു. “എന്താണ് ഇവിടെ നടക്കുന്നത്?” അവൾ അന്വേഷിച്ചു. രാമന്റെ അഭിഷേക വാർത്ത അറിഞ്ഞ് അവൾ കുപിതയായി കൈകേയിയുടെ അടുത്തുചെന്നു. എന്നിട്ട് പറഞ്ഞു. “മൂഢേ, എഴുന്നേ

ല്ക്ക്. നിനക്ക് വിപത്തു വന്നത് നീ അറിഞ്ഞില്ലേ?"

കലി കയറിയപോലെ വിറച്ചു തുള്ളുന്ന മന്ഥരയുടെ കോപ കാരണം അറിയാതെ കൈകേയി ചോദിച്ചു. "മന്ഥരേ, നിന്റെ കോപത്തിന് കാരണമെന്ത്?"

രാമനോട് ശത്രുത ഉണ്ടാക്കത്തക്ക വിധത്തിൽ മന്ഥര കൈകേയിയോടു പറഞ്ഞു. "മൂത്തമകനായ രാമന് രാജ്യാധി കാരം. നിന്റെ മകൻ എന്നെന്നേക്കുമായി പുറന്തള്ളപ്പെടും. നിന്റെ പുത്രൻ അമ്മാവന്മാരുടെ അടുത്തു പോയ തക്കം നോക്കി രാജാവ് രാമനെ യുവരാജാവാക്കി വാഴിക്കയാണ്."

അതുകേട്ട് കൈകേയി തന്റെ കഴുത്തിൽ കിടക്കുന്ന ദിവ്യാ ഭരണം മന്ഥരയ്ക്കു സമ്മാനമായി നല്കിയിട്ടു പറഞ്ഞു. "നീ എനിക്ക് പ്രിയമായ വാർത്തയാണ് പറഞ്ഞത്. ഇതിലും നല്ല വാർത്ത എന്തുണ്ട്. കേൾക്കാൻ? രാമനും ഭരതനും തമ്മിൽ ഒരു വ്യത്യാസവും ഞാൻ കാണന്നില്ല. രാമനെ അഭിഷേകം ചെയ്യു ന്നതിൽ എനിക്കു സന്തോഷമേയുള്ളൂ."

കൈകേയിയുടെ വിഡ്ഢിത്തത്തിൽ കോപാകുലയായ മന്ഥര അവൾ കൊടുത്ത മാല നിലത്തെറിഞ്ഞു. "മൂഢേ, നീ അസ്ഥാനത്താണ് സന്തോഷം കൊള്ളുന്നത്. രാജ്യം നേടിയ കൗസല്യയെ നീ ദാസിയെപ്പോലെ സേവിക്കേണ്ടിവരും."

അപ്പോൾ കൈകേയി രാമന്റെ ഗുണഗണങ്ങളെ പുകഴ്ത്തി ക്കൊണ്ടു പറഞ്ഞു. "രാമൻ ധർമ്മജ്ഞനും, കൃതജ്ഞനും, സത്യ വാനും, ശുദ്ധനുമാണ്. അവൻ കൗസല്യയേക്കാൾ എന്നെയാണ് അധികം ഇഷ്ടപ്പെടുന്നത്. സഹോദരന്മാരെ അച്ഛനെപ്പോലെ രാമൻ സംരക്ഷിക്കും. രാമന് അധികാരം കിട്ടുന്നത് ഭരതന് കിട്ടു ന്നതുപോലെത്തന്നെ."

കൈകേയിയുടെ വാക്കുകൾ കേട്ട് ദുഃഖത്തോടെ മന്ഥര പറ ഞ്ഞു. "നീ മൂഢ തന്നെയാണ്. വരാനിരിക്കുന്ന അവസ്ഥ നീ അറിയുന്നില്ല. രാമൻ രാജാവായാൽ ഭരതൻ എന്നെന്നേക്കുമായി പുറന്തള്ളപ്പെടും. രാജ്യം കൈയിൽ കിട്ടിയാൽ രാമൻ ഭരതനെ ദേശാന്തരങ്ങളിലേക്കോ ലോകാന്തരങ്ങളിലേക്കോ അയക്കും. പണ്ടു സൗഭാഗ്യകാലത്ത് നീ കൗസല്യയോട് മോശമായി പെരു മാറിയതിന് അവൾ പ്രതികാരം ചെയ്യാതിരിക്കുമോ? രാമൻ നാടു

വാഴുമ്പോൾ നീയും നിന്റെ മകനും മുടിഞ്ഞു പോകും. അതു കൊണ്ട് രാജ്യം മകന് കിട്ടാനായി രാമനെ നാടുകടത്താനുള്ള വഴി ആലോചിക്ക്."

ഇങ്ങനെ മന്ഥര പറയുന്നത് കേട്ടപ്പോൾ അവൾ പറയുന്നതിലും കാര്യമുണ്ടെന്ന് കൈകേയിക്കു തോന്നിത്തുടങ്ങി. അവൾ മന്ഥരയോടു ചോദിച്ചു. "രാജാവ് രാമനെ യുവരാജാവായി അഭിഷേകം ചെയ്യാൻ തീരുമാനിച്ചല്ലോ. അത് തടസ്സപ്പെടുത്തുവാൻ എന്ത് മാർഗ്ഗമാണുള്ളത്?"

തന്റെ വഴിക്ക് കൈകേയി വരുന്നുണ്ട് എന്നു മന്ഥര മനസ്സിലാക്കി. കൈകേയിയുടെ ഉള്ളിലെ തീയാളിക്കാൻ അവൾ പറഞ്ഞു. "പണ്ടു ദേവാസുര യുദ്ധത്തിൽ പരിക്കേറ്റ മഹാരാജാവിനെ പോർക്കളത്തിൽനിന്ന് മാറ്റി നീ കാത്തുരക്ഷിച്ചു. സന്തുഷ്ടനായ രാജാവ് നിനക്ക് രണ്ടു വരം തരാമെന്ന് അന്നു പറഞ്ഞിരുന്നുവല്ലോ. വേണ്ടപ്പോൾ ചോദിച്ചു കൊള്ളാമെന്നു പറഞ്ഞ് നീ അപ്പോൾ അതു സ്വീകരിക്കുകയുണ്ടായില്ല. ഇപ്പോൾ അതു ചോദിക്കാനുള്ള അവസരം നിനക്കു വന്നിരിക്കയാണ്. ഒന്നാമതായി ചോദിക്കേണ്ട വരം ഭരതന് യുവരാജാവായുള്ള അഭിഷേകമാണ്. രണ്ടാമത്തേത് രാമന്റെ പതിനാലുകൊല്ലത്തെ വനവാസമാണ്. നീ ക്രോധഭവനത്തിൽ പ്രവേശിച്ച് വെറും തറയിൽ മലിനവസ്ത്രധാരിണിയായി കിടക്കുക. രാജാവ് വന്നാൽ മിണ്ടരുത്. നേരെ നോക്കരുത്. നിന്നെ സ്വാധീനിക്കാൻ ഭർത്താവ് ശ്രമിക്കും. അതിനൊന്നും വഴങ്ങാതെ നിന്റെ വാക്കുകളിൽ ഉറച്ചു നില്ക്കുക. നിനക്കു വിജയം സുനിശ്ചിതം."

രാമാഭിഷേകത്തിന് സമ്മതം നല്കി കൊട്ടാരത്തിൽ തിരിച്ചെത്തിയ ദശരഥൻ രാമാഭിഷേകവാർത്ത കൈകേയിയെ അറിയിക്കാൻ അന്തഃപുരത്തിലെത്തി. അപ്പോഴാണ് കൈകേയി ക്രോധഭാവനത്തിൽ പ്രവേശിച്ച കാര്യം കൈകേയുടെ തോഴി അറിയിച്ചത്. ദാസിയുടെ വാക്കുകേട്ട് അമ്പരന്ന് ദശരഥൻ കൈകേയിയുടെ അടുത്തു ചെന്നു. വെറും നിലത്തു കിടന്ന് കേഴുന്ന പ്രിയയെ കണ്ട് അദ്ദേഹം പിടയുന്ന നെഞ്ചോടെ അവളെ തലോടിക്കൊണ്ടു പറഞ്ഞു. "ആരാണ് നിന്നെ അപമാനിച്ചത്? ഞാൻ നിന്നോട് എന്ത് തെറ്റാണ് ചെയ്തത്? നീ പൊടിയിൽകിടക്കുന്ന

കാഴ്ച എന്നെ വേദനിപ്പിക്കുന്നു."

അതുകേട്ട കൈകേയി പറഞ്ഞു. "എന്നെ ആരും അപമാനിച്ചിട്ടില്ല. പണ്ട് ദേവാസുര യുദ്ധം നടന്നപ്പോൾ അങ്ങെനിക്ക് രണ്ടുവരം തരാമെന്ന് പറഞ്ഞിരുന്നത് അങ്ങ് ഓർക്കുന്നുണ്ടാവുമല്ലോ. അതെനിക്ക് ഇപ്പോൾ വേണം?"

"അതിനാണോ നീ സങ്കടപ്പെടുന്നത്? എന്തു വരമാണ് നിനക്കു വേണ്ടത്? പറയൂ." ദശരഥൻ അവളോട് ആവശ്യപ്പെട്ടു.

അപ്പോൾ കൈകേയി കഠിന ചിത്തയായി പറഞ്ഞു. "ഒന്ന് രാമനെ അഭിഷേകം ചെയ്യാനുള്ള ഒരുക്കങ്ങൾ ഉപയോഗിച്ച് ഭരതനെ യുവരാജാവായി അഭിഷേകം ചെയ്യണം. രണ്ടാമത്തേത്" അവൾ ഒന്നുനിർത്തി. എന്നിട്ടു തുടർന്നു. "രാമനെ പതിനാലുവർഷം കാട്ടിലേക്ക് അയക്കണമെന്നുള്ളതാണ്."

കൈകേയിയുടെ വാക്കുകൾ കേട്ട് ദശരഥൻ സ്തബ്ധനായി നിന്നുപോയി. തന്റെ ഉള്ളിലേക്ക് തീ കോരിയിട്ടതു പോലെ. വെറും തറയിലിരുന്ന് നെടുവീർപ്പിട്ടു. പിന്നെ ബോധരഹിതനായി.

ഏറെ നേരം കഴിഞ്ഞ് ബോധം തെളിഞ്ഞ് കൈകേയിയോട് കോപത്തിൽ പറഞ്ഞു. "ദുഷ്ടേ, പാപി, രാമനോ, ഞാനോ നിന്നോടെന്തു തെറ്റു ചെയ്തു? അമ്മയോടെന്നപോലെയല്ലേ അവൻ നിന്നോട് പെരുമാറിയത്. അവന് അനർത്ഥം ഉണ്ടാക്കുവാൻ നീ തുനിയുന്നതെന്ത്? ഭരതനേക്കാൾ നിന്നെ ശുശ്രൂഷിക്കുന്നത് രാമനാണ്. രാമൻ ഒരപ്രിയ വാക്കും നിന്നോടു പറഞ്ഞതായി ഞാനോർക്കുന്നില്ല. കൈകേയി, ഞാൻ നിന്റെ കാലു പിടിക്കുന്നു. ഈ ഭൂമിയിൽ ലഭിക്കുന്ന എന്തും നിനക്കു തരാം. നീ രാമന് ശരണം നല്കണം."

അതുകേട്ട് അതിക്രൂരമാംവണ്ണം കൈകേയി പറഞ്ഞു. "വരം തന്ന് പിന്നീടതിനെക്കുറിച്ച് ദുഃഖിക്കുന്ന അങ്ങയുടെ ധാർമ്മികത്വത്തെക്കുറിച്ച് ലോകമെന്തു പറയും? ആരുടെ കരുണയാലാണോ അങ്ങ് ജീവിച്ചിരിക്കുന്നത്. ആരാണോ അങ്ങയെ ആപത്തിൽ കാത്തു രക്ഷിച്ചത്. ആ കൈകേയിയോട് ഞാൻ വഞ്ചന കാട്ടിയെന്ന് അങ്ങേക്ക് ദുഃഖിക്കേണ്ടി വരും. രാമന്റെ അമ്മ കൗസല്യ എല്ലാവരുടേയും കൈകൂപ്പൽ ഏറ്റുവാങ്ങുന്നത് കാണു

ന്നതിൽ ഭേദം മരണമാണെന്ന് ഞാൻ കരുതുന്നു. രാമവനവാസം കൊണ്ടല്ലാതെ മറ്റൊന്നും കൊണ്ടും ഞാൻ സംതൃപ്തയാകില്ല."

കൈകേയി തീർത്തു പറഞ്ഞതോടെ ദശരഥൻ അവളോടു കയർക്കുകയും തലതല്ലി കരയുകയും ചെയ്തു. അതൊന്നും ശ്രദ്ധിക്കാതെ കൈകേയി സ്വന്തം തീരുമാനത്തിൽ ഉറച്ചുതന്നെ നിന്നു.

പ്രഭാതമായപ്പോൾ വസിഷ്ഠൻ ഒരുങ്ങി എത്തിയ വിവരം പറയാനെത്തിയ സുമന്ത്രരോട് രാജാവ് രാമനെ വിളിച്ചു കൊണ്ടു വരാൻ ആവശ്യപ്പെട്ടു.

രാമൻ വന്നപ്പോൾ മുഖം വാടി ദീനനായി നില്ക്കുന്ന അച്ഛനേയും കുപിതയായ കൈകേയി അമ്മയേയും കണ്ട് കാര്യമറിയാതെ അമ്പരന്നു. പിന്നെ അച്ഛനോടു ചോദിച്ചു: "അച്ഛന് വിരോധം വരുവാൻ ഞാനെന്തെങ്കിലും ചെയ്തുവോ? അച്ഛൻ കോപിച്ചിരിക്കുമ്പോൾ അല്പനേരം പോലും ഞാൻ ജീവിച്ചിരിക്കാൻ ആഗ്രഹിക്കുന്നില്ല. അമ്മ കൈകേയി കോപിച്ച് അച്ഛനോട് എന്തെങ്കിലും പറയുകയുണ്ടായോ? ദേവി, ഉള്ളത് പറഞ്ഞാലും. രാജാവിന് മുമ്പുണ്ടാകാത്ത വിധത്തിലുള്ള ഭാവഭേദത്തിന് കാരണമെന്ത്?"

അതുകേട്ട് കൈകേയി ലജ്ജയില്ലാതെ രാമനോടു പറഞ്ഞു. "രാജാവ് കുപിതനല്ല. വ്യസനവുമില്ല. പണ്ട് അദ്ദേഹം ദേവാസുര യുദ്ധസമയത്ത് അദ്ദേഹത്തിന്റെ ജീവൻ രക്ഷിച്ചതിന് പകരമായി രണ്ടുവരം വാഗ്ദാനം ചെയ്തിട്ടുണ്ടായിരുന്നു. അദ്ദേഹം എനിക്ക് തന്ന വാക്ക് നീ നിറവേറ്റിത്തരണം. നിന്നോട് അദ്ദേഹം നേരിട്ട് പറയുകയില്ല."

അതുകേട്ട് രാമൻ സങ്കടത്തോടെ പറഞ്ഞു. "അയ്യോ കഷ്ടം! അമ്മ എന്നോടിങ്ങനെ പറയുന്നത് സങ്കടകരമാണ്. രാജാവ് തീയിൽ ചാടാൻ പറഞ്ഞാൽ ഞാനത് ചെയ്യും. അച്ഛൻ പറഞ്ഞാൽ ഞാൻ വിഷം കഴിക്കും. കടലിൽ ചാടും. അച്ഛന്റെ ആഗ്രഹം എന്താണെന്നു പറഞ്ഞാലും അത് അനുസരിച്ചുകൊള്ളാമെന്ന് ഇതാ പ്രതിജ്ഞ ചെയ്യുന്നു. രാമന് രണ്ടു വാക്കില്ല."

അതുകേട്ടു കൈകേയി കടുത്ത സ്വരത്തിൽ പറഞ്ഞു. "എനിക്ക് രണ്ട് ആഗ്രഹങ്ങളുണ്ട്. ഒന്ന് നീ പതിനാലുവർഷം

കാട്ടിൽ വാഴണം. രണ്ട് നിനക്കുവേണ്ടിയൊരുക്കിയ ഈ സംരം ഭങ്ങൾകൊണ്ട് ഭരതനെ രാജാവായി വാഴിക്കണം. ഈ അഭി ഷേകം ഉപേക്ഷിച്ച് നീ ഇന്നു തന്നെ ജടയും മരവുരിയും ധരിച്ച് കാട്ടിലേക്ക് പോകണം. മഹത്തായ സത്യവ്രതം കൊണ്ട് നീ നിന്റെ അച്ഛന്റെ കടം വീട്ടുക." രാമൻ അതുകേട്ട് സ്തോഭം കൂടാതെ കൈകേയിയോടു പറഞ്ഞു. "അങ്ങനെയാണ് അച്ഛൻ ആഗ്രഹിക്കുന്നതെങ്കിൽ തീർച്ചയായും ഞാനത് ചെയ്യും. ഇന്നുതന്നെ ഞാൻ വനത്തിലേക്ക് പുറപ്പെടുന്നതാണ്."

രാമന്റെ വാക്കുകൾ കേട്ട് സന്തുഷ്ടയായ കൈകേകി രാമന്റെ യാത്ര വേഗമാക്കാൻ തിരക്കിച്ചു. "ഭരതന് ഞാൻ ഇപ്പോൾ തന്നെ ആളയക്കുന്നുണ്ട്. നീ പോയാലല്ലാതെ അച്ഛൻ എഴുന്നേല്ക്കി ല്ല."

ഇതുകേട്ട് ദശരഥൻ വീണ്ടും ബോധംകെട്ട് കട്ടിലിൽ വീണു.

ബോധം കെട്ടു കിടക്കുന്ന അച്ഛനേയും കൈകേയി അമ്മ യേയും നമസ്കരിച്ചിട്ട് രാമൻ അന്തഃപുരത്തിൽനിന്ന് പുറത്തുവന്നു. വിവരമറിഞ്ഞ് കോപമാണ്ട ലക്ഷ്മണൻ നിറഞ്ഞ കണ്ണുകളോടെ രാമനെ അനുഗമിച്ചു.

വെൺകൊറ്റക്കുടയും വെഞ്ചാമരവും വെടിഞ്ഞ് രാമൻ വിവരം അറിയിക്കാൻ അമ്മയുടെ അടുത്തെത്തി. അമ്മ മകന്റെ നന്മയ്ക്കുവേണ്ടി വിഷ്ണു പൂജയിലേർപ്പെട്ടിരിക്കുകയായിരുന്നു. വനത്തിലേക്ക് ഉടനെ പുറപ്പെടുകയാണെന്ന് രാമൻ പറഞ്ഞ പ്പോൾ അമ്മ ബോധംകെട്ടു വീണു.

പിന്നെ ബോധം തെളിഞ്ഞ് അവർ ഉറക്കെ കരയാൻ തുട ങ്ങി. "നിന്റെ കൂടെ ഞാനും വരുന്നുണ്ട്." എന്നു പറഞ്ഞ് വാശി പിടിക്കാൻ തുടങ്ങി.

"നിന്നെ കാട്ടിലേക്ക് അയക്കണമെന്നു പറയുന്ന കൈകേയി മനുഷ്യ സ്ത്രീയല്ല പിശാചാണ്." എന്നു പറഞ്ഞ് കരയുന്ന അമ്മയെ രാമൻ ഒരുവിധം സമാധാനിപ്പിച്ചു. എന്നാൽ ലക്ഷ്മണൻ ഇതു കേട്ട് ക്രുദ്ധനായി. അവൻ പറഞ്ഞു. "അമ്മേ, പെൺചൊല്ലു കേട്ട് രാജ്യം വെടിഞ്ഞ് രാമൻ കാട്ടിൽ പോകുന്ന തിനോട് എനിക്ക് സമ്മതമില്ല. നാട്ടിൽ നിന്നാട്ടി കാട്ടിലേക്ക യക്കാൻ രാമൻ ഒരുതെറ്റും ചെയ്തതായി ഞാൻ കാണുന്നില്ല.

രണ്ടാം ബാല്യം പ്രാപിച്ച അച്ഛന്റെ വാക്കുകൾ ആരാണ് വക വെക്കുക? ഞാൻ കാവൽ നില്ക്കുന്ന അങ്ങയെ ആർക്കാണ് ആക്രമിക്കാനാവുക? എതിരായി ആരു നിന്നാലും കൂരമ്പുകൊണ്ട് അവരെ തകർത്ത് ഈ അയോദ്ധ്യയെ ഞാൻ മാനവശൂന്യമാക്കും."

ലക്ഷ്മണന്റെ വാക്കുകൾ കൗസല്യക്കും ഇഷ്ടപ്പെട്ടു. "ലക്ഷ്മണൻ പറഞ്ഞത് നിനക്കു സമ്മതമാണെങ്കിൽ നീ അങ്ങനെ ചെയ്യുക. സപത്നിയായ കൈകേയി പറഞ്ഞതുകേട്ട് ദുഃഖിതയായ എന്നെ വിട്ടു നീ പോകരുത്. നീ എന്നെ വിട്ടു പോയാൽ ഞാൻ മരണം വരിക്കും. സംശയമില്ല."

ഇപ്രകാരം കേഴുന്ന അമ്മയോട് രാമൻ പറഞ്ഞു. "അച്ഛന്റെ വാക്കുകൾ ധിക്കരിക്കാൻ എനിക്കാവില്ല. അച്ഛന്റെ ആജ്ഞ അനുസരിച്ചതു കൊണ്ട് ആർക്കും അധോഗതി ഉണ്ടാവുകയില്ല."

പിന്നെ ലക്ഷ്മണനോടു പറഞ്ഞു. "നിനക്ക് എന്നോടുള്ള സ്നേഹം എനിക്കറിയാം. നിന്റെ ബലവും തേജസ്സും എത്രമാത്രമാണെന്നും എനിക്കറിയാം. പക്ഷേ, ലോകത്തിൽ പരമമായത് ധർമ്മമാണെന്ന് ഞാൻ വിശ്വസിക്കുന്നു. അച്ഛന്റെ കല്പന ധിക്കരിക്കാൻ എനിക്കാവില്ല. നീ വൈരാഗ്യം വെടിയൂ. എന്നിട്ട് എന്റെ അഭിപ്രായം സ്വീകരിക്കുക." രാമൻ പറയുന്നതു കേട്ട് തലയും താഴ്ത്തി ലക്ഷ്മണൻ നിന്നു. കൗസല്യയും ഒടുവിൽ യാത്രാനുമതി നല്കി. വിവരം അറിഞ്ഞ് സീതാദേവി താനും രാമനെ കാട്ടിലേക്ക് അനുഗമിക്കുന്നുവെന്നു പറഞ്ഞു. എന്നാൽ രാമൻ ഘോരവനത്തിലേക്ക് സീതയെ കൊണ്ടുപോകാൻ ആഗ്രഹിച്ചില്ല. അതിന് പല തടസ്സങ്ങളും പറഞ്ഞു നോക്കി. പക്ഷേ, ദൃഢവ്രതയായ സീത അതൊന്നും കേട്ടില്ല. ഒടുവിൽ രാമന് സീതയുടെ അഭിപ്രായം സ്വീകരിക്കേണ്ടി വന്നു. ഇതുകേട്ട് ലക്ഷ്മണനും പറഞ്ഞു. "ഞാനും അങ്ങയോടൊപ്പം വരുന്നു. അങ്ങയോടൊപ്പമല്ലാതെ സ്വർഗ്ഗവും നരകവും എനിക്കു വേണ്ട. കൂടെപ്പോരാൻ എന്നേയും അങ്ങ് അനുവദിക്കുക. അങ്ങേക്ക് വഴി കാണിച്ചുകൊണ്ട് ഞാൻ മുമ്പേ നടക്കും. അങ്ങ് ഉറങ്ങുമ്പോഴും ഉണർന്നിരിക്കുമ്പോഴും ഞാൻ അങ്ങേക്കു കാവലായിരിക്കും."

ലക്ഷ്മണന് തന്റെ കൂടെ വരാനുള്ള അനുവാദം രാമൻ നല്കി.

അങ്ങനെ വനവാസത്തിനൊരുങ്ങിയ രാമനെ വിവരമറിഞ്ഞ ജനങ്ങൾ തടഞ്ഞു. എന്നിട്ടും തന്റെ തീരുമാനത്തിൽനിന്ന് രാമൻ പിൻവാങ്ങിയില്ല. പൗരജനങ്ങൾ അവരുടെ പിന്നാലെ കൂടി. "രാമൻ വെടിഞ്ഞ നാട് കാടാവട്ടെ. രാമൻ പോകുന്ന കാട് നാടാവട്ടെ." അവർ പറഞ്ഞു.

വനവാസത്തിന് പോകാൻ പുറപ്പെട്ട രാമൻ സീതാലക്ഷ്മണന്മാരോടൊപ്പം അച്ഛന്റെ സമ്മതം വാങ്ങാനായി ചെന്നു. "ദണ്ഡകാരണ്യത്തിൽ പോകുന്ന എന്നെ അനുഗ്രഹിച്ചാലും."

അതുകേട്ട് ദശരഥൻ പറഞ്ഞു. "രാമാ, കൈകേയിക്ക് വരം കൊടുത്തത് അബദ്ധമായി. എന്നെ ബന്ധിച്ച് നീ അയോദ്ധ്യയിലെ രാജാവാകുക." അതുകേട്ട് രാമൻ പറഞ്ഞു. "അങ്ങ് ആയിരമാണ്ട് ഇനിയും അയോദ്ധ്യ വാഴും. ഞാൻ പതിനാലു വർഷം വനത്തിൽ താമസിച്ചശേഷം തിരിച്ചുവന്ന് അങ്ങയുടെ പാദത്തിൽ നമസ്കരിക്കുന്നതാണ്."

ദശരഥൻ കണ്ണീരോടെ കോപത്തോടെ കൈകേയിയെ കുറ്റപ്പെടുത്തി ശപിച്ചു. പക്ഷേ, രാമൻ സ്വന്തം തീരുമാനത്തിൽ ഉറച്ചുനിന്നു.

ഉടനെ ദശരഥൻ സുമന്ത്രരോട് പറഞ്ഞു. "രാമന്റെ അനുയാത്രയ്ക്കായി രത്നങ്ങൾ വഹിക്കുന്ന ചതുരംഗസേനയെ അയക്കുക. എന്റെ എല്ലാ സമ്പത്തും രാമനെ അനുഗമിക്കട്ടെ."

ഇതുകേട്ട് കൈകേയിയുടെ മുഖം വരണ്ടു. പേടിച്ചു വിറച്ച് ഭർത്താവിനെ നോക്കിക്കൊണ്ട് അവൾ പറഞ്ഞു. "സത്തു നീക്കിയ മദ്യം പോലെ നിർദ്ധനമായ ഈ രാജ്യം ഭരതൻ കൈക്കൊള്ളുകയില്ല."

അതുകേട്ട് രാമൻ പറഞ്ഞു. "എല്ലാം വെടിഞ്ഞു കാട്ടിലേക്ക് പോകുന്ന എനിക്ക് അകമ്പടി എന്തിന്? സമ്പത്തെന്തിന്? പതിനാലു വർഷം കാട്ടിൽ പാർക്കാൻ പോകുന്ന എനിക്ക് കുട്ടയും കൂന്താലിയും കൊണ്ടു വന്നു തരൂ."

കൈകേയി തന്നെ രാമനുടുക്കാനുള്ള മരവുരി കൊണ്ടുവന്നു. രാമനോടു ചുറ്റിക്കൊള്ളുവാൻ പറഞ്ഞു.

സീതയും മരവുരി ചുറ്റാൻ ശ്രമിച്ചെങ്കിലും അവൾക്കതിന് കഴിഞ്ഞില്ല. അപ്പോൾ സീത മരവുരി ചുറ്റേണ്ട കാര്യമില്ലെന്ന് വസിഷ്ഠൻ പറഞ്ഞു.

അങ്ങനെ കാട്ടിലേക്ക് പോകുന്ന അവരെ ബ്രാഹ്മണരും പൗരജനങ്ങളും പിന്തുടർന്നു. യാത്ര ചെയ്ത് അവർ തമസാ നദി തീരത്തെത്തി. സൂര്യനസ്തമിച്ചപ്പോൾ സുമന്ത്രൻ കുതിരകളെ തേരിൽ നിന്നഴിച്ച് തീറ്റ കൊടുത്തു. രാത്രി അവർ അവിടെ കൂടി. ഇലകൾകൊണ്ടു നിർമ്മിച്ച ശാലയിൽ അവർ താമസിച്ചു. ലക്ഷ്മണൻ പുറത്തു കാവൽനിന്നു.

പ്രഭാതത്തിൽ നേരത്തെ ഉറക്കമുണർന്ന രാമൻ സുമന്ത്രരോടു തന്റെ കൂടെ വന്നവരെ നോക്കി പറഞ്ഞു. "ഇവരേയും കൂട്ടി ഇനി യാത്ര സാദ്ധ്യമല്ല. ഇവരുണരും മുമ്പ് നമുക്ക് തേരിൽ കയറി ഇവിടം വിടണം. അവർക്ക് അല്പം പോലും ദുഃഖം ഉണ്ടാക്കരുത്."

രാമൻ പറഞ്ഞതുപോലെ സൂതൻ തേരൊരുക്കി. "കുറച്ചു ദൂരം വടക്കോട്ടു പോവുക. എന്നിട്ട് തിരിച്ചുവന്ന് യാത്ര തുടരുക. ഞാനേതു വഴിക്കു പോയെന്ന് അവർ അറിയാതിരിക്കട്ടെ."

അങ്ങനെ അവർ യാത്രയായി. നേരം വെളുത്തപ്പോൾ ഉണർന്ന പൗരന്മാർ രാമലക്ഷ്മണന്മാരേയും സീതയേയും കാണാതെ പരിഭ്രാന്തരായി. അവർ ഉറക്കെ കരയാൻ തുടങ്ങി. "നമുക്കിവിടെ കിടന്ന് മരിക്കാം. നമ്മുടെ അശ്രദ്ധ കൊണ്ട് രാമലക്ഷ്മണന്മാരേയും സീതയേയും നമുക്കു നഷ്ടപ്പെട്ടു. രാമനെക്കൂടാതെ നാം അയോദ്ധ്യയിലേക്ക് പോകുന്നതെങ്ങനെ" എന്നൊക്കെ പറഞ്ഞ് വിലപിച്ച് അവർ ഒടുവിൽ അയോദ്ധ്യയിലേക്ക് തന്നെ യാത്രയായി.

ഭരതാഗമനം

അയോദ്ധ്യയെ പിന്നിട്ട രാമലക്ഷ്മണന്മാർ തിരയും ചുഴിയും നിറഞ്ഞ ഗംഗാതീരത്തെത്തി. അവിടെ ദാശരാജാവും ദശരഥന്റെ സുഹൃത്തുമായ ഗുഹൻ സീതാരാമലക്ഷ്മണന്മാരെ സ്വീകരിച്ചു സൽക്കരിച്ചു. അവിടെവെച്ച് സൂതനെ രാമൻ തിരിച്ചയച്ചു. ഗുഹൻ അവരെ വഞ്ചിയിൽ കയറ്റി അക്കരയ്ക്കു കൊണ്ടുപോയി. ഗുഹനോടു യാത്ര പറഞ്ഞ് കാൽനടയായി സഞ്ചരിച്ച് അവർ ചിത്രകൂടത്തിലെത്തി. അവിടെ ലക്ഷ്മണൻ പണിത പുല്ലുമേഞ്ഞ പർണ്ണശാലയിൽ രാമനും സീതയും താമസിച്ചു.

ഒരുദിവസം വന്യമൃഗങ്ങൾ ഭയന്നോടുന്നതും, വലിയ ശബ്ദബഹളവുംകേട്ട് രാമൻ ലക്ഷ്മണനോടു പറഞ്ഞു. "വലിയ ശബ്ദം കേൾക്കുന്നു. വല്ല മൃഗങ്ങളും മറ്റു മൃഗങ്ങളെ വേട്ടയാടുകയാണോ? അതോ രാജാക്കന്മാരാരെങ്കിലും കാട്ടിൽ വേട്ടയ്ക്കായി വന്നിരിക്കയാണോ? ഇതൊക്കെ നീ നേരെ ചെന്നറിയുക."

രാമൻ പറഞ്ഞതുകേട്ട് പൂത്ത സാലമരത്തിൽ കയറി ലക്ഷ്മണൻ ചുറ്റും നോക്കി. നോക്കിയപ്പോൾ കണ്ടത് ഒരു പെരുമ്പട. ആന, കുതിര, തേര്, കാലാൾ അടങ്ങിയ ചതുരംഗസേന. വീണ്ടും സൂക്ഷിച്ച് നോക്കിയപ്പോൾ ആ സേന വരുന്നത് ഭരതന്റെ നേതൃത്വത്തിലാണെന്നു മനസ്സിലായി. അതോടെ ലക്ഷ്ണന്റെ മനസ്സ് ക്രോധത്തീയിൽ ആളി.

ലക്ഷ്മണൻ രാമനോടു പറഞ്ഞു. "അഭിഷേകവും കഴിഞ്ഞ് കൈകേയിയുടെ മകൻ ഭരതൻ കാട്ടിൽനിന്നും നമ്മെ ആട്ടിയോടിക്കാൻ വരികയാണ്. ആ ദുഷ്ടൻ ഭരതൻ വധിക്കപ്പെടേണ്ടവനാണ്. അവനെ കൊന്ന് ഈ ഭൂമിയെ ഞാൻ രക്ഷിക്കും."

ക്രോധാകുലനായ ലക്ഷ്മണനെ ആശ്വസിപ്പിച്ചുകൊണ്ട് രാമൻ പറഞ്ഞു. "ഭരതനെ സംശയിക്കേണ്ട കാര്യമില്ല. മുമ്പെന്നെങ്കിലും ഭരതൻ നമുക്കെതിരായി എന്തെങ്കിലും ചെയ്തിട്ടുണ്ടോ? ഭരതനോട് അപ്രിയംചെയ്യുന്നത് എന്നോടു അപ്രിയം ചെയ്യുന്നതു പോലെതന്നെയാണ്. രാജ്യത്തിനുവേണ്ടിയാണ് നീ ഇങ്ങനെ പറയുന്നതെങ്കിൽ രാജ്യം നിനക്കു തരണമെന്ന് ഭരതനോട് ഞാൻ പറഞ്ഞാൽ അവൻ സംശയം കൂടാതെ നിനക്കതു തരും."

ഇതുകേട്ട് തന്റെ അവിവേക ചിന്തയിൽ ലക്ഷ്മണനു ലജ്ജ തോന്നി. അപ്പോഴേക്കും ഭരതശത്രുഘ്നന്മാർ രാമസമീപത്തെത്തി. ഞാൻ കാരണമാണല്ലോ അങ്ങേക്കു ഈ സങ്കടം വന്നത് എന്നു കരഞ്ഞ് ഭരതൻ രാമന്റെ കാല്ക്കൽ വീണു. ശത്രുഘ്നനും രാമപാദങ്ങളിൽ വീണു.

ഭരതൻ പറഞ്ഞു. "ഞാൻ അമ്മ വീട്ടിൽനിന്നു വന്നപ്പോഴാണ് എന്റെ അമ്മ കാരണം അഭിഷേകം മുടങ്ങിയതും. അങ്ങ് കാട്ടിലേക്ക് പോയതുമായ വിവരങ്ങൾ അറിഞ്ഞത്. അങ്ങയുടെ വിയോഗത്താൽ പുത്രശോകം കൊണ്ട് അച്ഛൻ മരണമടഞ്ഞു. ദുഷ്ടയായ അമ്മയെ ഞാൻ നിന്ദിച്ചു. പിതൃകർമ്മങ്ങൾ എല്ലാം നിർവ്വഹിച്ചു. പിന്നെ രാമനോടൊപ്പമല്ലാതെ അയോദ്ധ്യയിലേക്ക് മടങ്ങുകയില്ലെന്ന് ശപഥം ചെയ്താണ് ഞാൻ വന്നിരിക്കുന്നത്. എന്റെ കൂടെ അമ്മമാരും പ്രജകളും ബ്രാഹ്മണരുമൊക്കെ വന്നിട്ടുണ്ട്. അതുകൊണ്ട് അങ്ങ് സംശയം കൂടാതെ രാജ്യം സ്വീകരിച്ച് ഞങ്ങളോടൊപ്പം അയോദ്ധ്യയിലേക്ക് വരണം."

പിതാവിന്റെ മരണവൃത്താന്തമറിഞ്ഞ് രാമലക്ഷ്മണന്മാരും സീതയും അത്യന്തം ദുഃഖിച്ചു. പിന്നെ സോദരന്മാരോടൊന്നിച്ച് പിതൃക്രിയകൾ ചെയ്തു.

എല്ലാം കഴിഞ്ഞ് രാമൻ ഭരതശത്രുഘ്നന്മാരോടു പറഞ്ഞു.

"അമ്മ കൈകേയി ആവശ്യപ്പെട്ടത് ന്യായം മാത്രമാണ്. അച്ഛൻ കല്പിച്ചത് ശരിയുമാണ്. പതിനാല് വർഷത്തെ വനവാസത്തിന് ശേഷം മടങ്ങി വന്ന് ഞാൻ രാജ്യം സ്വീകരിച്ചു കൊള്ളാം. അതു വരെ നീ തന്നെ നാടു വാഴണം."

ഭരതൻ പിന്നെയും ജ്യേഷ്ഠൻ രാജ്യം സ്വീകരിക്കണമെന്നു പറഞ്ഞു വാശി പിടിച്ചു. വസിഷ്ഠനും അമ്മമാരും രാമനെ നിർബ്ബന്ധിച്ചു. എന്നാൽ രാമൻ സ്വന്തം തീരുമാനത്തിൽ ഉറച്ചുനിന്നു. അച്ഛന്റെ വാക്കു പാലിക്കുന്നത് മകന്റെ കടമയാണ്.

ഒടുവിൽ രാമന്റെ ആഗ്രഹത്തിന് ഭരതന് കീഴടങ്ങേണ്ടി വന്നു. "പതിനാലു വർഷം ഞാൻ ജ്യേഷ്ഠന്വേണ്ടി ജടയും മരവുരിയുമണിഞ്ഞ് ഫലമൂലങ്ങൾ മാത്രം ഭക്ഷിച്ച് നഗരത്തിന് പുറത്തിരുന്ന് രാജ്യകാര്യങ്ങൾ നോക്കും. അങ്ങയുടെ പാദുകമായിരിക്കും ഭരണം നടത്തുന്നത്. പതിനാല് വർഷത്തിന് ശേഷം അങ്ങയെ കാണാത്ത പക്ഷം ഞാൻ അഗ്നിയിൽ ചാടി മരിക്കും."

അങ്ങനെയാകട്ടെ എന്നു പറഞ്ഞ് രാമൻ ഭരതശത്രുഘ്നന്മാരെ ആലിംഗനം ചെയ്തു. എന്നിട്ട് ഭരതനോടു പറഞ്ഞു. "അമ്മയുടെ നേരെ കോപമരുത്. ഇത് എന്നെയും സീതയെയും തൊട്ട് നീ സത്യം ചെയ്യണം.

ഭരതൻ രാമൻ പറഞ്ഞതു പോലെ ചെയ്തു. രാമൻ അമ്മമാരെയും പ്രജകളേയും ആശ്വസിപ്പിച്ച് തിരിച്ചയച്ചു. എല്ലാവരോടും കണ്ണീരോടെ യാത്ര പറഞ്ഞു.

ശൂർപ്പണഖ

രാമൻ സീതയും ലക്ഷ്മണനുമൊത്ത് പഞ്ചവടിയിൽ പ്രവേശിച്ച സമയത്ത് ഘോരരൂപിണിയായ ഒരു പക്ഷിയെ കണ്ടു. അവനെ കണ്ട് അവർ ഏതോ രാക്ഷസനാണെന്നു കരുതി. ആരാണ് നീ എന്നു കോപത്തോടെ ചോദിച്ചു.

അപ്പോൾ ആ പക്ഷി പറഞ്ഞു. "ഞാൻ അങ്ങയുടെ അച്ഛന്റെ തോഴനായ ജഡായുവാണ്. ഞാനും എന്റെ ജ്യേഷ്ഠൻ സമ്പാതിയും സൂര്യ തേരാളിയായ അരുണന്റെ മക്കളാണ്. ഒരിക്കൽ ഞങ്ങൾ സൂര്യന്റെ അടുത്തേക്ക് മത്സരിച്ച് പറന്നു. സൂര്യന്റെ ചൂടുകൊണ്ട് എന്റെ ചിറക് കരിയാമെന്നായപ്പോൾ ജ്യേഷ്ഠൻ എന്നെ സൂര്യ പ്രഭാവത്തിൽനിന്ന് മാറ്റാനായി എനിക്കു മീതെ പറന്നു. അവൻ ചൂടുകൊണ്ട് ചിറകറ്റ് താഴെ വീണു. അതിനു ശേഷം അവനെ ഞാൻ കണ്ടിട്ടില്ല. ഇപ്പോൾ ഞാൻ ഇവിടെ ജീവിക്കുന്നു. രാക്ഷസന്മാരും വന്യമൃഗങ്ങളും നിറഞ്ഞ ഈ കൊടുങ്കാട്ടിൽ ഞാൻ നിങ്ങൾക്കു സഹായകമായി നില്ക്കാം."

തന്റെ അച്ഛന്റെ സുഹൃത്തുമായി ചങ്ങാത്തം പുതുക്കിയ ശേഷം രാമനും ലക്ഷ്മണനും പഞ്ചവടിയിൽ ആശ്രമം ഒരുക്കി.

ഒരുദിവസം രാമനും ലക്ഷ്മണനും സീതയും കഥകൾ പറഞ്ഞു കൊണ്ടിരിക്കുമ്പോൾ അവിടേക്ക് രാവണസഹോദരിയായ ശൂർപ്പണഖ വന്നു. അവൾ സുന്ദരനായ രാമനെ കണ്ടു. രാമനെ കണ്ട് കാമജ്വരം പിടിപെട്ട അവൾ അവരോട് ചോദിച്ചു.

"ജടയും മരവുരിയുമായി താപസവേഷത്തിൽ ഇവിടെ വരാനെന്താണ് കാരണം? നീ ആരാണ്?"

രാമൻ മറുപടി പറഞ്ഞു. "ഞാൻ ദശരഥപുത്രനായ രാമൻ. ഇവൻ എന്റെ അനുജൻ ലക്ഷ്മണൻ. എന്റെ കൂടെയുള്ളത് എന്റെ ഭാര്യ സീത. നിന്നെ കണ്ട് രാക്ഷസിയാണെന്നു തോന്നുന്നു. നീ ആരാണ്?"

അതു കേട്ട് അവൾ പറഞ്ഞു. "ഞാൻ രാവണസഹോദരിയായ ശൂർപ്പണഖ. കുംഭകർണ്ണൻ, വിഭീഷണൻ എന്നിവർ സഹോദരങ്ങൾ. നീ എന്റെ ഭർത്താവായിരിക്കുക. നിന്റെ ഈ വിരൂപയായ ഭാര്യയേയും അനുജനെയും ഞാൻ തിന്നുകൊള്ളാം. നീ എന്റെ ഒപ്പം സുഖമായി വാഴുക."

അപ്പോൾ രാമൻ പറഞ്ഞു. "ഞാൻ വിവാഹിതനാണ്. എന്റെ ഒപ്പം പത്നിയുണ്ട്. അതിനാൽ നീ എന്റെ അനുജനെ സമീപിച്ചു നോക്ക്."

ഉടനെ അവൾ ലക്ഷ്മണനെ സമീപിച്ച് തന്റെ ആഗ്രഹം പ്രകടിപ്പിച്ചു. ലക്ഷ്ണൻ അവളുടെ ആവശ്യം നിരസിച്ചപ്പോൾ അവൾ ക്രുദ്ധയായി. സീതയാണ് തന്റെ ആഗ്രഹത്തിന് തടസ്സമെന്ന് മനസ്സിലാക്കിയ ശൂർപ്പണഖ അവരുടെ മുമ്പിൽ വെച്ചു തന്നെ സീതയെ പിടിച്ചു തിന്നാൻ ആർത്തടുത്തു.

അതുകണ്ട് രാമൻ അവളെ കാതും മൂക്കുമരിഞ്ഞ് വിരൂപയാക്കാൻ ലക്ഷ്മണനോട് ആവശ്യപ്പെട്ടു. അവൻ രാമന്റെ വാക്കുകൾ അനുസരിച്ചു.

കാതും മൂക്കുമറ്റ് വിരൂപിണിയായ ശൂർപ്പണഖ കാടിനെ തകർക്കുന്ന വിധത്തിൽ ആർത്തുകരഞ്ഞ് കാട്ടിൽ ഓടി മറഞ്ഞു. അവൾ നേരെ ചെന്നത് സഹോദരനായ ഖരന്റെ അടുത്തേക്കാണ്. ചോരയിൽ കുതിർന്ന് വിരൂപിണിയായ അവളെ കണ്ട് ഖരൻ ചോദിച്ചു. "അനുജത്തി, ആരാണ് നിന്നോടിപ്രകാരം ചെയ്യാൻ ധൈര്യപ്പെട്ടത്? വേഗം പറയൂ. അവനെ ഞാൻ ഈ ഭൂമിയിൽനിന്ന് ഇല്ലാതാക്കുന്നുണ്ട്."

അവൾ വലിയ വായിൽ കരഞ്ഞുകൊണ്ട് ഖരനോടു പറഞ്ഞു. "ദശരഥപുത്രന്മാരായ രാമലക്ഷ്മണന്മാർ താപസവേഷത്തിൽ കാട്ടിൽ താമസിക്കുന്നു. അവരുടെ കൂടെ സീത എന്ന പെണ്ണുമുണ്ട്. അവൾക്കു വേണ്ടി അവർ എന്നെ ഈ വിധം

ചെയ്തു. അവരിരുവരുടേയും ആ പെണ്ണിന്റെയും ചോര കുടിക്കാൻ ഞാൻ ആഗ്രഹിക്കുന്നു."

നിന്റെ ആഗ്രഹം ഇപ്പോൾ തന്നെ സാധിച്ചു തരുന്നുണ്ടെന്നു പറഞ്ഞ് ഖരൻ കാലതുല്യരായ പതിനാലായിരം രാക്ഷസന്മാരെ അവിടേക്ക് അയച്ചു. കൂടെ ശൂർപ്പണഖയും പോയി.

ശൂർപ്പണഖ രാമാശ്രമത്തിൽ എത്തി രാമലക്ഷ്മണന്മാരെ അവർക്ക് കാണിച്ചു കൊടുത്തു. സീതയെ ലക്ഷ്മണന്റെ അടുക്കൽ ഏല്പിച്ച് രാമൻ അവരോടെതിരിട്ടു. നിമിഷനേരംകൊണ്ട് രാമൻ അവരെയെല്ലാം കാലപുരിയിലേക്ക് അയച്ചു.

വീണ്ടും ശൂർപ്പണഖ ഖരന്റെ അടുത്തെത്തി. "അവരെ കൊല്ലാൻ നിനക്ക് കഴിയില്ല. നീ വേഗം ഈ കാടു വിടുക. കരുത്തോ കഴിവോ ഇല്ലാത്ത നീ ഇവിടെ വാഴുന്നതെന്തിന്?"

ഇങ്ങനെ അലമുറയിട്ട് അവൾ ബോധം കെട്ട് നിലത്തു വീണു.

ശൂർപ്പണഖ ശകാരിച്ചപ്പോൾ ഖരൻ പരുഷമായി പറഞ്ഞു "നിനക്ക് നേരിട്ട അപമാനംമൂലം ഞാൻ കത്തിക്കാളുകയാണ്. ഞാനിന്ന് രാമനേയും അനുജനേയും കൊല്ലും. എന്റെ വെണ്മഴുവേറ്റ് ഭൂമിയിൽ വീഴുന്ന രാമന്റെ ചോര നിനക്കിന്ന് മതിയാവോളം കുടിക്കാനാവും."

ഇങ്ങനെ വീരവാദം മുഴക്കി ഖരൻ സേനാധിപതിയായ ദൂഷണനെയും കൂട്ടി രാമനെ തേടി പുറപ്പെട്ടു.

അവരുടെ വരവുകണ്ട് രാമൻ ലക്ഷ്മണനോടു പറഞ്ഞു. "രാക്ഷസന്മാർ നമ്മെ നേരിടാൻ വരുന്നുണ്ട്. ഞാൻ തന്നെ അവരെ യുദ്ധത്തിൽ നശിപ്പിക്കാം. നീ സീതയുമായി ഗുഹയിൽ പോയി ഇരിക്കുക."

ലക്ഷ്മണൻ സീതയെയുംകൂട്ടി ഗുഹയിലേക്ക് പോയി. രാമൻ വില്ലും ശരങ്ങളുമായി രാക്ഷസന്മാരോടേറ്റുമുട്ടി. കലികൊണ്ട രാമനെ കണ്ട് ശത്രുക്കൾ ഭയപ്പെട്ടു.

പോരിൽ ഖരസേനാനിപതികളായ ത്രിശിരസ്സും ദൂഷണനും കൊല്ലപ്പെട്ടപ്പോൾ ഖരൻതന്നെ രാമനെ നേരിടാനെത്തി. ഖരനേയും രാമൻ യുദ്ധത്തിൽ വധിച്ചു. അങ്ങനെ ആ വനത്തെ രാക്ഷസരഹിതമാക്കി. അതുകണ്ട് ഋഷിമാരും ദേവന്മാരും രാമനെ പുകഴ്ത്തി.

മാരീചനും രാവണനും

രാമൻ ഒറ്റയ്ക്ക് പതിനാലായിരം രാക്ഷസന്മാരേയും ഖരഭൂഷണാദികളേയും കൊന്നതുകണ്ട് ശൂർപ്പണഖ ഇടിവെട്ടുമ്പോലെ അലറിക്കരഞ്ഞുകൊണ്ട് രാവണപുരിയായ ലങ്കയിലെത്തി. അവിടെ ദിവ്യവസ്ത്രങ്ങളും ആഭരണങ്ങളും അണിഞ്ഞ് മന്ത്രിമാരാൽ ചുറ്റപ്പെട്ട രാവണനെ അവൾ കണ്ടു.

ദുഃഖിതയും ക്രുദ്ധയുമായ ശൂർപ്പണഖ രാവണനെ നിന്ദിച്ചുകൊണ്ട് പറഞ്ഞു. “സുഖത്തിൽ മുഴുകിയിരിക്കുന്ന നീ നിനക്കു വന്ന വിപത്തെന്തെന്ന് അറിയുന്നില്ല. നിനക്കു ചാരന്മാരില്ലെന്ന് തോന്നുന്നു. ജനസ്ഥാനത്തെ രാക്ഷസന്മാർ മരിച്ചത് നീ അറിഞ്ഞില്ലല്ലോ? ഖരനും ദൂഷണനും അടക്കം പതിനാലായിരം രാക്ഷസന്മാർ രാമനാൽ കൊല്ലപ്പെട്ടു. നീ നാടും വീടും നശിച്ച് താമസിയാതെ ആപത്തിൽ അകപ്പെടും.”

ശൂർപ്പണഖ പറഞ്ഞതുകേട്ട് രാവണൻ ചോദിച്ചു. “ആരാണ് ഈ രാമൻ? അവൻ ദണ്ഡകാരണ്യത്തിൽ എന്തിന് വന്നു? അവന്റെ ആയുധമെന്ത്? നിന്നെ വിരൂപയാക്കിയത് ആര്?”

രാവണന്റെ വാക്കുകൾ കേട്ട് കലി കയറിയ ശൂർപ്പണഖ പറഞ്ഞു. “അയോദ്ധ്യയിലെ രാജാവായ ദശരഥപുത്രനാണ് രാമൻ. പോരിൽ അവൻ രാക്ഷസന്മാരെ വധിച്ചു. സ്ത്രീയെ കൊല്ലരുതല്ലോ എന്നു കരുതി എന്നെ വിരൂപിയാക്കി. രാമന്റെ കൂടെ

അവന്റെ പത്നിയുമുണ്ട്. അതീവ സുന്ദരി. ഇമ്മാതിരിയൊരു സൗന്ദര്യം മൂന്നു ലോകത്തും ഞാൻ കണ്ടിട്ടില്ല. അവളെ കണ്ടപ്പോൾ നിനക്കുവേണ്ടി പിടിച്ചു കൊണ്ടുവരാമെന്ന് ഞാൻ കരുതി. അപ്പോൾ ലക്ഷ്മണൻ എന്നെ ഇപ്രകാരം വിരൂപയാക്കി."

ഇതു കേട്ട് രാവണൻ സഹോദരിയെ ആശ്വസിപ്പിച്ചു. അതിന് ശേഷം എന്താണ് ചെയ്യേണ്ടത് എന്ന് ചിന്തിച്ചു. സീതയെ കൈവശപ്പെടുത്തണം. അതിന് തന്നെ സഹായിക്കാൻ കഴിവുള്ള ഒരാളേയുള്ളൂ. അത് അമ്മാവനായ മാരീചനാണ്. രാവണൻ മാരീചനെ കാണാൻ പുറപ്പെട്ടു.

വനത്തിനുള്ളിൽ ഏകാന്തമായ ഒരാശ്രമത്തിൽ മാരീചൻ മാന്തോലുടുത്ത് ജട പിടിച്ച് അല്പാഹാരിയായി കഴിയുകയായിരുന്നു. രാവണനെ കണ്ട് മാരീചൻ രാവണന്റെ ആഗമനോദ്ദേശ്യം ചോദിച്ചു.

രാവണൻ ശൂർപ്പണഖയ്ക്കുണ്ടായ അവസ്ഥയെക്കുറിച്ചും രാമൻ ഒറ്റയ്ക്ക് ഖരദൂഷണന്മാരടക്കം പതിനാലായിരം രാക്ഷസന്മാരെ കൊന്ന കഥയും മാരീചനോടു പറഞ്ഞു. "അവൻ പെങ്ങളെ മൂക്കും കാതുമരിഞ്ഞ് വിരൂപയാക്കി. അതിന് പകരമായി അവന്റെ ഭാര്യയെ നമുക്ക് പിടിച്ചുകൊണ്ടുവരണം. അതിന് മായാവിയായ അങ്ങയുടെ സഹായം എനിക്ക് ആവശ്യമാണ്. അങ്ങ് പൊന്മാനിന്റെ വേഷം കെട്ടി രാമലക്ഷ്മണന്മാരെ സീതയിൽ നിന്നകറ്റണം. അവൾ തനിച്ചായാൽ സീതയെ ഞാൻ അപഹരിക്കാം. അതുകഴിഞ്ഞ് വിരഹിയായ രാമനെ ഞാൻ യുദ്ധത്തിൽ വധിക്കുന്നതാണ്."

രാമപരാക്രമം മുമ്പറിഞ്ഞ മാരീചൻ രാവണനോടു പറഞ്ഞു. "നീ ഉന്നതനായ രാമനെ അറിയുന്നില്ല. അവൻ കോപിച്ചാൽ പിന്നെ രാക്ഷസന്മാർ ഉണ്ടാവില്ല. സ്വാർത്ഥനും താന്തോന്നിയുമായ നീ കാരണം ഈ രാക്ഷസപുരി മുടിയും. സീതമൂലം സർവ്വാലങ്കാര ഭൂഷിതമായ ലങ്ക എരിഞ്ഞു ചാമ്പലാവും. ഒരിക്കൽ ഞാനും അഹങ്കാരം കൊണ്ട് ദണ്ഡകത്തിൽ അലഞ്ഞു നടന്ന താപസന്മാരെ കൊന്ന് അവരുടെ ചോര കുടിച്ചു. അവിടെ വെച്ച് ഞാൻ രാമലക്ഷ്മണന്മാരെ കണ്ടു. അവരെ കൊല്ലാനായി ഞാനും കൂട്ടുകാരും മൃഗരൂപത്തിൽ പാഞ്ഞടുത്തു. എന്നാൽ അവന്റെ

അസ്ത്രങ്ങൾ കൊണ്ട് കൂട്ടുകാരെല്ലാം കൊല്ലപ്പെട്ടു. ഞാൻ എങ്ങനെയോ കുതിച്ചു പാഞ്ഞു ജീവൻ രക്ഷിച്ചു. അങ്ങനെ പ്രാണൻ തിരിച്ചുകിട്ടിയ ഞാൻ ഈ കാട്ടിൽ യോഗവുമനുഷ്ഠിച്ച് താപസനായി കഴിയുകയാണ്. വില്ലേന്തിയ രാമനെ കയറേന്തിയ കാലനെപ്പോലെ ഞാൻ കാണുന്നു. ഞാൻ പറയുന്നത് നീ കേൾക്കണം. അല്ലെങ്കിൽ രാമബാണത്തിന് നീയും ഇരയാകും."

മാരീചന്റെ വാക്കുകൾ കേട്ട് ക്രുദ്ധനായ രാവണൻ പറഞ്ഞു. "അങ്ങ് പറഞ്ഞ കൊള്ളരുതായ്മകൾ തികച്ചും നിഷ്ഫലമാണ്. വെറും മനുഷ്യനെ പേടിച്ച് പോരിൽനിന്ന് പിൻവാങ്ങുന്നവനല്ല ഞാൻ. പെൺവാക്കു കേട്ട് നാടിനേയും നാട്ടാരേയും അച്ഛനമ്മമാരേയും സ്വന്തക്കാരേയും വെടിഞ്ഞ് കാട്ടിലെത്തി. ഖരനെ പോരിൽ കൊന്ന അവന്റെ പത്നിയായ സീതയെ അങ്ങയോടൊപ്പം ചെന്ന് ഞാൻ അപഹരിക്കും. ദേവന്മാർക്കുപോലും ഇതിൽനിന്ന് എന്നെ പിന്തിരിപ്പിക്കാനാവില്ല. അങ്ങ് ചെയ്യേണ്ടതു ഞാൻ പറയാം. മായയാൽ പൊന്മാനായി ചെന്ന് സീതയെ രാമനിൽനിന്നകറ്റണം. ഞാൻ സീതയെ അപഹരിച്ച് രാമനെ കൊന്ന് അങ്ങയോടൊപ്പം ലങ്കയിലേക്ക് മടങ്ങും, പാതി രാജ്യവും ഞാൻ അങ്ങേക്ക് തരുന്നതാണ്. മറിച്ചാണ് അങ്ങയുടെ തീരുമാനമെങ്കിൽ ഞാൻ അങ്ങ് എന്റെ അമ്മാവനാണെന്ന് കരുതുകയില്ല."

"നീ ഞാൻ പറയുന്ന നല്ല കാര്യങ്ങൾ കേൾക്കുന്നില്ല. നാശം അടുത്തവൻ ഹിതകാര്യങ്ങൾ കേൾക്കുകയില്ല. അവൻ എന്നെ കൊല്ലും. നിന്നേയും കൊല്ലും. എന്നാലും നിന്റെ കൈകൊണ്ട് മരിക്കുന്നതിനേക്കാൾ രാമന്റെ കൈകൾ കൊണ്ടു മരിക്കുന്നതാണ് ഭേദം. ഞാൻ നിന്റെ ആവശ്യം നടത്തിത്തരാം." എന്നുപറഞ്ഞ് സ്വന്തം വിധിക്ക് കീഴടങ്ങാൻ മാരീചൻ തീരുമാനിച്ചു.

സന്തുഷ്ടനായ രാവണൻ മാരീചനെ കെട്ടിപ്പിടിച്ചു. എന്നിട്ടു പറഞ്ഞു. "ഇപ്പോഴാണ് അങ്ങ് എന്റെ അമ്മാവനായ മാരീചനായത്." പിന്നീട് തേരിലേറി രണ്ടുപേരും ആശ്രമത്തിൽനിന്ന് പഞ്ചവടിയിലേക്ക് പുറപ്പെട്ടു.

മായപ്പൊന്മാൻ

പഞ്ചവടിയിലെ രാമാശ്രമത്തിന് മുമ്പിൽ വെച്ച് മാരീചൻ അത്ഭുതകരമായ ഒരു മാനിന്റെ രൂപം കൈക്കൊണ്ടു. കറുപ്പും വെളുപ്പും കലർന്ന മുഖരേഖകൾ. ചെന്താമരയുടെയും ആമ്പലിന്റെയും നിറം പൂണ്ട കാതുകൾ ഇന്ദ്രനീല തുല്യമായ വയറ്. മാരിവിൽ പോലെ തിളങ്ങുന്ന വാൽ പലതരം രത്നങ്ങൾ പോലുള്ള പുള്ളികൾ. അഴകാർന്നു മിന്നുന്ന ശരീരം.

ആ മാൻ സീതയെ പ്രലോഭിപ്പിക്കാൻ പുൽത്തകിടികളിൽ തുള്ളിച്ചാടി നടന്നു. വാഴത്തോപ്പിലും കൊന്നക്കാട്ടിലും സീതയുടെ കണ്ണിൽപ്പെടുമാറ് സഞ്ചരിച്ചു. മുമ്പെങ്ങും കണ്ടിട്ടില്ലാത്ത തരത്തിലുള്ള മാനിനെ കണ്ട് സീത വിസ്മയപ്പെട്ടു. കനകത്തിന്റെയും വെള്ളിയുടെയും നിറം പൂണ്ട ഉടലോടു കൂടിയ മാനിനെക്കണ്ട് സീത രാമലക്ഷ്മണന്മാരെ വിളിച്ചു കാണിച്ചു കൊടുത്തു. ആ മാനിനെ കണ്ട ലക്ഷ്മണൻ സംശയിച്ചു ഇത് രാക്ഷസമായയായിരിക്കുമോ?

ഇങ്ങനെ പറഞ്ഞ ലക്ഷ്മണനെ തടഞ്ഞ് സീത പറഞ്ഞു. “ഈ മനോഹരമായ മൃഗം എന്റെ ഹൃദയത്തെ ആകർഷിക്കുന്നു. എനിക്ക് കളിപ്പാനായി ഇതിനെ പിടിച്ചു തരണം. വനവാസം കഴിഞ്ഞ് അയോദ്ധ്യയിലെത്തുമ്പോൾ ഈ മൃഗം അന്തഃപുരത്തിന് ഒരലങ്കാരമാവും.”

കനകകാന്തി കലർന്ന മാനിനെ കണ്ട് രാമനും അത്ഭുതംകൊണ്ടു. രാമൻ സന്തോഷത്തോടെ അനുജനോടു പറഞ്ഞു. "ലക്ഷ്മണാ, സീതയ്ക്ക് ഇതിന്റെ നേരെ എന്തൊരാഗ്രഹം! ഈ കനകമയമായ മൃഗം ആരുടെ മനസ്സാണ് കവരാത്തത്! നീ പറയുന്നതുപോലെ ഇതു രാക്ഷസമായയാണെങ്കിൽ അതിനെ കൊല്ലുക തന്നെ വേണം. ഞാനിവനെ സീതയ്ക്കു പിടിച്ചു കൊടുക്കും. അല്ലെങ്കിൽ ഞാനിവനെ കൊല്ലും. ഞാനിതാ മാനിനെ പിടിക്കാൻ പോകുന്നു. നീ ആശ്രമത്തിൽ സീതയ്ക്കു കാവലായി നില്ക്കണം."

രാമൻ സീതയെ അനുജനെ ഏല്പിച്ച് വില്ലുമെടുത്ത് മാനിന്റെ പിന്നാലെ പോയി. അമ്പു കൊള്ളാതെ പാഞ്ഞ മാൻ ഇപ്പോൾ പിടിക്കാൻ കിട്ടുമെന്ന് തോന്നിക്കുമാറ് കൊതിപ്പിച്ചുകൊണ്ട് തുള്ളിച്ചാടി നടന്നു.

ആശ്രമത്തിൽനിന്നു രാമനെ ഏറെ അകറ്റി. ഒടുവിൽ മനം മടുത്ത രാമൻ മാനിനെ കൊല്ലാനായി അസ്ത്രമയച്ചു.

ഘോരമായ അലർച്ചയോടെ മാരീചൻ നിലംപതിച്ചു. പിന്നീട് ലക്ഷ്ണനേയും സീതയിൽ നിന്നകറ്റാനായി രാമന്റെ സ്വരത്തിൽ "ഹാ! സീതേ, ലക്ഷ്മണാ." എന്നിങ്ങനെ നിലവിളിച്ചു. മൃഗരൂപം വെടിഞ്ഞ് അവൻ രാക്ഷസരൂപം കൈക്കൊണ്ടു. ലക്ഷ്മണൻ ഊഹിച്ചത് ശരി തന്നെ. പൊന്മാനിന്റെ വേഷത്തിൽ വന്നത് മാരീചനായിരിക്കും എന്നു രാമനും ബോദ്ധ്യമായി.

ഹാ ലക്ഷ്മണാ, സീതേ എന്നു നിലവിളിച്ചാണല്ലോ അവൻ മരിച്ചു വീണത്. അവർ എന്തു കരുതും എന്നു വ്യാകുലപ്പെട്ട് രാമൻ അതിവേഗം ആശ്രമത്തിലേക്ക് തിരിച്ചു.

ആശ്രമത്തിൽ സീതയും ലക്ഷ്മണനും മാരീചന്റെ കരച്ചിൽ കേട്ടു. അതു കേട്ട ഉടനെ സീത ലക്ഷ്മണനോടു രാമനെന്തോ അപകടം പറ്റിയിരിക്കുന്നു. നീ പോയി വേഗം അന്വേഷിച്ചു വരിക എന്നുപറഞ്ഞു.

ഇങ്ങനെ സീത പരിഭ്രമത്തോടെ പറഞ്ഞതു കേട്ടിട്ടും ലക്ഷ്മണൻ കുലുങ്ങിയില്ല. അതിൽ കോപമാർന്ന സീത അവനെ ശകാരിച്ചു. "നീ മിത്രരൂപത്തിലുള്ള ശത്രുവാണ്. രാമൻ അപകടത്തിൽപ്പെട്ടു എന്നറിഞ്ഞിട്ടും നീ എന്നെ വിട്ടു പോകാത്തത്

അതുകൊണ്ടാണ്. രാമനെ ഇല്ലാതാക്കി നീ എന്നെ സ്വന്തമാക്കാനാണ് ആഗ്രഹിക്കുന്നത്. രാമനോട് നിനക്ക് തെല്ലും സ്നേഹമില്ല. അതുകൊണ്ടല്ലേ രാമന്റെ വിലാപം കേട്ടിട്ടും കുലുങ്ങാതെ നില്ക്കുന്നത്."

ഇങ്ങനെ കരഞ്ഞു പറയുന്ന സീതയെ ലക്ഷ്മണൻ സമാധാനിപ്പിക്കാൻ ശ്രമിച്ചു. "ഭവതിയുടെ ഭർത്താവും എന്റെ ജ്യേഷ്ഠനുമായ രാമനെ രാക്ഷസന്മാർക്കോ ദേവന്മാർക്കോ ഒന്നും ചെയ്യാനാവില്ല. നാം കേട്ടത് രാക്ഷസമായയായിരിക്കും. രാമൻ ഇവിടെയില്ലാതെ ഭവതിയെ ഒറ്റയ്ക്ക് കാട്ടിൽ വിട്ടുപോകാൻ എനിക്കാവില്ല. ഭവതിയെ കാത്തു സൂക്ഷിക്കാൻ എന്നെയാണ് രാമൻ ഏല്പിച്ചിരിക്കുന്നത്. ഭവതി അതിൽ സങ്കടപ്പെടരുത്."

ഇതു കേട്ട് കോപം കൊണ്ടുതുടുത്ത സീത ലക്ഷ്മണനോടു പരുഷമായി പറഞ്ഞു. "ദുഷ്ടാ, കുലദ്രോഹി, രാമന് ആപത്തു വരുന്നതാണ് നിനക്കിഷ്ടം. നീ എന്നെ സ്വന്തമാക്കാനാഗ്രഹിക്കുകയാണ്. നിന്റെ ആഗ്രഹം സാധിക്കുകയില്ല. നിന്റെ മുമ്പിൽ വെച്ചു ഞാൻ പ്രാണനെ ത്യജിക്കും. രാമനില്ലാതെ ഒരു നിമിഷം ഞാൻ ഊഴിയിൽ വാഴുകയില്ല."

സീതയുടെ തരംതാണ വാക്കുകൾ കേട്ട് ലക്ഷ്മണൻ കാതുപൊത്തി. എന്നിട്ടു പറഞ്ഞു. "ഇതിനുത്തരം പറയാൻ ഞാൻ മുതിരുന്നില്ല. ഭവതി എനിക്കമ്മയാണ്. ഇമ്മാതിരി വാക്കുകൾ എനിക്കു സഹിക്കാനാവില്ല. ആ വാക്കുകൾ എന്റെ കാതിനു പഴുപ്പിച്ച ഇരുമ്പാണിയാണ്. ജ്യേഷ്ഠൻ പറഞ്ഞത് അനുസരിക്കുക മാത്രം ചെയ്യുന്ന എന്നോട് പരുഷവാക്കുകൾ പറഞ്ഞ ഭവതിയുടെ നാശം അടുത്തിരിക്കുന്നു. ഞാനിതാ രാമനെ തേടിപ്പോകുന്നു. വനദേവതകൾ ഭവതിയെ കാത്തു രക്ഷിക്കട്ടെ."

സീതയെ നമസ്കരിച്ച് ലക്ഷ്മണൻ രാമനെ അന്വേഷിച്ച് യാത്രയായി.

സീതാപഹരണം

ലക്ഷ്മണൻ സീതയെ വിട്ടുപോയതും അവിടെ ഒളിച്ചുനിന്ന രാവണൻ സന്ന്യാസി വേഷത്തിൽ അവളുടെ അടുത്തെത്തി. കാവിമുണ്ടു ചുറ്റി മെതിയടിയും ദണ്ഡും കമണ്ഡലവുമായി സീതയ്ക്കു മുമ്പിൽ വേദമന്ത്രങ്ങൾ കീർത്തിച്ചുകൊണ്ട് രാവണൻ പ്രത്യക്ഷനായി. എന്നിട്ട് ചോദിച്ചു. "സുന്ദരിയായ നീ ആരാണ്? നിന്നെപ്പോലെ ഒരു സുന്ദരി ഈ കൊടുങ്കാട്ടിൽ ഒറ്റയ്ക്കായതെങ്ങനെ?"

ബ്രാഹ്മണ വേഷത്തിൽ വന്ന രാവണനെ കണ്ട് സീത ആദരവോടെ സൽക്കാര പൂജാദികൾ ചെയ്തു. എന്നിട്ട് വിനയത്തോടെ പറഞ്ഞു. "ഹേ, ബ്രാഹ്മണശ്രേഷ്ഠാ, ഈ പീഠത്തിൽ ഇരിക്കൂ. ഇതാ ജലം. പാദങ്ങൾ കഴുകി വനത്തിൽനിന്നു ലഭിച്ച ഫലമൂലാദികൾ ഭക്ഷിച്ചാലും. മിഥിലയിലെ ജനകപുത്രിയായ സീതയാണ് ഞാൻ. പിന്നീട് അയോദ്ധ്യാ രാജകുമാരനായ രാമന്റെ വധുവായിത്തീർന്നു. രാമനെ യുവരാജാവായി വാഴിക്കാൻ അച്ഛൻ ദശരഥൻ തുനിഞ്ഞപ്പോൾ അമ്മ കൈകേയി അതു തടഞ്ഞു. ഭരതനെ യുവരാജാവാക്കണമെന്നും രാമനെ വനവാസത്തിനയക്കണമെന്നും അവർ ആവശ്യപ്പെട്ടു. കാട്ടിലേക്ക് പുറപ്പെട്ട രാമനെ അനുജനോടൊപ്പം ഞാനും അനുഗമിച്ചു. അങ്ങനെ സഞ്ചരിച്ച് സഞ്ചരിച്ച് ഞങ്ങൾ ഇവിടെയെത്തി. അപ്പോഴാണ്

അതിമനോഹരമായ പൊന്മാനിൽ എനിക്ക് കൗതുകമുണ്ടായത്. എന്റെ ആവശ്യപ്രകാരം മാനിനെ പിടിക്കാനായി രാമൻ പോയി. അനുജാ, സീതേ, രക്ഷിക്കൂ എന്ന രാമന്റെ വിലാപം കേട്ട് ലക്ഷ്മണൻ രാമനെ അന്വേഷിച്ചു പോയിരിക്കുകയാണ്. ഇനി അങ്ങാരാണെന്നും എന്തിനാണ് ഇവിടെ വന്നതെന്നും പറയുക."

"ഞാൻ മൂന്നു ലോകങ്ങളെയും കിടിലം കൊള്ളിക്കുന്ന ലങ്കാധിപതിയായ രാവണനാണ്. നിന്നെ എനിക്കിഷ്ടപ്പെട്ടു. സുന്ദരീ, നീ കാട്ടിൽ ഇങ്ങനെ ഒറ്റയ്ക്കു കഴിയേണ്ടവളല്ല. കടലിൻ നടുവിലെ ലങ്കാരാജ്യത്തിൽ എന്റെ രാജ്ഞിയാവേണ്ടവളാണ്. നീയെന്റെ ഭാര്യയായാൽ സർവ്വാഭരണഭൂഷിതകളായ ആയിരക്കണക്കിന് ദാസിമാരാൽ നീ പരിചരിക്കപ്പെടും."

ഇങ്ങനെ രാവണൻ പറഞ്ഞതു കേട്ടപ്പോൾ കോപാകുലയായ സീത പറഞ്ഞു. പർവ്വം പോലെ ഇളകാത്തവനും സമുദ്രതുല്യം അക്ഷോഭ്യനും ആയ രാമന്റെ പത്നിയാണ് ഞാൻ. നീ മന്ദരപർവ്വതത്തെ ഇളക്കി കൊണ്ടു പോകാൻ ആഗ്രഹിക്കുന്നു. കാളകൂടം കഴിച്ച് സുഖമായിപ്പോകാമെന്ന് ആശിക്കുന്നു. എന്നെ സംബന്ധിച്ച് പൊന്നും ഈയവും തമ്മിലുള്ള വ്യത്യാസമുണ്ട് നിങ്ങൾ തമ്മിൽ."

സീതയുടെ വാക്കുകൾ വലിയ ധിക്കാരമായാണ് രാവണന് തോന്നിയത്. ക്രുദ്ധനായ രാവണൻ പറഞ്ഞു. "എന്നെ ചപലയായ നീ നിരസിക്കരുത്. നിരസിച്ചാൽ പിന്നീട് ദുഃഖിക്കേണ്ടി വരും. പോരിൽ എന്റെ ചെറുവിരലിന് പോര നിന്റെ രാമൻ. നിന്റെ ഭാഗ്യം കൊണ്ടാണ് ഞാൻ നിന്റെ മുമ്പിലെത്തിയതെന്ന് നീ മനസ്സിലാക്കണം."

"രാവണാ, നീ എന്റെ വാക്കുകൾ കേൾക്കാതിരുന്നാൽ നീ വംശത്തോടെ മുടിയും. എന്നെപ്പോലെയുള്ള ഒരുവളെ തൊട്ടാൽ പിന്നെ അമൃതു ഭക്ഷിച്ചാലും നിനക്കു രക്ഷയില്ല."

ഇങ്ങനെ പറഞ്ഞു കരയുന്ന സീതയ്ക്കുമുമ്പിൽ രാവണൻ സ്വന്തരൂപത്തിൽ പ്രത്യക്ഷനായി. പിന്നെ ബലാൽക്കാരമായി സീതയെ വലിച്ചിഴച്ച് പുഷ്പക വിമാനത്തിൽ കയറ്റി. രാവണനാൽ പിടിക്കപ്പെട്ട സീത പേടമാനിനെപ്പോലെ കരഞ്ഞു. "രാമാ,

രാമാ, ഇതാ ഈ ദുഷ്ടൻ എന്നെ ബലാൽക്കാരമായി കൊണ്ടു പോകുന്നു. അയ്യോ ലക്ഷ്മണാ, നീയിത് കേൾക്കുന്നില്ലേ? നീ എവിടെയാണ്?"

ദുഃഖിതയായി കരയുന്ന സീതയുടെ വിലാപസ്വരം മരത്തിലിരുന്ന് പക്ഷിശ്രേഷ്ഠനായ ജടായു കേട്ടു. സീത അവനോടു പറഞ്ഞു. "അല്ലയോ പക്ഷിശ്രേഷ്ഠാ, ദുഷ്ടനായ രാവണൻ ഇതാ എന്നെ പിടിച്ചുകൊണ്ടു പോകുന്നു. കരുത്തനും ആയുധപാണിയുമായ ഈ ദുർവൃത്തനെ തടയാൻ നിനക്കാവില്ലല്ലോ. അതുകൊണ്ട് രാമനോടും ലക്ഷ്മണനോടും ഈ വിവരം അറിയിക്കുക."

ഇപ്രകാരം സീത പറഞ്ഞപ്പോൾ ജടായു രാവണനോടു പറഞ്ഞു. "അല്ലയോ രാക്ഷസരാജാവേ, നീ നിന്ദ്യാകർമ്മം ചെയ്യരുത്. ഞാൻ വൃദ്ധൻ. നീ യുവാവ്. നിനക്ക് അമ്പും വില്ലും പടച്ചട്ടയുമുണ്ട്. എങ്കിലും നിനക്ക് സീതയേയുംകൊണ്ട് സുഖമായി ഞാൻ നോക്കി നില്ക്കെ പോകാനാവില്ല. നിനക്കെന്നോട് യുദ്ധം ചെയ്യാം."

ഇങ്ങനെ പറഞ്ഞ് കോപംകൊണ്ടു കലങ്ങിയ കണ്ണുകളുമായി ജടായു രാവണനുമായി ഏറ്റുമുട്ടി. അവർ തമ്മിൽ ഘോരമായ യുദ്ധം നടന്നു. ജടായു തന്റെ കൂർത്ത മൂർച്ചയുള്ള നഖങ്ങൾകൊണ്ട് രാവണനെ കീറിമുറിച്ചു. രാവണൻ സഹികെട്ട് ജടായുവിന്റെ നേരെ ഘോരമായ ബാണങ്ങൾ അയച്ചു. ജടായുവാകട്ടെ കൂരമ്പുകളെ വകവെക്കാതെ തേരിൽ കരഞ്ഞുകൊണ്ടിരിക്കുന്ന സീതയെ രക്ഷിക്കാനായി പാഞ്ഞെത്തി. രാവണന്റെ മാർച്ചട്ട ചിറകടിച്ചു തെറിപ്പിച്ചു. അവന്റെ തേരും ജടായു തകർത്തു.

തേർ തകർന്നു നിലത്തു വീണ രാവണൻ സീതയേയും കൊണ്ട് ആകാശത്തേക്ക് ഉയർന്നു പൊങ്ങി. വാളൊഴിച്ച് ആയുധങ്ങളൊന്നുമില്ലാതെ നില്ക്കുന്ന രാവണന്റെ പുറത്ത് ജടായു കരുത്തോടെ ചാടിക്കയറി. തന്റെ നഖങ്ങൾകൊണ്ട് കീറി മുറിച്ചു. ഒടുവിൽ മറ്റൊരു മാർഗ്ഗവും കാണാതെ ചന്ദ്രഹാസം എന്ന വാൾ കൊണ്ട് അവന്റെ ചിറകുകൾ അരിഞ്ഞുവെട്ടി.

ചന്ദ്രഹാസമേറ്റ് താഴെ വീണ ജടായുവിന്റെ ശരീരം തൊട്ടു

തലോടി സീത ഉറക്കെക്കരഞ്ഞു. "രാമാ, ലക്ഷ്മണാ എന്നെ രക്ഷിക്കാൻ ആരുമില്ലല്ലോ." എന്നിങ്ങനെ വിലപിച്ചു കൊണ്ടിരിക്കുന്ന സീതയേയും കൊണ്ട് രാവണൻ മുകളിലേക്ക് ഉയർന്നു.

തന്റെ നിലവിളി ആരും കേൾക്കാത്തതിനാൽ സീത ഒരു മലമുടിയിൽ കണ്ട വാനരന്മാരുടെ ഇടയിലേക്ക് ഉത്തരീയവും ആഭരണങ്ങളും ഇട്ടു. രാവണൻ അത് കണ്ടില്ല.

അങ്ങനെ അലമുറയിട്ടു കരയുന്ന സീതയേയും കൊണ്ട് രാവണൻ ലങ്കാപുരിയിലേക്ക് യാത്രയായി.

സീത അശോകവനികയിൽ

ആർത്തലമുറയിടുന്ന സീതയുമായി രാവണൻ ലങ്കാപുരിയിലെ അന്തഃപുരിയിലെത്തി. ഘോരരൂപികളായ രാക്ഷസികൾക്ക് അവൻ കല്പന കൊടുത്തു. "ഇവളെ എന്റെ അനുവാദം കൂടാതെ ആരും കാണരുത്. ഇവൾക്ക് മുത്തോ മണിയോ സ്വർണ്ണമോ വസ്ത്രങ്ങളോ എന്താണിഷ്ടമെന്നു വെച്ചാൽ കൊടുക്കണം. അറിഞ്ഞോ അറിയാതെയോ അപ്രിയമായ ഒരു വാക്കുപോലും പറയരുത്. അങ്ങനെ പറയുന്നവർക്ക് പിന്നെ ജീവനിൽ കൊതി വേണ്ട."

പിറ്റേന്ന് രാവണൻ സീതയെ കാണാൻ ബദ്ധപ്പെട്ട് അന്തഃപുരിയിലെത്തി. അവിടെ രാക്ഷസികളുടെ നടുവിൽ ദുഃഖമൂർത്തിയായിരിക്കുന്ന സീതയെ കണ്ടു. തന്റെ മഹത്ത്വങ്ങൾ സീതയെ കാണിക്കാനായി ബലാൽക്കാരമായിത്തന്നെ രാവണൻ ദേവലോകതുല്യമായ കൊട്ടാരം കാണിച്ചു കൊടുത്തു. മണിമാളികകളും, ആനക്കൊമ്പ്, നാനാരത്നങ്ങൾ, കനകം, സ്ഫടികം, വെള്ളി ഇവയാൽ നിർമ്മിച്ച വൈഡൂര്യം പതിപ്പിച്ച സ്വർണ്ണക്കോണി അവൾക്കു കാണിച്ചുകൊടുത്തു. പൂക്കൾ നിറഞ്ഞ പൊയ്കകളും കാണിച്ചു.

എന്നിട്ടു സീതയോട് പറഞ്ഞു. "സീതേ, മുപ്പത്തിരണ്ടു കോടി

രാക്ഷസന്മാരുടെ രാജാവാണ് ഞാൻ. നീ എന്റെ പ്രിയ ഭാര്യയാവുക. മറ്റു ചിന്തകൾ കൊണ്ടു കാര്യമില്ല. സമുദ്രത്താൽ ചുറ്റപ്പെട്ട ലങ്കയിൽ ആർക്കും കടന്നു വരാനാവില്ല. നിനക്കിണങ്ങിയ ഭർത്താവാണ് ഞാൻ. നീ എന്നോടു ചേരേണ്ടവളാണ്."

ഇതു കണ്ട് സീത വസ്ത്രം കൊണ്ടു മുഖം മറച്ച് കണ്ണീർ വാർത്തു. എന്നിട്ടു പറഞ്ഞു. "ഇളകാത്തവനും സത്യസന്ധനുമായ ദശരഥപുത്രനാണ് രാമൻ. അദ്ദേഹം സഹോദരനോടൊത്ത് നിന്റെ പ്രാണൻ അപഹരിക്കും. അവരുടെ മുന്നിൽവെച്ചാണ് നീ എന്നെ പിടിച്ചിരുന്നതെങ്കിൽ അവിടെ വെച്ചു തന്നെ ഖരനെപ്പോലെ നിന്റേയും ജീവിതം ഒടുങ്ങുമായിരുന്നു. അദ്ദേഹത്തിന്റെ ധർമ്മപുത്രിയായ എന്നെ നോക്കാൻ നിനക്കെങ്ങനെ ധൈര്യം വന്നു? ഈ ശരീരമോ ജീവിതമോ എനിക്കു രക്ഷിക്കണമെന്നില്ല. നീ തൊട്ടതു കൊണ്ടു തന്നെ ജഡമായ ശരീരത്തെ നിനക്കു കെട്ടിയിടുകയോ ഇല്ലാതാക്കുകയോ ചെയ്യാം."

സീതയുടെ വാക്കുകൾ കേട്ട് കോപംകൊണ്ടു വിറച്ച രാവണൻ സീതയെ ഭീഷണിപ്പെടുത്തി. "സീതേ, നിനക്കു ഞാൻ പന്ത്രണ്ടു മാസം സമയം തരുന്നു. അതിനുള്ളിൽ നീ എനിക്കു വിധേയയായില്ലെങ്കിൽ എന്റെ പാചകക്കാർ നിന്നെ പ്രാതലിന് വെട്ടി നുറുക്കും."

പിന്നീട് രാവണൻ രാക്ഷസിമാരോടു പറഞ്ഞു. "ഇവളെ അശോകവനത്തിലേക്ക് കൊണ്ടുപോകിൻ. നിങ്ങൾ ഇവൾക്കു ചുറ്റം ഇരുന്ന് കഠിനമായി ശകാരിച്ചും പിന്നെ മയത്തിൽ പറഞ്ഞും ഇവളുടെ മനസ്സു മാറ്റി പാട്ടിലാക്കുവിൻ."

അതുകേട്ട് രാക്ഷസിമാർ സീതയെയും കൂട്ടി അശോകവനികയിലേക്കു പോയി. പെൺപുലികളുടെ ഇടയിൽപ്പെട്ട പേടമാനിനെപ്പോലെ സീത കഠിനമായ ദുഃഖത്തിൽ അകപ്പെട്ടു. രാമനെ മാത്രം മനസ്സിൽ ചിന്തിച്ച് സീത കാലംകഴിച്ചു കൂട്ടി.

കബന്ധ ശാപമോക്ഷം

മാരീചനെ കൊന്ന് സീതയെ കാണാൻ വെമ്പലാർന്ന് മടങ്ങുന്ന രാമൻ വഴിയിൽ പല ദുശ്ശകുനങ്ങളും കണ്ടു. പക്ഷികളും മൃഗങ്ങളും രാമനെ വലം വെച്ച് കരയുന്നു. അതുകണ്ട് രാമൻ ദുഃഖിതനായി.

ആശ്രമത്തിലേക്ക് മടങ്ങുമ്പോൾ വാടിയ മുഖത്തോടെ ലക്ഷ്മണൻ തന്നെ തേടി വരുന്നതു രാമൻ കണ്ടു. രാക്ഷസന്മാർ ചുറ്റുമുള്ള കാട്ടിൽ സീതയെ ഒറ്റയ്ക്കാക്കി വന്ന ലക്ഷ്മണനെ കണ്ട് രാമൻ ശകാരിച്ചു. "നീ സീതയെ ഒറ്റയ്ക്കാക്കി എങ്ങനെ എന്നെ തേടി വന്നു? ചുറ്റം രാക്ഷസമായയുള്ള വിവരം നിനക്കറിയില്ലേ? എന്റെ ശബ്ദത്തിൽ രാക്ഷസൻ സീതാ, ലക്ഷ്മണാ എന്നു വിളിച്ചതു കേട്ടിട്ട് സീത നിർബ്ബന്ധിച്ച് നീ വന്നതാവും. അതു തികച്ചും തെറ്റായിപ്പോയി. സീതയ്ക്കെന്തെങ്കിലും പറ്റിയാൽ പിന്നെ ഞാൻ ജീവിച്ചിരിക്കയില്ല."

സീതയെ കാണാൻ ആർത്തിപിടിച്ചു വന്ന രാമൻ സീതയില്ലാത്ത ആശ്രമത്തെയാണ് കണ്ടത്. വനദേവതന്മാർ ഓടിപ്പോയി, കുശയും ദർഭയും പായും പീഠവും തട്ടിമറിഞ്ഞ് കിടക്കുന്ന ആശ്രമം കണ്ട് രാമൻ വിലപിച്ചു. "സീതേ നിനക്കെന്തു പറ്റി? നീ ഭയന്ന് ഒളിച്ചിരിക്കുകയാണോ? അതോ രാക്ഷസന്മാർ നിന്നെ കൊന്നു തിന്നോ?"

ദുഃഖിതനായ രാമൻ മരങ്ങളോടും കുന്നുകളോടും, മലകളോടും പുഴകളോടും സീതയെ അന്വേഷിച്ചു കരഞ്ഞു നടന്നു. അദ്ദേഹം കേണു. "ലക്ഷ്മണാ, എന്റെ സീത എവിടെപ്പോയി? അവളെ പിരിഞ്ഞ് എനിക്ക് ജീവിക്കാനാവില്ല."

അതുകേട്ട് ലക്ഷ്മണൻ രാമനോടു പറഞ്ഞു. "അല്ലയോ മഹാപ്രഭോ, അങ്ങ് വിഷാദിക്കരുത്. സീതയ്ക്കൊന്നും സംഭവിച്ചിരിക്കയില്ല. അങ്ങയേയും എന്നെയും പേടിപ്പിക്കാനായി ഒളിച്ചിരിക്കുകയാവും. സീതാന്വേഷണത്തിന് ഉടനെ പ്രയത്നം തുടങ്ങാം. കാട്ടിലൊക്കെ നമുക്ക് അന്വേഷിക്കാം. ധീരനായ അങ്ങ് ദുഃഖം ഉപേക്ഷിക്കുക."

ലക്ഷ്മണന്റെ സാന്ത്വന വാക്കുകൾ കൊണ്ടൊന്നും രാമന്റെ ദുഃഖത്തിന് ശമനമായില്ല. അവർ കാട്ടിലൊക്കെ സീതയെ അന്വേഷിച്ചു നടന്നു. എങ്ങും സീതയെ കണ്ടെത്താനായില്ല.

അവരങ്ങനെ സീതാന്വേഷണത്തിൽ മുഴുകിയിരിക്കുമ്പോൾ ചോരയിൽ കുളിച്ച് പർവ്വതം പോലെ മണ്ണിൽ വീണു കിടക്കുന്ന ജടായുവിനെ കണ്ടു. ആ ഭയങ്കരരൂപനെ കണ്ട് രാമൻ ലക്ഷ്മണനോട് പറഞ്ഞു. "ഇവനായിരിക്കണം സീതയെ കൊന്നു തിന്നത്. ഇവനെ ഞാൻ കൊല്ലുന്നുണ്ട്." അതും പറഞ്ഞ് രാമൻ വില്ലിൽ അസ്ത്രം തൊടുത്തു. പക്ഷിയുടെ നേർക്കു പാഞ്ഞടുത്തു.

അതുകണ്ട് ദീനയായ ജടായു പറഞ്ഞു. "ഞാൻ അങ്ങയുടെ ശത്രുവല്ല. മിത്രമാണ്. അങ്ങ് കാറ്റിനെപ്പോലെ ആരെ തിരയുന്നുവോ ആ സീതയേയും എന്റെ പ്രാണനേയുംകൊണ്ട് രാവണൻ പോയി. എന്റെ രണ്ടു ചിറകുകളെയും വാൾ കൊണ്ട് വെട്ടി ആ ദുഷ്ടൻ സീതയേയും കൊണ്ടു കടന്നുകളഞ്ഞു."

ആ ദീനവാക്കുകൾ കേട്ട് രാമൻ വില്ലുപേക്ഷിച്ച് ആ പക്ഷിശ്രേഷ്ഠനെ ആലിംഗനം ചെയ്തു. അവനെ പലതവണ തൊട്ടുതലോടി. വൈശ്രവണസഹോദരനായ രാവണനാണ് സീതയെ കട്ടുകൊണ്ടു പോയതെന്ന് പറഞ്ഞ് ആ സ്പർശനത്തിൽ സായൂജ്യം കൊണ്ട് ജടായു മരണത്തെ വരിച്ചു.

"എനിക്കു വേണ്ടി പ്രയത്നിക്കേ രാവണന്റെ കൈകളാൽ മരണമടഞ്ഞ ജടായുവിനെ ഞാൻ തന്നെ ദഹിപ്പിക്കാം." എന്നു

രാമൻ പറഞ്ഞു.

അവർ ഗോദാവരിയിൽ കുളിച്ച് പക്ഷി ശ്രേഷ്ഠനായ ജടായുവിന് മരണാനന്തര ക്രിയകൾ ചെയ്തു.

അവർ വീണ്ടും സീതാന്വേഷണം തുടർന്നു. അവരങ്ങനെ പോകുമ്പോൾ കാടെല്ലാം മുഴങ്ങുമാറ് ഒരലർച്ച കേട്ടു. കഴുത്തും തലയുമില്ലാത്ത, മുഖം വയറ്റത്തായ വലിയ കൈകൊണ്ടു തപ്പി നടക്കുന്ന ഭീകര രാക്ഷസനെ അവർ കണ്ടു. അവൻ കൈകൾ നീട്ടി രാജകുമാരന്മാരെ ഒപ്പം ഞെക്കി ഞെരുക്കി പിടികൂടി.

ആ രാക്ഷസൻ അവരോടു ചോദിച്ചു. "വലിയ വില്ലുമായി ഇവിടെ വന്നിരിക്കുന്ന നിങ്ങൾ ആരാണ്? വിശന്നിരിക്കുന്ന എന്റെ മുമ്പിൽ വന്നിരിക്കുന്ന നിങ്ങളുടെ പ്രാണൻ പോയതു തന്നെ."

ആ ദുഷ്ടന്റെ വാക്കുകൾ കേട്ട് രാമൻ ലക്ഷ്മണനോട് പറഞ്ഞു. "ആപത്തിൽനിന്ന് ആപത്തിലേക്കാണ് നാം വീഴുന്നത്. പ്രിയപ്പെട്ടവളെ കാണാതെ വ്യസനത്തിൽ പെട്ടിരിക്കുന്ന നമുക്കിതാ പ്രാണൻ നഷ്ടപ്പെടാൻ പോകുന്നു. കാലത്തിന്റെ കരുത്ത് എത്ര വലുത്."

അപ്പോൾ രാക്ഷസൻ പറഞ്ഞു. "വിശപ്പിന് ആഹാരമായി ദൈവമയച്ച നിങ്ങൾ ദുഃഖത്തോടെ പറഞ്ഞതെന്ത്?" അപ്പോൾ ലക്ഷ്മണൻ രാമനോടു പറഞ്ഞു. "അങ്ങയേയും എന്നേയും പിടിയിലൊതുക്കും മുമ്പ് ഇയാളുടെ കൈകൾ നമുക്കറുക്കാം. കൈയാണവന്റെ ശക്തി."

ലക്ഷ്മണൻ ഇങ്ങനെ പറഞ്ഞതുകേട്ടിട്ട് കോപമാർന്ന ആ രാക്ഷസൻ വായ പിളർന്ന് അവരെ വിഴുങ്ങാൻ ശ്രമിച്ചു. അപ്പോൾ രാമൻ അവന്റെ വലം കൈയും ലക്ഷ്മണൻ ഇടം കൈയും വെട്ടിയിട്ടു. കൈ രണ്ടും അറ്റ് ചോരയിൽ കുതിർന്ന ആ രാക്ഷസൻ ചോദിച്ചു. "നിങ്ങൾ ആരാണ്?"

അപ്പോൾ ലക്ഷ്മണൻ പറഞ്ഞു. "ഇദ്ദേഹം അയോദ്ധ്യ രാജകുമാരനായ രാമൻ. ഞാൻ അദ്ദേഹത്തിന്റെ അനുജനായ ലക്ഷ്മണൻ. കൈകേയി അമ്മ അഭിഷേകം മുടക്കിയപ്പോൾ ഭാര്യയോടും എന്നോടുമൊത്ത് കാട്ടിലേക്ക് പുറപ്പെട്ടു. ഇവിടെ വെച്ച് ഇദ്ദേഹത്തിന്റെ ഭാര്യയെ രാവണൻ എന്ന രാക്ഷസൻ അപഹരി

ച്ചു. ഞങ്ങൾ അവളെ തേടി വന്നതാണ്. നീ ആരാണ്? എന്തിനി ങ്ങനെ കബന്ധാകൃതിയായി നടക്കുന്നു?"

അതുകേണ്ട് കബന്ധൻ പറഞ്ഞു. "നരോത്തമന്മാരേ, നിങ്ങൾക്കു സ്വാഗതം. ഭാഗ്യം കൊണ്ടാണ് എനിക്ക് നിങ്ങളെ കാണാൻ കഴിഞ്ഞത്. മഹാബലപരാക്രമിയായ എന്റെ രൂപം കേൾവികേട്ടതായിരുന്നു. ലോകത്തെ നടുക്കുന്ന ഈ രൂപംകൊണ്ട് ഞാൻ കാട്ടിലെ താപസന്മാരെ പേടിപ്പിച്ചു പോന്നു. അങ്ങനെ സ്ഥൂലശിരസ്സെന്ന മഹർഷിയെ ഞാൻ ആക്രമിക്കാൻ ഇടയായി. അദ്ദേഹം എന്നെ ശപിച്ചു. ഇന്നു മുതൽ നീ കബന്ധ നായിപ്പോകട്ടെ. ശാപമോചനത്തിനായി മുനിയോടപേക്ഷിച്ച പ്പോൾ അദ്ദേഹം പറഞ്ഞു. അയോദ്ധ്യ രാജകുമാരനായ രാമൻ വന്ന് എന്ന് നിന്റെ കൈകൾ മുറിച്ച് നിന്നെ വിജനവനത്തിൽ സംസ്കരിക്കുന്നുവോ അന്ന് നിന്റെ ശരിയായ രൂപം കിട്ടും. മുനി പറഞ്ഞതുപോലെ നിങ്ങൾ എന്നെ ദഹിപ്പിച്ചാൽ ഞാൻ നിങ്ങൾക്ക് സീതയെ കണ്ടെത്താനുള്ള സഹായം ചെയ്യാം. കാര്യം നേടാൻ സഹായിക്കുന്ന മിത്രത്തെ നിങ്ങൾക്ക് പറഞ്ഞുതരാം."

കബന്ധനെ അവർ ഒരു കുഴിയിലിട്ട് ചിത കൊളുത്തി. ആ ചിതാഗ്നിയിൽനിന്ന് ശുഭ്രവസ്ത്രങ്ങളും ദിവ്യമാലകളും ധരിച്ച് ഒരാൾ ഉയർന്നു വന്ന് എന്നിട്ട് പറഞ്ഞു. "രാമാ, സീതയെ ലഭി ക്കാനായി അങ്ങ് ഇന്ദ്രപുത്രനായ സുഗ്രീവനുമായി സഖ്യം ചെയ്യ ണം. സഹോദരനായ ബാലി എന്തോ തെറ്റിദ്ധാരണമൂലം അവനെ ആട്ടിയോടിച്ചു. അവനിപ്പോൾ ഋശ്യമൂകാചലത്തിൽ താമസിക്കു ന്നു. അവനുമായി സഖ്യം ചെയ്ത് അവനെ മിത്രമാക്കണം. പ്രസാനദിക്കു കിഴക്കാണ് ഋശ്യമൂകാചലം. അവിടെയാണ് സുഗ്രീ വൻ പാർക്കുന്നത്. അവിടെനിന്ന് സീതാന്വേഷണം തുടങ്ങുക." ഇങ്ങനെ പറഞ്ഞ് കബന്ധൻ സ്വർഗ്ഗത്തിലേക്കു ഉയർന്നു.

സുഗ്രീവ സഖ്യം

സീതാന്വേഷണത്തിൽ മുഴുകി രാമലക്ഷ്മണന്മാർ കാടെങ്ങും അരിച്ചു പെറുക്കി. അവർക്ക് സീതയെക്കുറിച്ച് ഒരു വിവരവും അറിയാൻ കഴിഞ്ഞില്ല. അങ്ങനെ സഞ്ചരിച്ചു കൊണ്ടിരിക്കുന്ന ആയുധപാണികളായ അവരെ ഋശ്യമൂകാചലത്തിനടുത്ത് സഞ്ചരിച്ചിരുന്ന വാനരന്മാർ കണ്ടു. വിവരം സുഗ്രീവനെ അറിയിച്ചു. വിശിഷ്ടായുധങ്ങൾ ധരിച്ചവരും കാഴ്ചയിൽ വീരന്മാരുമായ അവരെ കണ്ട് സുഗ്രീവൻ നടുങ്ങി വിറച്ചു. ബാലി പറഞ്ഞയച്ചു വന്നവരാണ് ഇവരെന്നായിരുന്നു സുഗ്രീവൻ ഭയപ്പെട്ടത്.

ബാലിയെക്കുറിച്ചുള്ള സുഗ്രീവന്റെ പേടി കണ്ട ഹനുമാൻ പറഞ്ഞു. "ഇവിടെ ബാലിയെക്കൊണ്ടുള്ള ഭയത്തിന് യാതൊരു കാരണവുമില്ല. അങ്ങയുടെ ഉള്ളിലുള്ള ഭയം കാരണം അങ്ങേക്ക് വിവേകപൂർവ്വം ചിന്തിക്കാനാവുന്നില്ല."

അതിന് മറുപടിയായി സുഗ്രീവൻ പറഞ്ഞു. "ഇവരെ കണ്ടാൽ ആർക്കാണ് ഭയമില്ലാതിരിക്കുക? എനിക്ക് തോന്നുന്നത് ഇവർ ബാലിയാൽ അയക്കപ്പെട്ടവർ തന്നെയെന്നാണ്. ഏതായാലും സമർത്ഥനായ നീ പ്രാകൃതവേഷം ധരിച്ച അവർ ആരെന്നും അവർ വന്ന ഉദ്ദേശ്യമെന്തെന്നും അറിഞ്ഞു വരണം."

സുഗ്രീവന്റെ കല്പന അനുസരിച്ച് ഹനുമാൻ ഭിക്ഷു രൂപം

ധരിച്ച് വിനയപൂർവ്വം രാമലക്ഷ്മണന്മാരുടെ അടുത്തു ചെന്നു. എന്നിട്ടു ചോദിച്ചു. "തേജ്വസികളും ധീരന്മാരുമായ നിങ്ങൾ ഈ കൊടുങ്കാട്ടിൽ ഒറ്റയ്ക്ക് വന്നതെന്തിന്? ഞങ്ങളുടെ രാജാവായി സുഗ്രീവനെന്നു പേരുള്ള വാനരശ്രേഷ്ഠനുണ്ട്. സോദരന്റെ ചതി കൊണ്ട് അവൻ സ്വന്തരാജ്യം വിട്ട് കാട്ടിൽ അലയുകയാണ്. അദ്ദേ ഹത്താൽ അയക്കപ്പെട്ട മന്ത്രിയായ ഹനുമാനാണ് ഞാൻ. അദ്ദേഹം അങ്ങയുടെ സഖ്യം ആഗ്രഹിക്കുന്നു."

അതുകേട്ട് രാമൻ ലക്ഷ്മണനോടു പറഞ്ഞു. "സുഗ്രീവന്റെ മന്ത്രിയും പണ്ഡിതനുമായ ഹനുമാനാണ് ഇദ്ദേഹം. ഇവനോട് സ്നേഹത്തോടെ സംസാരിക്കുക. കബന്ധൻ ഈ സുഗ്രീവനെ ക്കുറിച്ചാണ് നമ്മോട് സൂചിപ്പിച്ചത്."

അതുകേട്ട് ലക്ഷ്മണൻ പറഞ്ഞു. "മഹാനായ സുഗ്രീവനെ ക്കുറിച്ച് ഞങ്ങൾ കേട്ടിട്ടുണ്ട്. അദ്ദേഹത്തെ കാണാൻ ഞങ്ങൾ ആഗ്രഹിക്കുന്നു." അപ്പോൾ ഹനുമാൻ പറഞ്ഞു. "നമുക്ക് സുഗ്രീ വന്റെ അടുത്തേക്ക് പോകാം. അതിനു മുമ്പ് നിങ്ങൾ ആരാ ണെന്നും ഇവിടെ വന്നതെന്തിനാണെന്നും ഈ കൊടുങ്കാട്ടിൽ എന്തു ചെയ്യുന്നുവെന്നും എന്നോട് പറയുക."

ഉടനെ ലക്ഷ്മണൻ ഹനുമാനോട് പറഞ്ഞു. "ഇത് എന്റെ ജ്യേഷ്ഠൻ രാമൻ. അദ്ദേഹം അയോദ്ധ്യാ രാജകുമാരനാണ്. എന്റെ പേര് ലക്ഷ്മണൻ. രാമന് അച്ഛന്റെ പ്രതിജ്ഞ പാലിക്കാൻ നാടുവിട്ടു കാട്ടിലേക്ക് വരേണ്ടി വന്നു. കാട്ടിൽ വെച്ച് രാമപ ത്നിയായ സീതയെ രാവണരാക്ഷസൻ ഞങ്ങളെ വഞ്ചിച്ച് കട്ടു കൊണ്ടുപോയി. ആ സീതയെയും അന്വേഷിച്ച് കാട്ടിൽ അലഞ്ഞു തിരിയുകയാണ് ഞങ്ങൾ."

ഉടനെത്തന്നെ ഹനുമാൻ രാമലക്ഷ്മണന്മാരെ സുഗ്രീവ സന്നിധിയിലേക്ക് എടുത്തു യാത്രയായി. ഹനുമാൻ സുഗ്രീവ നോടു കാര്യങ്ങളെല്ലാം പറഞ്ഞു. അതുകേട്ട് സന്തുഷ്ടനായ സുഗ്രീവൻ രാമനോടു പറഞ്ഞു. "എന്റെ കഥ അങ്ങ് കേട്ടിരി ക്കുമല്ലോ. ഞാൻ ജ്യേഷ്ഠൻ ബാലിയാൽ രാജ്യത്തിൽനിന്ന് ആട്ടി യോടിക്കപ്പെട്ട് ഈ മലയിൽ കഴിയുകയാണ്. ബാലിക്ക് ഈ മല യിൽ മുനിശാപം കാരണം കയറാൻ കഴിയില്ല. ഞങ്ങൾ സീ തയെ കണ്ടെത്താൻ നിങ്ങളെ സഹായിക്കാം. പകരം ബാലിയെ

കൊന്ന് രാജ്യം തിരിച്ചെടുക്കാൻ നിങ്ങൾ എന്നെ സഹായിക്കണം." പരസ്പരം സഹായിക്കാമെന്ന് അഗ്നിസാക്ഷിയായി അവരിരുവരും പ്രതിജ്ഞ ചെയ്തു.

സുഗ്രീവൻ രാമനോടു പറഞ്ഞു. "നിങ്ങൾക്കേറ്റ ആപത്തിനെക്കുറിച്ച് എനിക്ക് ബോദ്ധ്യമായി. സീതയ്ക്കൊന്നും സംഭവിക്കുകയില്ല. ഞങ്ങളിൽ ചിലർ അവളെ കാണുകയുണ്ടായി. രാവണന്റെ മടിത്തട്ടിൽ പേടമാനിനെപ്പോലെ പിടഞ്ഞ് രാമാ, ലക്ഷ്മണാ, എന്നു ദീനംദീനം വിലപിക്കുന്ന അവൾ അവളുടെ ഉത്തരീയവും ആഭരണങ്ങളും താഴേക്കിട്ടത് കിട്ടിയിട്ടുണ്ട്. സൂക്ഷിച്ചു വെച്ച ആ സാധനങ്ങൾ ഞാൻ അങ്ങേക്കു കാണിച്ചു തരാം. അങ്ങേക്കത് പരിശോധിക്കാം."

സുഗ്രീവൻ പോയി സീതയുടെ ഉത്തരീയവും ആഭരണങ്ങളും കൊണ്ടുവന്നു. അവ കണ്ട് രാമൻ ആ വസ്തുക്കൾ സീതയുടേതെന്നു തിരിച്ചറിഞ്ഞു. കണ്ണീരിൽ മുങ്ങി ഹാ പ്രിയേ, എന്നു വിലപിച്ചു. അതു കണ്ട ലക്ഷ്മണൻ ആഭരണങ്ങൾ നോക്കിയിട്ടു പറഞ്ഞു. "തോൾവളകളോ കുണ്ഡലങ്ങളോ എനിക്കു തിരിച്ചറിയാനാവില്ല." എന്നാൽ സീതാദേവിയുടെ പാദങ്ങളിൽ നിത്യവും നമസ്കരിക്കുന്നതുകൊണ്ട് കാൽച്ചിലങ്കകൾ എനിക്ക് സംശയം കൂടാതെ തിരിച്ചറിയാം."

"ആരാണ് എവിടേക്കാണ് സീതയെ തട്ടിക്കൊണ്ടു പോയതെന്ന് പറയുക. അവനെയിന്നു ഞാൻ യമപുരിയിലേക്കയക്കും." രാമൻ സുഗ്രീവനോടു പറഞ്ഞു. അപ്പോൾ സുഗ്രീവൻ പറഞ്ഞു. "ആ മഹാപാപിയുടെ ഇരിപ്പിടം കണ്ടെത്തി സീതയെ വീണ്ടെടുക്കാനാവുമെന്ന് എനിക്കുറപ്പുണ്ട്. നമുക്കതിനായി ഒരുമിച്ച് പ്രയത്നം ചെയ്യാം."

പിന്നീട് ബാലിയെ മായാവി എന്ന രാക്ഷസൻ എതിർക്കാൻ വന്ന കഥ സുഗ്രീവൻ രാമനോടു പറഞ്ഞു. അവൻ ഒരു ഗുഹയിൽ കടന്നൊളിച്ചു. ബാലി സുഗ്രീവനെ കാവൽ നിർത്തി അകത്തു കടന്നു. രക്തമാണ് വരുന്നതെങ്കിൽ താനാണ് മരിച്ചത് എന്ന് മനസ്സിലാക്കി ഗുഹാമുഖം അടയ്ക്കണമെന്നും ബാലി പറഞ്ഞിരുന്നു. ബാലി തന്നെയാണ് മായാവിയെ കൊന്നതെങ്കിലും രാക്ഷസമായ കൊണ്ട് ഗുഹാമുഖത്ത് രക്തം വരുത്താൻ

അവന് കഴിഞ്ഞു. ഞാനത് മനസ്സിലാക്കാതെ ബാലി മരിച്ചെന്നു കരുതി ഗുഹാമുഖം കല്ലുകൊണ്ടു അടച്ച് സങ്കടത്തോടെ മടങ്ങി. മായാവി വധം കഴിഞ്ഞ് മടങ്ങിയെത്തിയ ബാലി ഗുഹാമുഖം അടച്ചു കിടക്കുന്നതു കണ്ട് ഞാൻ അദ്ദേഹത്തെ ചതിച്ചെന്നു കരുതി എന്റെ വാക്കുകൾക്ക് ചെവി തരാതെ ഉടുമുണ്ടോടെ നാട്ടിൽ നിന്നാട്ടിപ്പായിച്ചു. അതിന് ശേഷം ബാലിക്ക് ശാപം മൂലം കയറാനാവാത്ത ഋശ്യമൂകാചലത്തിൽ കഴിയുകയാണ്. അങ്ങനെയുള്ള ബാലിയിൽ നിന്നുള്ള ഭയം തനിക്ക് തീർത്തുതരണമെന്ന് സുഗ്രീവൻ രാമനോടാവശ്യപ്പെട്ടു. രാമൻ ആ അപേക്ഷ സ്വീകരിക്കുകയും ചെയ്തു.

രാമന്റെ കല്പനപ്രകാരം സുഗ്രീവൻ ബാലിയെ യുദ്ധത്തിന് വിളിച്ചു. ബാലിയും സുഗ്രീവനും തമ്മിൽ ഘോരയുദ്ധം നടന്നു. ഒടുവിൽ രാമൻ ബാലിയെ ഒളിയമ്പെയ്തു കൊന്നു. സുഗ്രീവനെ കിഷ്കിന്ധയിലെ രാജാവായി അഭിഷേകം നടത്തി. സുഗ്രീവനും കൂട്ടാളികളും ആഹ്ലാദത്താൽ മത്തരായി. വർഷകാലം കഴിഞ്ഞ് സീതാന്വേഷണത്തിനിറങ്ങാമെന്ന് വാഗ്ദാനം ചെയ്ത് അവർ ആഹ്ലാദത്തിൽ ആണ്ടു മുങ്ങി.

സ്വയംപ്രഭ

കുടിച്ചും മദിച്ചും വർഷകാലം സുഗ്രീവനും വാനരന്മാരും കഴിച്ചുകൂട്ടി. വർഷകാലം കഴിഞ്ഞിട്ടും സുഗ്രീവാദികൾ എത്താത്തതിൽ കുപിതരായി രാമലക്ഷ്മണന്മാർ ആയുധപാണികളായി കിഷ്കിന്ധയിൽ പ്രവേശിച്ചു. ബാലിപുത്രനായ അംഗദനും താരയും അവരെ സമാധാനിപ്പിക്കാൻ ശ്രമിച്ചു. അവർ ആദരവോടെ അവരെ സ്വീകരിച്ച് ഭയന്നു വിറയ്ക്കുന്ന സുഗ്രീവന്റെ അടുത്തേക്ക് കൊണ്ടുപോയി.

സുഗ്രീവൻ ഹനുമാനോട് വാനരന്മാരെയെല്ലാം വിളിച്ചു വരുത്തുവാൻ ആജ്ഞാപിച്ചു. സീതാന്വേഷണത്തിന്റെ ഉത്തരവാദിത്വമോർമ്മിപ്പിച്ചു കൊണ്ട് അവരെ സംഘങ്ങളായി തിരിച്ച് ഓരോ ദിശയിലേക്ക് അയച്ചു. സീതയെക്കുറിച്ചുള്ള വിവരവുംകൊണ്ടല്ലാതെ ആരും തിരിച്ചു വരരുതെന്ന കർശനമായ ആജ്ഞയും നല്കി.

സുഗ്രീവൻ തന്റെ വിശ്വസ്തനായ ഹനുമാനെ പ്രത്യേകം വിളിച്ചു പറഞ്ഞു. “അല്ലയോ ഹനുമാൻ, ഭൂമിയിലോ ആകാശത്തിലോ ജലത്തിലോ ദേവലോകത്തോ നിന്റെ യാത്രയ്ക്ക് യാതൊരു തടസ്സവും ഉണ്ടാവാനിടയില്ല. സർവ്വലോകങ്ങളും നിനക്കു പരിചിതമാണല്ലോ. നയപണ്ഡിതനായ നിന്നിൽ ബലവും ബുദ്ധിയും, പരാക്രമവും കാലബോധവും ഉണ്ട്. അതു

കൊണ്ട് സീതയെ കണ്ടെത്താൻ നീ തന്നെ പ്രയത്നിക്കണം."

സുഗ്രീവന് ഹനുമാനിലുള്ള വിശ്വാസം കണ്ട് രാമനും സന്തോഷമായി. ഇവൻ കാര്യം സാധിക്കും എന്നുറപ്പു തോന്നി. സീതയ്ക്കു വിശ്വാസത്തിന് കാണിക്കാനുള്ള അടയാളമായി തന്റെ പേരു കൊത്തിയ മോതിരം അവന്റെ കൈയിൽകൊടുത്തു. എന്നിട്ടു പറഞ്ഞു. "ഈ അടയാളം കൊണ്ട് നീ എന്റെ അടുത്തുനിന്ന് വരുന്ന ദൂതനാണെന്ന് സീതയ്ക്ക് മനസ്സിലാവും. നിന്റെ ഉത്സാഹവും സുഗ്രീവൻ നല്കിയ സന്ദേശവും കണ്ട് കാര്യം സാധിച്ചതായിതന്നെ എനിക്ക് തോന്നുന്നു." ഇങ്ങനെ പറഞ്ഞ് രാമൻ ഹനുമാനെ അനുഗ്രഹിച്ച് പറഞ്ഞയച്ചു.

താരൻ, അംഗദൻ, ജാംബവാൻ എന്നിവരും ഹനുമാനെ അനുഗമിച്ചു. അവർ കാടുകളിലും മലകളിലും തിരഞ്ഞിട്ടും സീതയെ കണ്ടെത്താനായില്ല.

അങ്ങനെ നടക്കുമ്പോൾ മുന്നിൽ ഒരു ഗുഹ അവർ കണ്ടു. വിശപ്പും ദാഹവും കൊണ്ടു വലഞ്ഞ അവർ അതിനുള്ളിലേക്ക് കയറി. അവിടമാകെ ഇരുട്ടു മൂടിക്കിടന്നിരുന്നു. അവർ ദാഹം കൊണ്ടു പൊറുതി മുട്ടി വെള്ളം അന്വേഷിച്ചു കൊണ്ടു നടക്കുമ്പോൾ ദൂരെ ഒരു പ്രകാശം കണ്ടു. അവർ ആ പ്രകാശത്തിനടുത്തേക്ക് ചെന്നു. അവിടെ അവർ മരവുരിയും മാന്തോലും ധരിച്ചവളും സ്വയം പ്രകാശിക്കുന്നവളുമായ ഒരു സ്ത്രീയെക്കണ്ട് അത്ഭുതപ്പെട്ടു. ഹനുമാൻ അവരോട് ചോദിച്ചു. "സ്വയം ശോഭിക്കുന്ന ഭവതിയാരാണ്? ഈ ഭവനവും ഗുഹയും രത്നങ്ങളും ആരുടേതാണ്?"

അതുകേട്ട് ആ തപസ്വിനി പറഞ്ഞു. "ഈ ഭവനം അസുരശില്പിയായ മയനാൽ നിർമ്മിക്കപ്പെട്ടതാണ്. ഇവിടെ അവൻ കുറേ കാലം താമസിച്ചു. ഹേമയെന്ന അപ്സരസ്സിൽ മോഹിതയായ അവനെ ദേവേന്ദ്രൻ വജ്രായുധത്താൽ വധിച്ചു. കനകമയമായ ഈ ഭവനം ദേവേന്ദ്രൻ ഹേമയ്ക്കു നല്കി. മേരു പർവ്വതത്തിന്റെ പുത്രിയായ സ്വയംപ്രഭയാണ് ഞാൻ. ഹേമ എന്നെ ഈ ഭവനത്തിന്റെ കാവലിനായി നിയോഗിച്ചു. അങ്ങനെ ഈ ഭവനം ഞാൻ കാത്തുപോരുന്നു. ആട്ടെ നിങ്ങൾ എന്തിനാണ് ഇവിടെയെത്തിയത്?"

സ്വയംപ്രഭ കൊടുത്ത ഭക്ഷണം കഴിച്ച് വെള്ളം കുടിച്ച് വാനരന്മാർ ആശ്വാസം കൊണ്ടു. അപ്പോൾ ഹനുമാൻ പറഞ്ഞു. "വനവാസത്തിന് വന്ന അയോദ്ധ്യാ രാജകുമാരനായ രാമപത്നിയെ രാവണൻ കട്ടുകൊണ്ടു പോയി. സുഗ്രീവനുമായി സഖ്യം ചെയ്ത് രാമൻ ബാലിയെ വധിച്ചു. സീതാന്വേഷണത്തിന് സഹായിക്കാമെന്ന് സുഗ്രീവൻ പ്രതിജ്ഞ ചെയ്തു. അതുപ്രകാരം സീതയെ അന്വേഷിച്ചു പുറപ്പെട്ടിരിക്കയാണ് ഞങ്ങൾ. വിശപ്പും ദാഹവും കൊണ്ടുവലഞ്ഞ ഞങ്ങൾ ഈ ഗുഹയിൽ എത്തിച്ചേരുകയായിരുന്നു."

ഇതു കേട്ട് സ്വയംപ്രഭ പറഞ്ഞു. "ഇവിടെയെത്തിയവരാരും ജീവനോടെ തിരിച്ചുപോവുകയില്ല. എങ്കിലും എന്റെ തപശക്തികൊണ്ട് നിങ്ങളെ ഞാൻ പുറത്തു കടത്താം. നിങ്ങളെല്ലാവരും കണ്ണടയ്ക്കുവിൻ." വാനരന്മാർ കണ്ണു പൊത്തിനിന്നപ്പോൾ സ്വയംപ്രഭ അവരെ ഗുഹയ്ക്കു പുറത്തെത്തിച്ചു. അവർ വീണ്ടും ഗുഹയിൽ പ്രവേശിച്ചു.

സീതാന്വേഷണത്തിൽ പരാജിതരായ വാനരന്മാർ നിരാശരായി. കാര്യം കാണാതെ തിരിച്ചു പോകുന്നതെങ്ങനെ? ഒരു ഭാഗത്ത് സുഗ്രീവന്റെ കല്പന മറുഭാഗത്ത് കാര്യ സാദ്ധ്യത്തിനായി കാത്തിരിക്കുന്ന രാമലക്ഷ്മണന്മാർ. എന്തായാലും മരണം ഉറപ്പ്. അവസാനം അവർ കൂട്ടമ രണം വരിക്കാൻ തീരുമാനിച്ച് കടൽത്തീരത്ത് ഭക്ഷണം ഉപേക്ഷിച്ച് കിടന്നു.

അവിടേക്ക് പക്ഷിശ്രേഷ്ഠനായ സമ്പാതിയെത്തി. ഭക്ഷണമായി കുറേ ശവങ്ങൾ കിട്ടിയെന്നു കരുതി അവരെ ഭക്ഷിക്കാനായി അടുത്തു. അതുകണ്ട അംഗദൻ ദശരഥന്റെ മരണവും സീതാപഹരണവും ജടായുമരണവും ഇപ്പോഴത്തെ അവസ്ഥയിൽ ഒടുവിൽ ഒരു കഴുകന്റെ ഭക്ഷണായിതീരേണ്ടിവന്ന കഥയുമൊക്കെ വിസ്തരിച്ച് പറഞ്ഞു കരയാൻ തുടങ്ങി.

ജടായുവിനെക്കുറിച്ച് അവർ പറഞ്ഞതു കേട്ടപ്പോൾ സമ്പാതിയുടെ ഭാവം മാറി. സമ്പാതി ചോദിച്ചു. "എന്റെ സഹോദരനായ ജടായുവിനെക്കുറിച്ചു പറഞ്ഞ നീ ആരാണ്? അല്ലയോ വാനരന്മാരെ ഞാൻ എന്റെ സഹോദരന്റെ മരണത്തെക്കുറിച്ച് അറിയാൻ ആഗ്രഹിക്കുന്നു."

അതുകേട്ട് അംഗദൻ രാമന്റെ വനവാസത്തെക്കുറിച്ചും, സീതാപഹരണത്തെക്കുറിച്ചും, ജടായു സീതയുമായി കടന്നു കളയാൻ ശ്രമിക്കുന്ന രാവണനോട് ഏറ്റുമുട്ടി ചിറകറ്റു വീണതിനെക്കുറിച്ചും പറഞ്ഞു. രാമനെ കണ്ട് കഥകൾ പറഞ്ഞു മരണമടഞ്ഞുവെന്നും പറഞ്ഞു.

ആ കഥ കേട്ട് കണ്ണീർ വാർത്തുകൊണ്ട് സമ്പാതി പറഞ്ഞു. "വാനരന്മാരെ നിങ്ങൾ പറഞ്ഞ ജടായു എന്റെ അനുജനാണ്. ഒരിക്കൽ ഞങ്ങൾ മത്സരിച്ച് സൂര്യന്റെ അടുത്തേക്ക് പറന്നു. സൂര്യന്റെ ഉച്ചരശ്മികളേറ്റ് അനുജൻ തളർന്നു പോയപ്പോൾ ഞാൻ അവനെ രക്ഷിക്കാനായി എന്റെ ചിറകുകൾ കൊണ്ട് അവനെ മറച്ചു. ചിറകുകരിഞ്ഞ് തളർന്നു ഞാൻ വിന്ധ്യാ പർവ്വതത്തിൽ വീണു. പിന്നീട് അവനെ കാണുകയോ അവനെക്കുറിച്ച് കേൾക്കുകയോ ഉണ്ടായില്ല. ഇപ്പോൾ നിങ്ങളിൽ നിന്നാണ് അവനെക്കുറിച്ച് കേൾക്കുന്നത്. നിങ്ങൾ പറഞ്ഞ ആ രാക്ഷസൻ സീതയുമായിപ്പോകുന്നത് ഞാൻ കാണുകയുണ്ടായി."

ഇതുകേട്ട് സന്തോഷത്തോടെ അംഗദൻ സമ്പാതിയോടു ചോദിച്ചു. "നിനക്കറിയാമെങ്കിൽ ആ രാക്ഷസന്റെ പാർപ്പിടം എവിടെയാണെന്ന് പറയുക." അതിന് മറുപടിയായി സമ്പാതി പറഞ്ഞു. "ചിറകുകരിഞ്ഞ് വീര്യം കെട്ട എനിക്ക് വാക്കുകൾ കൊണ്ട് സഹായം ചെയ്യാനേ കഴിയൂ. ഒരു സ്ത്രീ രാവണനാൽ അപഹരിക്കപ്പെട്ട് കരയുന്നത് ഞാൻ കണ്ടു. അവൾ രാമാ, ലക്ഷ്ണമാ, എന്നു കേഴുന്നുണ്ടായിരുന്നു. അവളെ കൊണ്ടുപോയ ആ രാക്ഷസൻ വിശ്രവസ്സിന്റെ പുത്രനും, വൈശ്രവണന്റെ സഹോദരനുമായ രാവണനാണ്. ഇവിടെനിന്ന് നൂറു യോജന അകലെ കടലിന് നടുവിലായി ലങ്ക എന്ന ദ്വീപുണ്ട്. അതിൽ വിശ്വകർമ്മാവ് പണിത ലങ്കാപുരി സ്ഥിതി ചെയ്യുന്നു. അവിടെ രാവണന്റെ അന്തഃപുരത്തിൽ രാക്ഷസിമാരാൽ ചുറ്റപ്പെട്ട് ദുഃഖിതയായ സീത കഴിയുന്നു. കടൽ കടക്കാൻ നിങ്ങൾ തന്നെ ഉപായം കണ്ടെത്തണം. നിങ്ങൾ എനിക്കൊരു സഹായം ചെയ്യണം. എന്നെ കടൽക്കരയിൽ എത്തിക്കണം. എനിക്ക് അനുജന്റെ മരണാനന്തര ക്രിയകൾ ചെയ്യേണ്ടതുണ്ട്."

തങ്ങൾ കേൾക്കാനാഗ്രഹിച്ചതുതന്നെ കേട്ടപ്പോൾ ഹനുമാനും കൂട്ടുകാരും സന്തുഷ്ടരായി. അവർ സമ്പാതിയെ കടൽത്തീരത്തെത്തിച്ചു. പക്ഷിശ്രേഷ്ഠനോടു നന്ദി പറഞ്ഞു യാത്രയായി.

അവർ നടന്നുനടന്നു കടൽത്തീരത്തെത്തി. ആർത്തലയ്ക്കുന്ന കടൽ കണ്ട് അവർ ഭയപ്പെട്ടുപോയി. ആർക്കാണ് കടൽ കടന്ന് ലങ്കയിലെത്താനാവുക? അംഗദന്റെ വാക്കുകേട്ട് ആരുമൊന്നു പറഞ്ഞില്ല. വാനരന്മാർ ഓരോരുത്തരും തങ്ങൾക്ക് ചാടാവുന്ന ദൂരം പറഞ്ഞു. എന്നാൽ ആർക്കും ലങ്കയിലേക്ക് ചാടി തിരിച്ചു വരാനുള്ള കരുത്തില്ല.

അപ്പോൾ ജാംബവാൻ പറഞ്ഞു. "അല്ലയോ ഹനുമാനേ, നീ എല്ലാം കേട്ടിട്ടും ഒന്നും മിണ്ടാതിരിക്കുന്നതെന്ത്? വായു പുത്രനായ നിനക്കു മാത്രമേ ലങ്കയിലേക്കു ചാടി തിരിച്ചുവരാനാവൂ. കുട്ടിക്കാലത്ത് നീ ഉദിച്ചുയരുന്ന സൂര്യനെ കണ്ട് പഴമാണെന്നു കരുതി മാനത്തേക്കുയർന്നു. നിന്റെ വരവുകണ്ട് കോപവും ഭയവും പൂണ്ട ദേവേന്ദ്രൻ വജ്രായുധം കൊണ്ടു നിന്നെ തടഞ്ഞു. വജ്രായുധം കൊണ്ട് കവിൾ മുറിഞ്ഞ് താഴെ വീണ നിന്നെയും കൊണ്ട് നിന്റെ അച്ഛനായ വായുഭഗവാൻ കുപിതനായി പാതാളത്തിൽ പോയി ഒളിച്ചു. വായു ഇല്ലാതായപ്പോൾ ദേവന്മാർ സങ്കടത്തിലായി. ഉടനെ ബ്രഹ്മാവ് പ്രത്യക്ഷപ്പെട്ട് വായുവിനെ സമാധാനിപ്പിച്ചു. പിന്നെ നിന്നെ അനുഗ്രഹിച്ചു. നീ ആഗ്രഹിക്കുമ്പോൾ മാത്രേ നിനക്കു മരണം വരൂ. നിന്റെ വീര്യം ആരെങ്കിലും ഓർമ്മപ്പെടുത്തുമ്പോൾ അത് നിനക്ക് തിരിച്ചു കിട്ടും. എന്ന് അനുഗ്രഹിച്ചു. അങ്ങനെ ശക്തനായ നിനക്ക് നിന്റെ ബലത്തെക്കുറിച്ച് ശാപം മൂലം അറിയാതെ പോയതാണ്. ആരെങ്കിലും നിന്നെ ഇക്കാര്യം ഓർമ്മിപ്പിക്കുമ്പോൾ നിനക്ക് നിന്റെ ശക്തി തിരിച്ചു കിട്ടും."

ഈ കഥ കേട്ടപ്പോൾ സ്വന്തം ശക്തി തിരിച്ചറിഞ്ഞ ഹനുമാൻ ലങ്കയിലേക്ക് ചാടാൻ തയ്യാറായി.

ലങ്കാദഹനം

സ്വശക്തി തിരിച്ചറിഞ്ഞ ഹനുമാൻ മഹേന്ദ്ര പർവ്വതത്തിൽ കയറി. എന്നിട്ട് ചങ്ങാതിമാരോട് പറഞ്ഞു. "രാമനെയ്ത അസ്ത്രത്തിന് തുല്യം ഞാൻ രാവണന്റെ ലങ്കയിൽ എത്തും. ലങ്കയിൽ സീതയെ കണ്ടില്ലെങ്കിൽ ദേവലോകത്തേക്ക് പോകും. എന്നിട്ടും കണ്ടില്ലെങ്കിൽ ഞാൻ രാവണനെ പിടിച്ചുകെട്ടിക്കൊണ്ടുവരും."

ഇങ്ങനെ പറഞ്ഞ് ഹനുമാൻ സ്വന്തം ശരീരം വലുതാക്കി. എന്നിട്ട് ആകാശത്തേക്ക് കുതിച്ചു. പരന്നു കിടക്കുന്ന തിരകൾ ആർത്തടിക്കുന്ന സമുദ്രത്തിന് മീതെ പറന്നു.

ആ സമയം സമുദ്രം മൈനാക പർവ്വതത്തോട് മുകളിലേക്ക് വന്ന് ഹനുമാന് ആതിഥ്യമരുളണമെന്ന് ആവശ്യപ്പെട്ടു. സസ്യങ്ങളും മരങ്ങളും നിറഞ്ഞ മൈനാകപർവ്വതം ഹനുമാനെ വാഴ്ത്തി പറഞ്ഞു. "അങ്ങു ചെയ്തത് മറ്റുള്ളവർക്കു കഴിയാത്ത കാര്യമാണ്. അങ്ങനെ ഞാൻ എന്റെയും ഈ മഹാസമുദ്രത്തിന്റെയും വന്ദനം അറിയിക്കുന്നു. എന്റെ കൊടുമുടിയിൽ അല്പ നേരം വിശ്രമിച്ചു പോകണമെന്നാണ് എന്റെ അഭ്യർത്ഥന."

മൈനാക പർവ്വതത്തിന്റെ ആതിഥ്യം സ്വീകരിച്ച് ഹനുമാൻ പറഞ്ഞു. "ഞാൻ പ്രീതനായിരിക്കുന്നു. നിന്റെ ആതിഥ്യം സ്വീകരിച്ചിരിക്കുന്നു. എന്നാൽ കാലം എന്നെ ബദ്ധപ്പെടുത്തുന്നു. പകൽ തീരാറായി. ലങ്കയിലെത്തുന്നതിന് മുമ്പ് ഇടയ്ക്കൊന്നും തങ്ങു

കയില്ലെന്ന് ഞാൻ പ്രതിജ്ഞ ചെയ്തിട്ടുണ്ട്." പർവ്വതത്തെ കൈകൊണ്ട് തലോടി ഹനുമാൻ പറന്നു നീങ്ങി.

പോകുന്നവഴിക്ക് വികൃതയും വിരൂപയും എല്ലാവരിലും ഭയം ജനിപ്പിക്കുന്നവളുമായ സുരസ എന്ന രാക്ഷസി ഹനുമാനെ തടഞ്ഞു. "എനിക്ക് ഈശ്വരന്മാർ നല്കിയ ഭക്ഷണമാണ് നീ. നിന്നെ ഞാൻ തിന്നാൻ പോകുന്നു. ബ്രഹ്മാവ് എനിക്ക് നല്കിയ വരമാണിത്." എന്നു സുരസ പറഞ്ഞപ്പോൾ ഹനുമാൻ അവളോടു പറഞ്ഞു. "ഞാൻ രാമകാര്യത്തിനായി ലങ്കയിലേക്ക് പോവുകയാണ്. സീതയെ കണ്ട് മടങ്ങിയ ശേഷം വന്ന് നിന്റെ വായിലേക്ക് പ്രവേശിച്ചു കൊള്ളാമെന്ന് ഞാനിതാ പ്രതിജ്ഞ ചെയ്യുന്നു."

അതുകേട്ട് സുരസ പറഞ്ഞു. "ആരുമെന്നെ മറി കടന്നു പോകാറില്ല. ഇതെനിക്കു കിട്ടിയ വരമാണ്. നീ ഇപ്പോൾ എന്റെ വായിൽ പ്രവേശിക്കുക തന്നെ വേണം." അവൾ ആകാശത്തോളം പോന്ന തന്റെ വലിയ വായും പൊളിച്ചു ഹനുമാന്റെ മുമ്പിൽനിന്നു. അപ്പോൾ ഹനുമാൻ തന്റെ ശരീരം വലുതാക്കി. ഉടനെ സുരസ തന്റെ വായ് വിസ്താരം ഇരട്ടിയാക്കി. പിന്നേയും ഹനുമാൻ വളർന്നപ്പോൾ സുരസ തന്റെ വായും വലുതാക്കി. പെട്ടെന്ന് ഹനുമാൻ ശരീരം പെരുവിരലിനോളം ചെറുതാക്കി സുരസയുടെ വായിൽ പ്രവേശിച്ച് പുറത്തുചാടി. "ഞാൻ നിന്റെ വായിൽ പ്രവേശിച്ചു. നിന്റെ വരം സത്യമായി. ഇനി ഞാൻ സീതയുടെ അടുത്തേക്ക് പോകട്ടെ" എന്നു പറഞ്ഞ ഹനുമാന്റെ വാക്കുകൾ കേട്ട് സന്തുഷ്ടയായ സുരസ ഹനുമാനോട് പറഞ്ഞു. "കാര്യം നേടാൻ അങ്ങു പോയാലും. സീതയെ എത്രയും വേഗം രാമനെ ഏല്പിക്കുക."

സുരസയോട് യാത്ര പറഞ്ഞ് ഹനുമാൻ യാത്ര തുടർന്നു. കുറേനേരം കടലിൽക്കൂടി യാത്ര ചെയ്തപ്പോൾ സിംഹിക എന്ന ഛായാഗ്രാഹിണി ഹനുമാന്റെ നിഴൽ പിടിച്ച് അവനെ തടഞ്ഞു നിർത്താൻ ശ്രമിച്ചു. അവൾ പറഞ്ഞു. "വളരെക്കാലമായി ഞാൻ പട്ടിണിയാണ്. ഇന്ന് എനിക്ക് എന്തെങ്കിലും കഴിക്കാം. ഈ സത്വം എന്റെ അധീനതയിലായി."

കടലിൽ എതിർ കാറ്റിൽപ്പെട്ട കടലിനെപ്പോലെ തന്റെ വേഗത കുറഞ്ഞുവരുന്നത് കണ്ടപ്പോൾ ഹനുമാന് മനസ്സിലായി അത് സിംഹിക എന്ന ഛായാഗ്രഹിണിയാണെന്ന്. ഉടൻ ഹനുമാൻ ശരീരം വലുതാക്കി. സിംഹികയും സ്വന്തം വായ പാതാളത്തോളം വലുതാക്കി. അപ്പോൾ ഹനുമാൻ തന്റെ ശരീരം ചെറുതാക്കി അവൾക്കുള്ളിലേക്ക് കടന്നു. എന്നിട്ട് കൂർത്ത നഖങ്ങൾ കൊണ്ട് അവളുടെ മർമ്മങ്ങൾ മാന്തിക്കീറി പുറത്തേക്ക് ചാടി. അവളെ വീഴ്ത്തി കപീന്ദ്രൻ വലുതായി.

ഹനുമാന്റെ തന്റെ യാത്ര തുടർന്നു. ഒടുവിൽ കടലിന്റെ മറുകരയിൽ എത്തിച്ചേർന്നു. സ്വന്തം രൂപം ചെറുതാക്കി. എന്നിട്ട് ലങ്കയെ നോക്കിക്കണ്ടു. പൊയ്കകൾ, കളിക്കളങ്ങൾ, ജലാശയങ്ങൾ, തരുക്കൾ നിറഞ്ഞ ഉദ്യാനങ്ങൾ എന്നിവയും മലപോലുള്ള മാളികകളും കാവല്ക്കാരായ രാക്ഷസന്മാരേയും ഹനുമാൻ കണ്ടു. പിന്നീട് ലങ്കയുടെ കോട്ട വാതില്ക്കലെത്തി. അനവധി രാക്ഷസന്മാരാൽ പാലിക്കപ്പെടുന്നതാണ് ആ കവാടം. ആദ്യം സീത ജീവിച്ചിരിപ്പുണ്ടോ എന്നറിയണം. അത് കഴിഞ്ഞ് ബാക്കി ചിന്തിക്കാം. ഹനുമാൻ മനസ്സിൽ കരുതി. എന്തായാലും സ്വന്തം രൂപത്തിലും ഉള്ളിൽ കടക്കാനാവില്ല. അവരെ ചതിച്ചു വേണം ഉള്ളിൽക്കയറാൻ അതും രാത്രിയിലാണ് നല്ലത് എന്നും ഹനുമാൻ തീരുമാനിച്ചു.

ഹനുമാൻ ഒരു പൂച്ചയോളം ചെറുതായി ലങ്കയിൽ പ്രവേശിച്ചു. അപ്പോൾ ലങ്കയുടെ കാവല്ക്കാരിയായ ലങ്കാശ്രീ ഹനുമാനെ തടഞ്ഞു. "കാട്ടുകുരങ്ങേ, നീ എന്തിനിവിടെ വന്നു? നിനക്ക് ഈ ലങ്കയിൽ പ്രവേശിക്കാനാവില്ല, ഞാനിവിടെ കാവലുള്ളിടത്തോളം."

ഇതുകേട്ട് ഹനുമാൻ ചോദിച്ചു. "എന്നെ തടയുന്ന വിരൂപിയായ നീ ആരാണ്?" അതുകേട്ട് കോപാകുലയായി അവൾ പറഞ്ഞു. "ഞാൻ രാവണന്റെ ദാസിയാണ്. എന്നെ അവഗണിച്ച് നിനക്കു ലങ്കയിൽ പ്രവേശിക്കാനാവില്ല. എന്റെ തല്ലേറ്റ് നിന്റെ ജീവൻ പോകുമെന്ന കാര്യത്തിൽ എനിക്ക് സംശയമില്ല." "ഞാൻ ഈ നഗരം കാണാനാണ് വന്നത്." ഹനുമാൻ പറഞ്ഞു. "എടാ

മർക്കടമേ, എന്നെ ജയിക്കാതെ നിനക്ക് അകത്ത് കടക്കാനാവില്ല.” അവൾ തീർത്തു പറഞ്ഞു. എന്നിട്ട് ഭയങ്കരമായി അലറിക്കൊണ്ട് ഹനുമാനെ അടിച്ചു. അപ്പോൾ ഇടത്തുകൈയിലെ വിരലുകൾ മടക്കിക്കൊണ്ട് ഹനുമാൻ കോപത്തോടെ തിരിച്ചടിച്ചു. അവൾ താഴെ വീണു.

ഉടനെ ലങ്കാലക്ഷ്മി ഹനുമാനോടു പറഞ്ഞു. “വാനരശ്രേഷ്ഠാ, അങ്ങ് എന്നെ ജയിച്ചിരിക്കുന്നു. അതോടെ എനിക്കു ശാപമോക്ഷമായി. എനിക്ക് ബ്രഹ്മാവ് ഒരു വരം തന്നിരുന്നു. എന്ന് ഒരു വാനരൻ വിക്രമം കൊണ്ട് നിന്നെ കീഴടക്കുന്നുവോ അന്ന് ലങ്കയ്ക്ക് നാശമടുത്തുവെന്ന് നീ അറിയണം. അതോടെ നിനക്ക് ലങ്ക വിട്ടു പോകാം. ആ സമയമായി എന്നു ഞാനറിയുന്നു. അതിനാൽ ഇനി അങ്ങ് യഥേഷ്ടം ലങ്കയിൽ സഞ്ചരിച്ച് സീതയെ കണ്ടെത്തുക.”

അതിന് ശേഷം ഹനുമാൻ ലങ്കാനഗരത്തിനുള്ളിൽ കടന്നു. ഇഷ്ടമുള്ള രൂപമെടുക്കാൻ കഴിവുള്ള അവൻ അവിടമെല്ലാം ചുറ്റിയലഞ്ഞു കണ്ടു. ഘോരരാക്ഷസന്മാരാൽ ചുറ്റപ്പെട്ട രാവണഗൃഹം കണ്ടു. പുഷ്പകവിമാനം കണ്ടു. രാവണപത്നിയായ മണ്ഡോദരിയെ കണ്ട് സീതയാണോ എന്നു സംശയിച്ചു. എന്നാൽ രാമനെ വേർപെട്ട സീതയ്ക്ക് ഉറങ്ങാനാവില്ലെന്നും അവൾ ആഭരണങ്ങൾ അണിയുകയില്ലെന്നും ചിന്തിച്ച് സീതാന്വേഷണം തുടർന്നു. അന്തഃപുരത്തിലൊന്നും സീതയെ കാണാതെ ഹനുമാൻ ദുഃഖിതനായി. ഇനി തിരിച്ചു ചെന്ന് കൂട്ടുകാരോട് എന്തു പറയും എന്നു ചിന്തിച്ചു. എന്നാൽ മനസ്സുകെടാതെ ഉത്സാഹത്തോടെ ഐശ്വര്യത്തിന് അടിസ്ഥാനമെന്നു കരുതി ഹനുമാൻ സീതാന്വേഷണം തുടർന്നു. അങ്ങനെ സഞ്ചരിക്കുന്നതിനിടയിലാണ് ഹനുമാൻ അശോകവനികയിലെത്തിച്ചേർന്നത്. ഇവിടെ താൻ സീതയെ തേടിയില്ലല്ലോ എന്നു കരുതി ഹനുമാൻ അശോകവനികയിൽ പ്രവേശിച്ചു.

ശിംശപാവൃക്ഷത്തിന് മുകളിൽക്കയറി ഹനുമാൻ ചുറ്റും നോക്കി. അവിടെ മലിന വസ്ത്രങ്ങൾ ധരിച്ച് ഘോരരാക്ഷസിമാരുടെ മദ്ധ്യേ കരയുകയും നെടുവീർപ്പിടുകയും ചെയ്തു

കൊണ്ടിരിക്കുന്ന ഒരുവളെ അവൻ കണ്ടു. പുക കൊണ്ടു മൂടിയ അഗ്നി ശിഖ പോലെയിരിക്കുന്ന ഇവൾ തന്നെയാണ് സീത എന്നു ഹനുമാനു തോന്നി.

അങ്ങനെ നോക്കി നില്ക്കേ, സർവ്വാലങ്കാര ഭൂഷിതനായ രാവണൻ അശോകവനികയിൽ പ്രവേശിക്കുന്നത് അവൻ കണ്ടു. രാവണനെ കണ്ട് കൊടുങ്കാട്ടിൽപ്പെട്ട വാഴയിലപോലെ അവൾ വിറയ്ക്കുന്നത് കണ്ടു. സീതയെ പ്രലോഭിപ്പിക്കാനുള്ള വരവാണ് രാവണന്റേതെന്ന് ഹനുമാന് മനസ്സിലായി.

രാവണൻ സീതയോടു പറഞ്ഞു. "ഈ ലോകത്തിൽ ഞാൻ കൊണ്ടു വന്ന രത്നങ്ങളത്രയും എന്തിന് എന്റെ രാജ്യവും ഞാൻ നിനക്കു തരുന്നു. തിളങ്ങുന്ന ഈ ആഭരണങ്ങൾ നീ അണിയുക. മൂന്ന് ലോകങ്ങളിലും തപസ്സിലോ ബലത്തിലോ യശസ്സിലോ ധനത്തിലോ തേജസ്സിലോ എനിക്ക് തുല്യരായി ആരുമില്ല. നിന്റെ മനസ്സു തെളിഞ്ഞ് നീ എന്നോടൊത്തു ചേരുക."

രാവണവചനങ്ങൾ കേട്ട് സീത മുഖമുയർത്താതെ രാവണനെ നോക്കാതെ പറഞ്ഞു. "നിനക്ക് പറ്റിയവളല്ല ഞാൻ. ഞാൻ മറ്റൊരുവന്റെ ഭാര്യയാണ്. നിനക്ക് ലങ്കാധിപനായി തുടരണമെന്നുണ്ടെങ്കിൽ എന്നെ രാമന് മടക്കിക്കൊടുത്ത് അവന്റെ സഖിത്വം നേടുക. അല്ലെങ്കിൽ നിനക്ക് കനത്ത വില നല്കേണ്ടിവരും."

സീതയുടെ വാക്കുകൾ കേട്ട് രാവണൻ അതീവ ക്രുദ്ധനായി സീതയോട് പറഞ്ഞു. "നിന്നോട് പ്രിയം പറയുന്തോറും നിനക്ക് എന്നിൽ വെറുപ്പു കൂടുന്നു. നിന്നോട് എനിക്ക് സ്നേഹവും അനുതാപവും ഉള്ളത് കൊണ്ടാണ് ഞാൻ നിന്നെ കൊല്ലാത്തത്. ഇനി എനിക്കു ക്ഷമിക്കാനാവില്ല. രണ്ടുമാസത്തിനകം എന്നെ ഭർത്താവായി സ്വീകരിക്കാത്തപക്ഷം നിന്നെ എന്റെ പാചകക്കാർ ഭക്ഷണത്തിന് വെട്ടി നുറുക്കും." രാക്ഷസിമാരോട് അവളെ വശപ്പെടുത്താൻ കല്പിച്ച് രാവണൻ നിരാശയോടെ മടങ്ങി.

രാവണന്റെ ഭീഷണികേട്ട് സീത മരിക്കാനൊരുങ്ങി. ആ നിമിഷത്തിൽത്തന്നെ ഹനുമാൻ രാമകഥ പറയാൻ തുടങ്ങി. മരക്കൊമ്പുകൾക്കിടയിൽ മറഞ്ഞ് വെള്ളത്തുണിയുടുത്ത വാനരനെ

സീത കണ്ടു. അത് രാക്ഷസമായയാണോ എന്ന് സീത സംശയിച്ചു. എന്നാൽ ഹനുമാൻ സൗമ്യഭാവത്തിൽ താൻ രാമനാൽ അയക്കപ്പെട്ട ദൂതനാണെന്നു പറഞ്ഞു. രാവണവധത്തിന് അധിക സമയമില്ലെന്നും അതുകൊണ്ട് സീത ദുഃഖം വെടിയണമെന്നും ഹനുമാൻ കൂട്ടിച്ചേർത്തു. പിന്നെ അടയാളമായി രാമൻ കൊടുത്ത മുദ്രാമോതിരം കാണിച്ചുകൊടുത്തു.

സീതയ്ക്ക് ഹനുമാന്റെ വാക്കുകളും മുദ്രമോതിര ദർശനവും അത്യധികം ആനന്ദം നല്കി. കടലിൽ കിടന്നുഴലുന്നവന് കരയുടെ സാമീപ്യം അറിഞ്ഞതുപോലെ. സീത ഹനുമാന് വിട നല്കി. ഇനി സ്വല്പകാര്യം കൂടി ബാക്കിയുണ്ടെന്ന് ചിന്തിച്ച് അവൻ അവിടം വിട്ട് പ്രമദവനത്തിലേക്ക് പോയി. താൻ വന്ന വിവരം രാവണനറിയാതെ പോകരുത്. അതിനായി നിമിഷനേരം കൊണ്ട് പ്രമദവനത്തെ ആന കരിമ്പിൻ കാടിനെയെന്ന പോലെ തകർത്തു. യുദ്ധത്തിനെത്തിയ രാക്ഷസവീരരെ കൊന്നൊടുക്കി. യുദ്ധത്തിനുവന്ന രാവണപുത്രനായ അക്ഷകുമാരനെ വധിച്ചു.

രാവണപുത്രനായ അക്ഷകുമാരൻ വധിക്കപ്പെട്ടപ്പോൾ രാവണൻ ഇന്ദ്രജിത്തിനെത്തന്നെ ഹനുമാനെതിരെ പോരിനയച്ചു. രണ്ടുപേരും തമ്മിൽ ഘോരപോരാട്ടം നടന്നു. ഹനുമാനെ വധിക്കാൻ പറ്റില്ലെന്ന് മനസ്സിലാക്കിയ ഇന്ദ്രജിത്ത് ബ്രഹ്മാസ്ത്രം കൊണ്ടു അവനെ ബന്ധിച്ചു.

ഹനുമാൻ ബ്രഹ്മാസ്ത്രത്തിന് കീഴ്പ്പെട്ടു. താൻ ബന്ധിക്കപ്പെട്ടാലും രാവണനോട് സംസാരിക്കാമല്ലോ എന്നു മനസ്സിൽ കരുതി. അവൻ അനങ്ങാതെ കിടക്കുന്നത് കണ്ട് രാക്ഷസന്മാർ അവനെ കയറുകൊണ്ട് കെട്ടി. അവർ പെരുത്ത മുഷ്ടി കൊണ്ട് ഇടിച്ചും തറയിലൂടെ വലിച്ചും ഹനുമാനെ രാവണന്റെ മുമ്പാകെ ഹാജരാക്കി.

അവനെ കണ്ട് വെറും കുരങ്ങനെന്നു കരുതി പുച്ഛിച്ച് രാവണൻ പറഞ്ഞു. “നീ എന്തിനിവിടെ വന്നു? ഇത് കുരങ്ങന്മാർക്ക് കടന്നുവരാനുള്ള ഇടമല്ലല്ലോ. നിനക്കെങ്ങനെ ഇവിടെ വരാനുള്ള ധൈര്യം കിട്ടി? നീ ആരാൽ അയക്കപ്പെട്ടു? സത്യം പറഞ്ഞാൽ നിന്നെ വെറുതെ വിടാം.”

അപ്പോൾ ഹനുമാൻ പറഞ്ഞു. “ഞാൻ സുഗ്രീവന്റെ ദൂത

നാണ്. അവന്റെ സന്ദേശം നിന്നെ അറിയിക്കാൻ വന്നതാണ്. വായുപുത്രനായ ഹനുമാനാണ് ഞാൻ. രാമനുമായി സഖ്യം ചെയ്ത സുഗ്രീവൻ സീതാന്വേഷണത്തിനായി എല്ലായിടത്തേക്കും വാനരന്മാരെ അയച്ചു. അങ്ങനെ എത്തിയതാണ് ഞാൻ. നിന്നെ ഞാൻ സുഗ്രീവ സന്ദേശം അറിയിക്കാം. രാമന് അപ്രിയം ചെയ്ത് ഈ ലോകത്തിൽ ആർക്കും ജീവിക്കാനാവില്ല. അതുകൊണ്ട് നീ സീതയെ രാമന് കൊടുത്ത് മാപ്പ് പറയുക. അല്ലെങ്കിൽ നീയും നിന്റെ വംശവും മുടിഞ്ഞുപോകും. സംശയമില്ല. യുദ്ധത്തിൽ രാമലക്ഷ്മണന്മാരെ ജയിക്കാൻ ആർക്കു കഴിയും?"

ഹനുമാന്റെ വാക്കുകൾ രാവണനെ ക്രുദ്ധനാക്കി. "ആവശ്യമില്ലാത്ത വാക്കുകൾ പറയുന്ന നിനക്ക് ജീവിക്കാൻ അവകാശമില്ല. ഇവനെ ഇപ്പോൾത്തന്നെ കൊന്നു കളയുക." രാവണൻ അനുചരന്മാരോട് കല്പിച്ചു.

എന്നാൽ അനുജനായ വിഭീഷണൻ രാവണനോടു പറഞ്ഞു. "ദൂതന്മാരെ കൊല്ലുന്നത് രാജധർമ്മത്തിന് യോജിച്ചതല്ല. മാത്രവുമല്ല ഇവനെ കൊന്നാൽ അക്കാര്യം കടലിനപ്പുറത്തുള്ള രാമനൊട്ട് അറിയുകയുമില്ല. ഇവൻ കൊല്ലപ്പെട്ടാൽ ആ അഹങ്കാരികളുമായി അങ്ങേക്ക് യുദ്ധം ചെയ്യാനും കഴിയുകയില്ല. അങ്ങയുടെ കിങ്കരന്മാരെ ഇവനൊപ്പം അയക്കുക. അവർ ആ രാജപുത്രന്മാരെ പിടിച്ചു കൊണ്ടുവരട്ടെ."

ഇങ്ങനെ വിഭീഷണൻ പറഞ്ഞത് കേട്ടപ്പോൾ അത് ശരിയാണെന്ന് രാവണനും തോന്നി. "നീ പറഞ്ഞത് ശരിയാണ്. ദൂതവധം നിന്ദ്യമാണ്. എന്നാലും ഇവനെ വെറുതെ വിടുന്നത് ശരിയല്ല. വാനരന്മാർക്ക് വാൽ പ്രിയപ്പെട്ട അലങ്കാരമാണ്. വേഗം ഇവന്റെ വാലിൽ എണ്ണത്തുണി ചുറ്റി അതിൽ തീ കത്തിക്കട്ടെ. കരിഞ്ഞ വാലോടെ ഇവനെ ലങ്ക മുഴുവൻ ചുറ്റി കാണിക്കുക." രാവണൻ കല്പിച്ചു.

കല്പന കേട്ട ഉടൻ തന്നെ രാക്ഷസന്മാർ ഹനുമാന്റെ വാലിൽ തുണി ചുറ്റി തീ കൊളുത്തി. വാലിൽ തീ കത്തുന്ന ഹനുമാനെ കള്ളനെന്നു വിളിച്ചു കൂവി ലങ്ക മുഴുവൻ ചുറ്റി നടന്നു. ഹനുമാൻ രാക്ഷസന്മാരുടെ തോളിലിരുന്ന് വലിയ ലങ്കാനഗരം ചുറ്റിക്കണ്ടു. വലിയ ഗൃഹങ്ങളും നാൽക്കൂട്ടപെരുവഴികളും, വിശാല

പാതകളും ഉപപാതകളും അവൻ കണ്ടു.

അതു കഴിഞ്ഞ് ഹനുമാൻ സ്വന്തം രൂപമെടുത്തു. കെട്ടുകൾ പൊട്ടിച്ചു. അവിടെനിന്നു കിട്ടിയ ഇരുമ്പുലക്ക കൊണ്ട് രാക്ഷസരെ തല്ലിക്കൊന്നു. പിന്നെ ആളിക്കത്തുന്ന വാലോടെ എല്ലാ ഗൃഹങ്ങളിലേക്കും ചാടിക്കയറി. അവയൊക്കെ അഗ്നിക്കിരയാക്കി. എല്ലാം ചുട്ടു ചാമ്പലാക്കി.

പിന്നീട് അശോകവനികയിൽ ചെന്ന് സീതയെ കണ്ടു. സീതയ്ക്ക് ഒന്നും പറ്റാത്തതിൽ ഹനുമാന് സന്തോഷം തോന്നി. സീതയെ നമസ്കരിച്ച് ഉണ്ടായ കാര്യമെല്ലാം പറഞ്ഞു. സീത അത് കേട്ട് സന്തുഷ്ടയായി. സീതയോട് രാമനെ കൂട്ടിയെത്താമെന്ന് പറഞ്ഞ് ഹനുമാൻ വിട പറഞ്ഞു.

വൈകാതെ ഹനുമാൻ സമുദ്രം തിരിച്ചു ചാടി കൂട്ടുകാരുടെ അരികത്ത് എത്തി. ഉണ്ടായതെല്ലാം വിവരിച്ചു. അവരെല്ലാം കാര്യം നേടിയതിൽ ഹനുമാനെ അഭിനന്ദിച്ചു.

ഹനുമാനോടൊപ്പം വാനരശ്രേഷ്ഠർ അക്ഷമരായി കാത്തിരിക്കുന്ന സുഗ്രീവന്റെയും രാമന്റെയും മുമ്പിലെത്തി സീതയെ കണ്ടു എന്ന വാർത്ത അറിയച്ചു. വിവരമറിഞ്ഞ് രാമലക്ഷ്മണന്മാർ ഏറെ സന്തോഷിച്ചു. എല്ലാവരും ഹനുമാനെയും കൂട്ടുകാരേയും അഭിനന്ദിച്ചു.

വിഭീഷണൻ മറുചേരിയിൽ

ഹനുമാൻ ലങ്കയിൽ വരുത്തിയ നാശം കണ്ട് രാവണൻ ലജ്ജയാൽ തലതാഴ്ത്തി അദ്ദേഹം രാക്ഷസന്മാരോടായി പറഞ്ഞു. "ഒരു വെറും കുരങ്ങൻ മറ്റാർക്കും കടക്കാൻ പ്രയാസമായ ലങ്കയിൽ പ്രവേശിച്ചിരിക്കുന്നു. അതിന് പുറമേ രാക്ഷസന്മാരെ കൊല്ലുകയും ലങ്ക ചുട്ടെരിക്കുകയും ചെയ്തിരിക്കുന്നു. ഇനി എന്തു ചെയ്യണമെന്ന് നമുക്ക് സഭ കൂടി ആലോചിക്കേണ്ടിയിരിക്കുന്നു. രാമൻ കടൽ താണ്ടുകയോ കടൽ വറ്റിക്കുകയോ ചെയ്യും. അനേകായിരം വാനരന്മാരൊത്ത് അവൻ ലങ്കവ ളയും. നാം എന്താണ് ചെയ്യേണ്ടത്?"

രാവണൻ സഭ വിളിച്ചുകൂട്ടി ഈ വിവരം അറിയിച്ചപ്പോൾ മന്ത്രിമാർ രാവണനെ സമാധാനിപ്പിച്ചു. "ഒരു കുരങ്ങൻ ചെയ്തത് ഓർത്ത് അങ്ങ് ദുഃഖിക്കേണ്ട. നമ്മുടെ സേന ശക്തമാണ് അങ്ങാണെങ്കിൽ കുബേരനെയും ദേവേന്ദ്രനേയും തോല്പിച്ചവനാണ്. യക്ഷന്മാരെ കീഴടക്കി കൈലാസമെടുത്ത് അമ്മാനമാടിയവനാണ്. അങ്ങെന്തിന് വിഷമിക്കണം? മഹേശ്വര യജ്ഞം ചെയ്തു വരങ്ങൾ നേടിയ ഇന്ദ്രജിത്ത് ഇവിടെയില്ലേ? അങ്ങ് ഇന്ദ്രജിത്തിനെ ഞങ്ങളോടൊപ്പം അയച്ചാൽ മാത്രം മതി. അവൻ രാമനോടൊത്ത മർക്കടപ്പടയെ നശിപ്പിച്ചു കൊള്ളും." ഇങ്ങനെ പറഞ്ഞ് പ്രഹസ്തൻ, വജ്രദ്രംഷ്ടൻ, കുംഭകർണ്ണപുത്രനായ

നികുംഭൻ, വജ്രഹനു തുടങ്ങിയവരൊക്കെ യുദ്ധത്തിനു പുറപ്പെടാൻ തയ്യാറായി.

അപ്പോൾ തൊഴുകൈയോടെ വിഭീഷണൻ രാവണനോടു പറഞ്ഞു. "മൂന്ന് ഉപായങ്ങൾ ഫലമില്ലാതെ വരുമ്പോഴേ വിക്രമത്തിന് സമയമാകൂ. എതിരാളികളെ അവഗണിക്കരുത്. സീതമൂലം നമുക്ക് വലിയ ആപത്തു വന്നുചേരും. ആ വമ്പിച്ച വാനരസേന ലങ്ക ആക്രമിച്ച് കീഴടക്കും മുമ്പ് സീതയെ രാമന് വിട്ടു കൊടുക്കുക. അല്ലെങ്കിൽ ലങ്കാപുരി മുടിയും."

വിഭീഷണ വാക്യം കേട്ട് അതൃപ്തിയോടെയെങ്കിലും രാവണൻ തല്ക്കാലം അന്തഃപുരത്തിലേക്ക് പോയി. എന്നാൽ സീതയെ ഓർത്തും, തന്റെ ഇപ്പോഴത്തെ അവസ്ഥയോർത്തും രാവണൻ അസ്വസ്ഥനും ദുഃഖിതനുമായി.

കുംഭകർണ്ണൻ ഉറക്കത്തിൽ നിന്നുണർന്നപ്പോൾ രാവണൻ ഉണ്ടായ കാര്യങ്ങൾ അനുജനോടു പറഞ്ഞു. "ഇതൊക്കെ ചെയ്യുന്നതിന് മുമ്പ് ഞങ്ങളോട് ആലോചിച്ചിരുന്നെങ്കിൽ അങ്ങേക്ക് ഈ ഗതി വരില്ലായിരുന്നു. എങ്കിലും അങ്ങ് ഭയപ്പെടേണ്ട. ശത്രുക്കളെ മുഴുവൻ നശിപ്പിച്ച് അങ്ങയുടെ ഭയം ഞാൻ ഇല്ലാതാക്കുന്നുണ്ട്." എന്നു പറഞ്ഞു രാവണനെ സമാധാനിപ്പിച്ചു.

എന്നാൽ വിഭീഷണൻ തന്റെ അഭിപ്രായത്തിൽ ഉറച്ചുതന്നെ നിന്നു. അയാൾ പറഞ്ഞു. "കുംഭകർണ്ണനോ ഇന്ദ്രജിത്തോ മഹാപാർശ്വനോ മഹോദരനോ നികുംഭനോ അതികായനോ ആർക്കും രാമനെതിരെ നില്ക്കാനാവില്ല. അതുകൊണ്ട് സീതയെ തിരികെ നല്കുന്നതാണ് നല്ലത്."

എന്നാൽ എല്ലാവരും വിഭീഷണനെ എതിർത്തു. ഇന്ദ്രജിത്ത് ഭീരു എന്ന് വിഭീഷണനെ വിളിച്ചു. കുപിതനായ രാവണൻ പറഞ്ഞു. "ബന്ധുക്കളാണ് നമ്മുടെ ഏറ്റവും വലിയ ശത്രുക്കൾ. ഇങ്ങനെ പറഞ്ഞത് വേറെ വല്ലവരുമാണെങ്കിൽ ആ നിമിഷം അവന്റെ കഥ കഴിഞ്ഞേനെ. കുലത്തിന് കളങ്കം ചാർത്തുന്ന നീ നിന്ദ്യനാണ്."

ഇതുകേട്ട് വിഭീഷണൻ നാലു രാക്ഷസന്മാരോടൊത്ത് ആകാശത്തിലേക്കുയർന്നു. എന്നിട്ട് രാവണനോടായി പറഞ്ഞു. "അങ്ങേക്കു ഭ്രാന്താണ്. അങ്ങെന്റെ ജ്യേഷ്ഠനാണെങ്കിലും ഈ

പരുഷവാക്കുകൾ ഞാൻ സഹിക്കുകയില്ല. മരണമടുത്തെത്തിയവൻ മറ്റുള്ളവരുടെ നല്ല വാക്കുകൾ കേൾക്കുകയില്ല. രാമനാൽ അങ്ങു കൊല്ലപ്പെടുന്നത് കാണാൻ ഞാൻ ഇഷ്ടപ്പെടുന്നില്ല. അതുകൊണ്ട് ഞാൻ അങ്ങയെ ഉപേക്ഷിച്ചു പോകാൻ നിർബ്ബന്ധിതനാകുന്നു."

രാവണനോടിപ്രകാരം പറഞ്ഞ് വിഭീഷണൻ രാമലക്ഷ്മണന്മാരുടെ അടുത്തെത്തി. വിഭീഷണൻ നാലു രാക്ഷസന്മാരോടൊത്ത് ആകാശത്ത് നില്ക്കുന്നതു കണ്ട് സുഗ്രീവൻ രാമനോടു പറഞ്ഞു. "ശത്രുക്കൾ ഇവിടെ എത്തിക്കഴിഞ്ഞിരിക്കുന്നു. ദുഷ്ടരായ ഇവരെക്കൊല്ലാൻ അങ്ങ് ഞങ്ങൾക്ക് ആജ്ഞ നല്കണം."

അതുകേട്ട് വിഭീഷണൻ പറഞ്ഞു. "ഞങ്ങൾ അങ്ങയുടെ ശത്രുക്കളല്ല. ഞാൻ രാവണനസഹോദരനായ വിഭീഷണനാണ്. സീതയെ അങ്ങേക്കു വിട്ടു തരണമെന്ന എന്റെ ഹിതവാക്കുകൾ ജ്യേഷ്ഠൻ സ്വീകരിച്ചില്ല. അതുകൊണ്ട് അവനേയും എന്റെ കുടുംബത്തെയും ഉപേക്ഷിച്ച് ഞാൻ അങ്ങയെ ശരണം പ്രാപിക്കാനായി എത്തിയിരിക്കുകയാണെന്ന് രാമനെ അറിയിക്കുക."

വാനരന്മാർക്ക് അതു വിശ്വസിക്കാൻ കഴിഞ്ഞില്ല. രാവണനാൽ അയക്കപ്പെട്ട ഇവരെ കൊല്ലുകയാണ് നല്ലത് എന്ന് അവർ പറഞ്ഞു.

പക്ഷേ, രാമൻ അത് തടഞ്ഞുകൊണ്ട് പറഞ്ഞു. "കൈകൂപ്പി ശരണം പ്രാപിക്കുന്നവരെ ഉപദ്രവിക്കാൻ പാടില്ല. അവനെ ആദരവോടെ കൂട്ടിക്കൊണ്ടു വരിക. അവന് ഞാൻ അഭയം നല്കിയിരിക്കുന്നു."

രാമൻ അഭയം നല്കിയ വിഭീഷണൻ രാമന്റെ കാല്ക്കൽ വീണു നമസ്കരിച്ചു പറഞ്ഞു. "എന്റെ ജ്യേഷ്ഠൻ എന്റെ വാക്കുകൾ കേട്ടില്ല. എന്നെ നിന്ദിച്ച അവനെ ഞാൻ വിട്ടു പോന്നു. ഇനി രാവണനേയും ബന്ധുക്കളേയും മുടിക്കുന്നതുവരെ ഞാൻ ലങ്കയിൽ കാലു കുത്തുകയില്ലെന്ന് സത്യം ചെയ്യുന്നു."

ഇതുകേട്ട് സന്തുഷ്ടനായ രാമൻ വിഭീഷണനെ മാറോടു ചേർത്തു. വിഭീഷണനെ രാക്ഷസരാജാവായി അഭിഷേകം ചെയ്യാൻ ലക്ഷ്മണനോടും വാനരന്മാരോടും കല്പിച്ചു. രാമന്റെ

കല്പനപ്രകാരം ലക്ഷ്മണൻ വിഭീഷണനെ രാക്ഷസന്മാരുടെ രാജാവായി അഭിഷേകം ചെയ്തു.

അതുകഴിഞ്ഞ് സുഗ്രീവൻ വിഭീഷണനോടു ചോദിച്ചു. "ഈ കടൽ ഞങ്ങൾ എങ്ങനെ കടക്കും?" വിഭീഷണൻ പറഞ്ഞു. "രാമ രാജൻ സാഗരത്തെ അഭയം പ്രാപിക്കണം. രാമന്റെ പൂർവ്വിക നായ സഗരൻ കുഴിച്ചതാണ് ഈ കടൽ. സാഗരം ബന്ധുവായ രാമന് സഹായം ചെയ്യാതിരിക്കില്ല."

ഈ വിവരം സുഗ്രീവൻ രാമനെ അറിയിച്ചു. രാമൻ മന്ദഹാ സത്തോടെ ആ അഭിപ്രായം സ്വീകരിക്കുകയും ചെയ്തു.

സമുദ്ര സേതു നിർമ്മാണം

രാമലക്ഷ്മണന്മാർ വാനരന്മാരൊത്ത് സമുദ്രതീരത്തേക്ക് പുറപ്പെട്ടു.

സമുദ്രത്തിനടുത്തെത്തിയപ്പോൾ രാമൻ പറഞ്ഞു. "സുഗ്രീവാ, നമ്മൾ കടലിനടുത്തെത്തി. ഇനി മുന്നോട്ടുപോകാൻ നിവൃത്തിയില്ല. ഇനി കടൽ തരണം ചെയ്യുന്നതിനെക്കുറിച്ച് ചിന്തിക്കേണ്ടിയിരിക്കുന്നു."

ഉടനെ സേനയോട് കടൽത്തീരത്ത് താവളമടിക്കാൻ സുഗ്രീവൻ ആവശ്യപ്പെട്ടു. മണ്ണിൽ ദർഭ വിരിച്ചു കിടന്ന് കടലിനോട് വഴിമാറാൻ രാമൻ മൂന്നു ദിവസം പ്രാർത്ഥിച്ചു. എന്നാൽ കടൽ രാമന് ദർശനം നല്കിയില്ല. അതുകൊണ്ട് കുപിതനായ രാമൻ അസ്ത്രമെയ്ത് കടൽ വറ്റിക്കാൻ തന്നെ തീരുമാനിച്ചു. വില്ലു കുലച്ചു.

എന്നാൽ ലക്ഷ്മണൻ വില്ലിൽ പിടികൂടി പറഞ്ഞു. "അരുതരുത്. ഈ കടുങ്കൈ കൂടാതെത്തന്നെ നമുക്ക് കടലിൽനിന്ന് കാര്യം നേടാവുന്നതാണ്. അങ്ങയെപ്പോലെയുള്ളവർ ക്രോധത്തിന് വശപ്പെടരുത്."

ലക്ഷ്മണന്റെ വാക്കുകൾ രാമന്റെ ക്രോധത്തെ തടയാൻ പര്യാപ്തമായില്ല. "എന്റെ പെരുങ്കടലേ, എന്റെ ന്യായമായ വാക്കിന് ചെവി തരാത്ത നിന്നെ ഞാൻ പാതാളത്തോളം വറ്റി

ക്കുന്നുണ്ട്." എന്നു പറഞ്ഞ് ബ്രഹ്മാസ്ത്രത്തോടു ചേർത്ത് വില്ലു കുലച്ചു. ആ സമയം അന്തരീക്ഷം കലങ്ങി മറിഞ്ഞു. മേഘങ്ങൾ ഘോരമായ മിന്നൽ പുറപ്പെടുവിച്ചു. ഭയന്നുപോയ കടൽ ഒരു യോജന പിൻവാങ്ങി.

അപ്പോൾ വരുണദേവൻ പ്രത്യക്ഷനായി കൈകൂപ്പി രാമനോടു പറഞ്ഞു. "അങ്ങേക്ക് പോകാൻ വേണ്ടത് ഞാൻ ചെയ്യാം. സേന മറുകര എത്തുന്നതുവരെ മുതലകൾ അവരെ ഒന്നും ചെയ്യുകയില്ല. വാനരന്മാർക്ക് കടക്കാൻ വേണ്ട സ്ഥലം ഞാൻ തരാം."

വാനരശ്രേഷ്ഠനായ നളൻ രാമനോട് പറഞ്ഞു. "അണ കെട്ടുന്നതിൽ സമർത്ഥനായ അച്ഛന്റെ അനുഗ്രഹം കൊണ്ട് ഞാൻ കടലിൽ ചിറ കെട്ടാം. ആഴിയിൽ ചിറകെട്ടാൻ എനിക്ക് കഴിയും. വാനരന്മാർ ഇന്നു തന്നെ ചിറ പടുക്കാൻ തുടങ്ങട്ടെ."

രാമൻ അത് സമ്മതിച്ചു. ഉടനെത്തന്നെ വാനരന്മാർ വലിയ പർവ്വതങ്ങളും, വലിയ പാറകളും വൻമരങ്ങളും പുഴക്കിയെടുത്ത് വലിച്ച് കടൽത്തീരത്തെത്തി. അഞ്ചുദിവസം കൊണ്ട് വാനരന്മാർ സമുദ്രത്തിന് കുറുകെ സേതു നിർമ്മിച്ചു.

വാനരസേന ആ സേതുവിലൂടെ മുന്നോട്ടു പോയി. രാമൻ ഹനുമാന്റെ ചുമലിലും ലക്ഷ്മണൻ അംഗദന്റെ ചുമലിലും കയറി സേനയ്ക്കു മുമ്പേ പോയി. അങ്ങനെ അവർ ലങ്കയിലെത്തി. രാമൻ വില്ലുമേന്തി മുന്നിൽ നടന്നു. വാനരസേന വിഭീഷണ സുഗ്രീവന്മാരുടെ നേതൃത്വത്തിൽ ക്രോധം പൂണ്ട കടൽപോലെ ശത്രുവധത്തിനായി ആർത്തിരമ്പി.

രാവണനാൽ അയക്കപ്പെട്ട ചാരനായ ശുകനെ വാനരന്മാർ പിടികൂടിയിരുന്നു. ലങ്കയിലെത്തിയപ്പോൾ രാമൻ ശുകനെ വിടാൻ കല്പിച്ചു.

ശുകൻ രാവണനോട് താൻ കണ്ട കാര്യങ്ങളെല്ലാം വിവരിച്ചു കൊടുത്തു. വാനരസേനയ്ക്കും രാക്ഷസസേനയ്ക്കും തമ്മിൽ ദേവാസുരസേനകൾ തമ്മിലുള്ള വ്യത്യാസമുണ്ട്. നമ്മുടെ മുമ്പിൽ രണ്ടു വഴികളേയുള്ളൂ. ഒന്നുകിൽ സീതയെ രാമന് വിട്ടു കൊടുത്ത് മാപ്പു പറയുക. അല്ലെങ്കിൽ യുദ്ധം ആരംഭിക്കുക.

ശുകന്റെ വാക്കുകൾ രാവണന് ക്രോധം ജനിപ്പിച്ചു. രാവണൻ ഉറപ്പിച്ചുതന്നെ പറഞ്ഞു. "ദേവന്മാരും അസുരന്മാരും ഒന്നിച്ചു ചേർന്നു യുദ്ധത്തിന് വന്നാലും സീതയെ അവർക്കു ഞാൻ കൊടുക്കുകയില്ല. പോരിൽ എന്റെ വീര്യം മുമ്പ് അവനറിഞ്ഞിട്ടില്ല. എന്നെ തടുക്കാൻ ഈ ലോകത്തിൽ ആർക്കു കഴിയും?"

ഇപ്രകാരം അഹങ്കാരത്തോടെ പറഞ്ഞ് ശത്രുസൈന്യങ്ങളുടെ ബലം, നേതാവ്, ആയുധങ്ങൾ എന്നിവയൊക്കെ അറിഞ്ഞു വരാൻ ശുകസാരണന്മാരെ നിയോഗിച്ചു. അവർ വാനരവേഷത്തിൽ സൈന്യത്തിൽ കടന്നു കൂടി. എന്നാൽ വേഷം മാറിയ അവരെ വിഭീഷണൻ കണ്ടുപിടിച്ചു.

"ഇവർ രാവണന്റെ ചാരന്മാരാണ്." എന്നു വിഭീഷണൻ പറഞ്ഞപ്പോൾ ശുകാസാരണന്മാർ രാമനെ കൈകൂപ്പി പറഞ്ഞു. "ഞങ്ങളെ കൊല്ലരുത്. ഈ സേനയെ അറിയാൻ വേണ്ടി അയക്കപ്പെട്ടവരാണ് ഞങ്ങൾ." അതുകേട്ട് രാമൻ പുഞ്ചിരിയോടെ പറഞ്ഞു. "സേനയേയും ഞങ്ങളെയും കണ്ടെങ്കിൽ മടങ്ങിപ്പൊയ്ക്കോളൂ. എന്തെങ്കിലും കാണാൻ ബാക്കിയുണ്ടെങ്കിൽ വിഭീഷണൻ കാണിച്ചുതരും. ഭയപ്പെടേണ്ട. നിരായുധരായി പിടിക്കപ്പെട്ട ദൂതന്മാർ വധിക്കപ്പെടുകയില്ല." അതിനു ശേഷം രാവണന് കൊടുക്കാനുള്ള സന്ദേശവും കൊടുത്തു. "നീ എന്തു ബലം കൊണ്ടു സീതയെ അപഹരിച്ചുവോ ആ ബലം സേനയും ബന്ധുക്കളുമൊത്ത് നീ എന്നോട് കാണിക്കുക. കോട്ടകൊത്തളങ്ങളോടൊത്ത ലങ്കാപുരിയെ നശിപ്പിച്ച് രാക്ഷസന്മാരെ മുഴുവൻ ഞാൻ ഇല്ലാതാക്കുന്നുണ്ട്."

ശുകസാരണന്മാർ തങ്ങൾ കണ്ട കാര്യങ്ങളും വിവരിച്ചു കൊടുത്ത് രാമന്റെ സന്ദേശം രാവണനെ അറിയിച്ചു. സൈന്യത്തിന്റെ മഹത്വം അവർ വർണ്ണിക്കുന്നതു കേട്ട് രാവണൻ കുപിതനായി അവരെ നിന്ദിച്ചു.

മായാരാമന്റെ വധം

രാമലക്ഷ്മണന്മാരുടെയും വാനരവീരന്മാരുടെയും പടയൊരുക്കത്തെക്കുറിച്ച് ചാരന്മാരിൽനിന്ന് കേട്ടറിഞ്ഞ രാവണന്റെ മനസ്സു പിടഞ്ഞു. ഇനി എന്തു വേണമെന്നു മന്ത്രിമാരോട് ആലോചന നടത്തി.

പെട്ടെന്ന് രാവണന്റെ മനസ്സിൽ ഒരു പുതിയ ആലോചന പൊട്ടി മുളച്ചു. സീതയെ സ്വന്തമാക്കാനുള്ള അവസരം ഇതാണ്. മായകൊണ്ട് സീതയെ മോഹിപ്പിക്കണം. രാവണൻ മായാവിയായ വിദ്യുജിഹ്വനെ വിളിച്ച് പറഞ്ഞു. "രാമന്റെ മായാശിരസ്സും വില്ലുമായി നീ എന്റെ ഒപ്പം വരണം."

രാവണൻ സീതയെ കാണാനായി അശോകവനികയിൽ പ്രവേശിച്ചു. അവിടെ രാക്ഷസിമാരുടെ നടുവിൽ ദുഃഖിതയായിരിക്കുന്ന സീതയോട് രാവണൻ പറഞ്ഞു. "നീ ആരെ കണ്ടിട്ടാണോ എന്നെ തള്ളിക്കളഞ്ഞത് ആ ഭർത്താവ് രാമൻ പോരിൽ കൊല്ലപ്പെട്ടു കഴിഞ്ഞു. രാമനും സേനയും എന്നെത്തേടി കടൽ കടന്ന് ഇവിടെ വന്നു. യാത്രകൊണ്ട് തളർന്ന് ഗാഢമായി ഉറങ്ങുന്ന രാമലക്ഷ്മണന്മാരെയും വാനരന്മാരെയും പാതിരാത്രിക്ക് എന്റെ പട ചെന്ന് ഒടുക്കി. വിഭീഷണൻ ചാടിയെതിർത്തു. ലക്ഷ്മണൻ വാനരന്മാരൊത്ത് എങ്ങോ ഓടിപ്പോയി. സുഗ്രീവൻ കൊല്ലപ്പെട്ടു. ഹനുമാനും ജാംബവാനും കൊല്ലപ്പെട്ടു. നിന്റെ

ഭർത്താവിന്റെ തല എന്റെ സേന അറുത്തു. ചോരയിൽക്കുതിർന്ന അവന്റെ ശിരസ്സും വില്ലും ഇതാ ഞാൻ കൊണ്ടു വന്നിരിക്കുന്നു." എന്നിട്ട് വിദ്യുജിഹ്വനോടു പറഞ്ഞു. "രാമന്റെ ശിരസ്സും വില്ലും സീതയ്ക്കു കാണിച്ചു കൊടുക്കുക. സീത നന്നായിക്കാണട്ടെ."

അവൻ രാവണൻ പറഞ്ഞതുപോലെ രാമന്റെ ശിരസ്സും വില്ലും സീതയുടെ മുമ്പിൽ വെച്ചു. ഇനി നിനക്ക് എനിക്ക് കീഴടങ്ങുകയല്ലാതെ വേറൊരു വഴിയുമില്ലെന്ന് രാവണൻ പറഞ്ഞപ്പോൾ സീത തന്റെ മുമ്പിൽ വെക്കപ്പെട്ട രാമശിരസ്സിനെ ഒന്നു നോക്കി. എല്ലാ ലക്ഷണങ്ങളും കണ്ടറിഞ്ഞ് ഇത് രാമന്റെ ശിരസ്സു തന്നെ എന്ന് ഉറപ്പിച്ച് വിലപിക്കാൻ തുടങ്ങി. എന്നിട്ട് രാമനോടൊപ്പം തന്നെയും കൊല്ലാൻ രാവണനോട് ആവശ്യപ്പെട്ടു.

അപ്പോഴേക്കും ദ്വാരകപാലൻ വന്ന് പ്രഹസ്തൻ കാണാൻ കാത്തുനില്ക്കുന്നുവെന്നറിയിച്ചു. രാവണൻ ഉടനെ അശോകവനിക വിട്ട് മന്ത്രാലയത്തിലേക്ക് പോയി. എന്നിട്ട് പെരുമ്പറ മുഴക്കി സേനയെ വരുത്താൻ കല്പന കൊടുത്തു.

സീത മോഹാലസ്യപ്പെട്ടു നിലത്തു വീണു. അപ്പോൾ സരമയെന്ന രാക്ഷസിക്ക് അവളോട് സഹതാപം തോന്നി. സീതയുടെ അടുത്തു വന്നു. സീതയുടെ സങ്കടാവസ്ഥ കണ്ട് മനസ്സലിഞ്ഞ അവൾ സീതയെ ആശ്വസിപ്പിക്കാൻ ശ്രമിച്ചുകൊണ്ട് പറഞ്ഞു. "സീതേ, ആശ്വസിക്കുക. ഞാൻ നിന്നോടു പറയുന്നത് ബന്ധുവായിട്ടാണ്. രാവണൻ നിന്നോട് പറഞ്ഞതും നീ അതിന് കൊടുത്ത മറുപടിയും ഞാൻ ഒളിച്ചിരുന്ന് കേട്ടു. നീ പേടിക്കേണ്ട രാവണൻ തിരക്കു കൂട്ടി പോയതെന്തിനാണെന്ന് ഞാൻ ഉടനെ അറിഞ്ഞു വരാം." ഇതു പറഞ്ഞ് അവൾ പുറത്തേക്ക് പോയി.

കുറച്ചുകഴിഞ്ഞ് അവൾ വീണ്ടും സീതയുടെ അടുത്തെത്തി. സീതയോട് അവൾ പറഞ്ഞു. "സീതേ, രാമൻ കൊല്ലപ്പെട്ടിട്ടില്ല. രാവണനയച്ച ദൂതന്മാർ രാമനും വാനരസേനയും കടൽ കടന്ന കഥയാണ് അറിയിച്ചത്. പെരുമ്പറയുടെ ശബ്ദം കേൾക്കുന്നില്ലേ? അത് യുദ്ധത്തിനുള്ള ഒരുക്കമാണ്. ക്രോധത്തെ ജയിച്ചവനും പരാക്രമിയുമായ രാമൻ രാക്ഷസന്മാരെ കൊന്ന് ഭവതിയെ

വീണ്ടെടുക്കും. അതിന് യാതൊരു സംശയവുമില്ല. നീ എഴുന്നേറ്റ് പ്രസന്നയായി ഇരിക്കുക." ഇങ്ങനെ സരമ അവളെ വാക്കുകൾ കൊണ്ട് ആശ്വസിപ്പിച്ചു. സീതയുടെ വാടിപ്പോയ മനസ്സ് തെളിഞ്ഞ് വന്നു. അവൾ സരമയോട് രാവണൻ ഇപ്പോൾ എന്തു ചെയ്യുന്നുവെന്ന് അന്വേഷിച്ചുവരാൻ ആവശ്യപ്പെട്ടു.

സരമ പുറത്തുപോയി രഹസ്യമായി രാവണൻ മന്ത്രിമാരോട് പറഞ്ഞതൊക്കെയും കേട്ടു. എന്നിട്ട് സീതയോട് പറഞ്ഞു. "മന്ത്രി മാരൊക്കെയും സീതയെ രാമന് കാഴ്ച വെച്ച് മാപ്പു പറയാൻ ആവശ്യപ്പെട്ടു. എന്നാൽ രാവണൻ അതൊന്നും കേൾക്കാൻ കൂട്ടാക്കിയില്ല. പോരിൽ തോല്ക്കാതെ വെറും പേടി കൊണ്ട് അവന് നിന്നെ വിട്ടയക്കാനാവില്ല. രാക്ഷസവീരരുടെയും അവന്റെ തന്നെയും മരണംകൊണ്ടേ അത് സാധിക്കൂ. രാമൻ യുദ്ധത്തിൽ രാവണനെ കൊന്ന് നിന്നെ അയോദ്ധ്യയിലേക്ക് കൊണ്ടു പോകു മെന്ന കാര്യത്തിൽ എനിക്കു യാതൊരു സംശയവുമില്ല."

അവളുടെ മധുരവാക്കുകൾ കേട്ട സീത സരമയെ ആലിം ഗനം ചെയ്തു. അവൾ ആഹ്ലാദത്തോടെ രാവണവധത്തിനായി കാത്തിരുന്നു. തിരിച്ച് രാമനോടൊപ്പം അയോദ്ധ്യയിലേക്ക് പോകുന്ന കാഴ്ച ഭാവനയിൽ കണ്ട് അവൾ ദിവസങ്ങളെ തള്ളി നീക്കി.

അംഗദ ദൂത്

രാമൻ ത്രികൂട പർവ്വതത്തിന്റെ മുകളിൽ കയറി രാവണ സൈന്യത്തിന്റെ ഒരുക്കങ്ങൾ കണ്ടു. സുഗ്രീവനും ഒപ്പമുണ്ടായിരുന്നു. അവിടെ അവർ സർവ്വാലംകൃത ഭൂഷിതനായ രാവണനെ കണ്ടു. സുഗ്രീവന് രാവണനെ കണ്ട് കലി വന്നു. രാമനും വാനരരും നോക്കിനില്ക്കെ സുഗ്രീവൻ രാവണ ഗോപുരത്തിലേക്ക് എടുത്തു ചാടി. "രാമന്റെ സുഹൃത്തും ദാസനുമാണ് ഞാൻ. നിന്നെ വെറുതെ വിടുകയില്ല." എന്നു പറഞ്ഞ് അവൻ രാവണന്റെ മേൽ ചാടിക്കയറി. രാവണന്റെ വിശിഷ്ടമായ കിരീടം വലിച്ചെടുത്ത് നിലത്തെറിഞ്ഞു. കുപിതനായ രാവണൻ സുഗ്രീവനുമായി ഏറ്റുമുട്ടി. അവർ തമ്മിൽ ഘോരയുദ്ധം തന്നെ നടന്നു.

ഇതിനിടയ്ക്ക് രാവണൻ മായാജാലം പ്രയോഗിക്കാൻ ഒരുങ്ങി. ഇതറിഞ്ഞ സുഗ്രീവൻ മേലോട്ടുയർന്ന് രാമന്റെ അടുത്തുതന്നെ എത്തി. രാമന് സന്തോഷമായെങ്കിലും സുഗ്രീവന്റെ അവിവേക പ്രവൃത്തിയിൽ ശാസിച്ചുകൊണ്ട് പറഞ്ഞു. "എന്നോടാലോചിക്കാതെ നീ ഇങ്ങനെ സാഹസത്തിന് മുതിരാൻ പാടില്ലായിരുന്നു. നിനക്കെന്തെങ്കിലും പറ്റിയാൽ പിന്നെ സീതയെ കിട്ടിയതുകൊണ്ട് എന്തു പ്രയോജനം?"

തുടർന്നു മരങ്ങളും വൻഗദകളുമായി ലങ്കയുടെ എല്ലാ കവാ

ടങ്ങളും വാനരസേന ഉപരോധിച്ചു. രാമൻ വില്ലുമെടുത്ത് രാക്ഷസന്മാരാൽ കാത്തു പോരുന്ന വടക്കെ ഗോപുരത്തിൽ നിലയുറപ്പിച്ചു.

പിന്നീട് രാജധർമ്മമോർത്ത് സുഗ്രീവന്റെ സമ്മതത്തോടെ ബാലിപുത്രനായ അംഗദനെ തന്റെ അരികിൽ വിളിച്ചു പറഞ്ഞു. "നീ രാവണന്റെ അടുത്തു പോയി പറയുക. ഹേ, മൂഢരാവണാ, ബ്രഹ്മവരം കൊണ്ട് ഗർവ്വം പൂണ്ട നിന്റെ നീചപ്രവൃത്തിക്ക് ഇതാ ഫലം അടുത്തിരിക്കുന്നു. ഭാര്യാപഹരണ ദുഃഖിതനായ രാമൻ ഇവിടെ വന്നിരിക്കുന്നത് നിന്നെ ശിക്ഷിക്കാനാണ്. ഹേ രാക്ഷസാ, ശൗര്യം കൊണ്ട് ധൈര്യത്തോടെ എന്നോട് പൊരുതുക."

രാമസന്ദേശവുമായി അംഗദൻ രാവണസന്നിധിയിൽ എത്തി. രാമസന്ദേശം രാവണനെ അറിയിച്ചു. എന്നിട്ടു പറഞ്ഞു. "നീ കൊല്ലപ്പെട്ടു കഴിഞ്ഞാൽ നിന്റെ ഐശ്വര്യം വിഭീഷണന് ലഭിക്കും. അങ്ങനെ സംഭവിക്കാതിരിക്കാൻ സീതയെ രാമന് കാഴ്ച വെച്ച് കാല്ക്കൽ വണങ്ങുക."

അംഗദന്റെ വാക്കുകൾകേട്ട് കോപം സഹിക്കാനാവാതെ രാവണൻ മന്ത്രിമാരോട് കല്പിച്ചു. "ഈ ദുഷ്ടബുദ്ധിയെ പിടിച്ചു കെട്ടി തല വെട്ടുവിൻ."

രാവണന്റെ കല്പന കേട്ട് ഭയങ്കരന്മാരായ നാലു രാക്ഷസന്മാർ അവനെ പിടികൂടി. രാക്ഷസർക്ക് സ്വന്തം ശക്തി കാണിച്ചു കൊടുക്കാൻ സ്വയം പിടികൊടുക്കുകയാണ് അംഗദൻ ചെയ്തത്. ഇരുകൈകളിലും പിടികൂടിയ രാക്ഷസരെ പക്ഷികളെയെന്നപോലെ തൂക്കിക്കൊണ്ട് പർവ്വത തുല്യമായ ഒരു മാളികമുകളിലേക്ക് കുതിച്ചു.

ആ ചാട്ടത്തിന്റെ വേഗതയിൽ രാക്ഷസന്മാർ ഞെരിഞ്ഞമർന്നു. ആ മാളിക അംഗദന്റെ ചവിട്ടേറ്റ് തകർന്നുപോയി. ഇതെല്ലാം കണ്ട് രാവണൻ അതീവ ദുഃഖിതനായി.

രാവണന് തിരിച്ചെന്തെങ്കിലും ചെയ്യാൻ കഴിയുന്നതിന് മുമ്പ് അംഗദൻ പോയപോലെ തിരിച്ചുവന്ന് രാമന്റെ അടുത്തെത്തി. അതോടെ രാക്ഷസസേനയും വാനരസേനയും തമ്മിലുള്ള അതിഘോരമായ പോരാട്ടം ആരംഭിച്ചു.

രാവണ വഞ്ചനാശ്രമം

യുദ്ധത്തിൽ അംഗദനോടേറ്റുമുട്ടിയ ഇന്ദ്രജിത്തിന്റെ തേരാളിയും കുതിരയും ചത്തു. തളർന്നു തേർ ഒടിഞ്ഞ ഇന്ദ്രജിത്ത് പോർക്കളത്തിൽ നിന്ന് മായകൊണ്ട് അപ്രത്യക്ഷനായി. അവനെ തേടാനായി രാമൻ വാനരന്മാരെ ഏല്പിച്ചു. ബ്രഹ്മവരത്തിന്റെ ശക്തിയിൽ ഇന്ദ്രജിത്ത് മറഞ്ഞു നിന്നുകൊണ്ട് ഇടിവാളിന് തുല്യമായ അസ്ത്രങ്ങൾ പൊഴിച്ചു. നാഗാസ്ത്രമയച്ച് രാമലക്ഷ്മണന്മാരുടെ ശരീരമാകെ മുറിച്ച് അവരെ മയക്കി. മായയിൽ മറഞ്ഞുനില്ക്കുന്ന വിഭീഷണൻ മുമ്പിൽ നില്ക്കുന്നതു കണ്ടു പറഞ്ഞു. "ഖരദൂഷണന്മാരെ ഒടുക്കിയ രാമലക്ഷ്ണന്മാരെ ഞാൻ ശരങ്ങളാൽ കൊന്നു. ഇനി ആർക്കും അവരെ നാഗാസ്ത്ര ബന്ധനത്തിൽനിന്നു മോചിപ്പിക്കാനാവില്ല. അച്ഛന്റെ ഉറക്കം കെടുത്തിയ, ലങ്കയെ കലക്കി മറിച്ച വിപത്ത് ഞാൻ ഒഴിവാക്കി. രാമലക്ഷ്മണന്മാരുടെയും മർക്കടന്മാരുടെയും വിക്രമങ്ങളൊക്കെ നിഷ്ഫലമായിത്തീർന്നു." ഇങ്ങനെ പറഞ്ഞ് അവൻ വാനരന്മാരെ അമ്പുകൾ കൊണ്ടു മർദ്ദിച്ചു വിറപ്പിച്ചു.

നിലത്ത് ശ്വാസമടക്കിക്കിടക്കുന്ന രാമലക്ഷ്മണന്മാരെക്കണ്ട് അവർ കൊല്ലപ്പെട്ടെന്നു കരുതി രാക്ഷസന്മാർ ആഹ്ലാദനൃത്തം ചെയ്തു. ഇന്ദ്രജിത്ത് ഈ സന്തോഷവർത്തമാനം അച്ഛനെ അറിയിക്കാനായി ലങ്കയിലേക്ക് പോയി.

രാമലക്ഷ്മണന്മാരുടെ അവസ്ഥ കണ്ട് സുഗ്രീവൻ സംഭ്രാന്തനായി. ദുഃഖം കൊണ്ടു കലങ്ങിയ കണ്ണുകളോടെ നില്ക്കുന്ന സുഗ്രീവനോടു വിഭീഷണൻ പറഞ്ഞു. "യുദ്ധങ്ങൾ ഇങ്ങനെയൊക്കെയാണ്. സുഗ്രീവാ, കണ്ണീരടക്കൂ. മനക്കരുത്തു നേടൂ. നമുക്കു ഭാഗ്യം ബാക്കിയുണ്ടെങ്കിൽ ഈ മഹാബലർ മോഹാലസ്യം വിട്ടെഴുന്നേല്ക്കും. രാമൻ മരിക്കുകയില്ല. മരിച്ചവരുടെ മുഖത്ത് കാണാത്ത ശ്രീ രാമന്റെ മുഖത്ത് നിലനില്ക്കുന്നു. ഞാൻ സൈന്യങ്ങളെയൊക്കെ ഒരുക്കി നിർത്തട്ടെ. ബോധം തെളിയുന്നതുവരെ ഇവരെ കാത്തു രക്ഷിക്കേണ്ടതുണ്ട്."

ഇന്ദ്രജിത്ത് സർവ്വസൈന്യങ്ങളോടും കൂടി രാവണന്റെ സമീപത്തെത്തി. രാമലക്ഷ്മണന്മാർ കൊല്ലപ്പെട്ട വിവരം രാവണനെ അറിയിച്ചു. തന്റെ പ്രധാന ശത്രുക്കൾ മരിച്ച വിവരമറിഞ്ഞ് രാവണൻ ആഹ്ലാദചിത്തനായി ചാടിയെഴുന്നേറ്റു. മകനെ കെട്ടിപ്പിടിച്ചു. നീയിപ്പോൾ ശരിക്കും അച്ഛന്റെ മാനം രക്ഷിച്ചു എന്നു പറഞ്ഞു.

സന്തുഷ്ടനായ രാവണൻ സീതയെ കാത്തുപോരുന്ന രാക്ഷസിമാരെ വിളിപ്പിച്ചു. അവരിൽ ത്രിജഡ എന്ന രാക്ഷസിയോട് രാവണൻ പറഞ്ഞു. "ഇന്ദ്രജിത്തിനാൽ രാമൻ കൊല്ലപ്പെട്ടകഥ സീതയോട് പറയുവിൻ. പുഷ്പകവിമാനത്തിലേറ്റി കൊല്ലപ്പെട്ട രാമലക്ഷ്മണന്മാരെ കാട്ടിക്കൊടുക്കുവിൻ. അവൾ ഗതികെട്ട് സ്വയം എന്നോട് ചേർന്നു കൊള്ളും."

രാവണന്റെ കല്പനപ്രകാരം പുഷ്പകവിമാനം സീതയുടെ അടുത്തേക്ക് കൊണ്ടുപോയി. സീതയെ അതിൽ കയറ്റി യുദ്ധരംഗത്തേക്ക് കൊണ്ടുപോയി. കൂടെ ത്രിജഡയുമുണ്ടായിരുന്നു. രാമലക്ഷ്മണന്മാർ ഇന്ദ്രജിത്തിനാൽ കൊല്ലപ്പെട്ടു എന്നു പെരുമ്പറ മുഴക്കി ലങ്കയിൽ മുഴുവൻ അറിയിക്കുന്നുണ്ടായിരുന്നു. കൊടിമരങ്ങളും കൊടിക്കൂറകളും അവിടെയെങ്ങും പാറിക്കളിച്ചു.

ത്രിജഡയോടൊപ്പം വിമാനത്തിലേറി കാഴ്ചകൾ കാണാൻ പോയസീത ഇതെല്ലാം കണ്ടു. വാനരസേന പരാജിതരെപ്പോലെ ദുഃഖത്തിലാണ്ടിരിക്കുന്നത് അവൾ കണ്ടു. രാക്ഷസന്മാരുടെ ആഹ്ലാദാരവം അവൾ കേട്ടു. രാമലക്ഷ്മണന്മാർ വെറും മണ്ണിൽ

ശരശയ്യയിൽ അംഗങ്ങളെല്ലാം കീറിമുറിഞ്ഞ് കിടക്കുന്നത് കണ്ടു.

ഇതെല്ലാം കണ്ട് സീത അത്യധികം ദുഃഖാർത്തയായി വിലപിച്ചു. ലക്ഷണമറിയുന്നവർ ഞാൻ പുത്രവതിയും അവിധവയും ആയിരിക്കുമെന്നു പറഞ്ഞു. യജ്ഞം ചെയ്യുന്ന ഭർത്താവിന്റെ ആദ്യ പത്നിയായിരിക്കും ഞാനെന്ന് പറഞ്ഞ അറിവുള്ളവരൊക്കെ രാമൻ മരണപ്പെട്ടതുകൊണ്ട് അസത്യവാദികളായി മാറിയിരിക്കുന്നു. വ്രതമവസാനിപ്പിച്ച രാമനോടൊത്ത് ലക്ഷ്മണനെയും സീതയേയും എന്നു കാണുമെന്ന് പ്രതീക്ഷയോടെ കാത്തിരിക്കുന്ന കൗസല്യമാതാവിനോടെന്തു പറയും?"

ഇങ്ങനെ കേഴുന്ന സീതയുടെ അവസ്ഥയിൽ സഹതാപം തോന്നിയ ത്രിജഡ പറഞ്ഞു. "ദേവി, ഇങ്ങനെ ദുഃഖിക്കരുത്. രാമൻ ശരിക്കും മരിച്ചിരുന്നെങ്കിൽ പടയുടെ മുഖഭാവം ഇതാകുമായിരുന്നില്ല. ഇപ്പോഴും രാമലക്ഷ്മണന്മാരെ അവർ കാത്തുരക്ഷിക്കുന്നു. സ്നേഹം കൊണ്ടു ഞാൻ പറയുന്നതാണ് ഇത്. അസത്യം ഞാൻ പറയുകയില്ല. നിന്റെ സ്വഭാവം കൊണ്ടു നീ എന്റെ ഉള്ളിൽ കടന്നിരിക്കുന്നു. ഈ വീരന്മാരെ പോരിൽ കൊല്ലാൻ ആർക്കും കഴിയുമെന്ന് തോന്നുന്നില്ല."

ത്രിജഡയുടെ വാക്കുകൾ അവളുടെ മനസ്സിന് കുളിരേകി. അതിനു ശേഷം ത്രിജഡ വിമാനം അശോകവനിയിലേക്ക് തിരിച്ച് സീതയെ അവിടെ കൊണ്ടുപോയാക്കി.

മൃതസഞ്ജീവനി

ചുറ്റും വാനരന്മാർ സങ്കടത്തോടെ നോക്കി നില്ക്കുമ്പോൾ സ്വശക്തികൊണ്ട് രാമൻ അബോധാവസ്ഥയിൽനിന്ന് ഉണർന്നു. അടുത്തു ചോര വാർന്നു കിടക്കുന്ന അനുജനെ കണ്ട് ദീനമായി വിലപിച്ചു. "സീതയെ തിരിച്ചു കിട്ടിയിട്ട് ഇനി എന്തു കാര്യം? എന്റെ അനുജൻ പോരിൽ വീഴ്ത്തപ്പെട്ടുവല്ലോ. എന്റെ കൂടെ എല്ലാം വെടിഞ്ഞുവന്ന അനുജനെ കൂടാതെ ഞാൻ എങ്ങനെ തിരിച്ചുപോകും? ഭരതനോട് ഞാൻ എന്തുപറയും? വിഭീഷണനെ രാജാവാക്കാമെന്ന എന്റെ വാക്ക് വിഫലമായി. സുഗ്രീവാ, നീ തിരിച്ചുപോയി അംഗദനുമൊത്ത് രാജ്യം ഭരിക്കുക."

അപ്പോഴേക്കും സേനയെ ഒരുക്കി നിർത്തിയിട്ട് വിഭീഷണൻ രാമന്റെ അരികെ തിരിച്ചെത്തി. ഇന്ദ്രജിത്താണ് വരുന്നതെന്നു കരുതി വാനരന്മാർ ഭയന്നോടാൻ തുടങ്ങി. സേന ഇങ്ങനെ പിന്തിരിഞ്ഞോടാൻ കാരണമെന്താണെന്ന് സുഗ്രീവൻ ചോദിച്ചു. അപ്പോൾ അംഗദൻ പറഞ്ഞു. "വിഭീഷണനെ കണ്ട് ഇന്ദ്രജിത്തെന്നു കരുതി വാനരന്മാർ ഓടുകയാണ്." വാനരരെ കാര്യം മനസ്സിലാക്കി തിരിച്ചു വിളിക്കാൻ സുഗ്രീവൻ കല്പിച്ചു. ഓടുന്ന വാനരരെ ജാംബവാൻ തിരിച്ചു വിളിച്ചു. രാമലക്ഷ്മണന്മാരുടെ ദയനീയ അവസ്ഥ കണ്ട് വിഭീഷണൻ സങ്കടത്തോടെ പറഞ്ഞു.

“കരുത്തരും യുദ്ധപ്രിയരുമായ ഇവർ രാക്ഷസന്മാരുടെ ഗൂഢ ബുദ്ധി കാരണമായി ഈ വിധമായല്ലോ. ആരെ ആശ്രയിച്ചു ഞാൻ നില്ക്കുന്നുവോ ആ ശൂരന്മാർ രാക്ഷസന്മാരാൽ വഞ്ചിക്കപ്പെട്ടു. രാവണൻ സന്തുഷ്ടനായിരിക്കുന്നു.”

ഇപ്രകാരം വിലപിക്കുന്ന വിഭീഷണനെ ആലിംഗനം ചെയ്ത് സുഗ്രീവൻ പറഞ്ഞു. “അങ്ങു സംശയിക്കേണ്ട. അങ്ങ് ലങ്കാരാജ്യം നേടും. രാമലക്ഷ്മണന്മാർ മോഹം തെളിഞ്ഞ് രാവണാദികളെ കൊല്ലും.” അതിനുശേഷം സുഗ്രീവൻ അമ്മാവനായ സുഷേണന്റെ അരികെ ചെന്നു പറഞ്ഞു. “രാമലക്ഷ്മണന്മാരേയുംകൊണ്ട് അങ്ങ് കിഷ്ക്കിന്ധയിലേക്കു പോകൂ. ഞാൻ മകനോടും ബന്ധുക്കളോടുമൊത്ത് രാവണനെ കൊന്ന് സീതയെ വീണ്ടെടുത്തു വരാം.”

സുഗ്രീവന്റെ വാക്കുകൾ കേട്ട് സുഷേണൻ പറഞ്ഞു. “രണ്ടു ദേവാസുരയുദ്ധം നടന്നപ്പോൾ കൊല്ലപ്പെട്ട ദേവന്മാരെ ദേവഗുരു ബൃഹസ്പതി മന്ത്രങ്ങൾകൊണ്ടും മരുന്നുകൊണ്ടും ജീവിപ്പിച്ചതായി കേട്ടിട്ടുണ്ട്. ഹനുമാൻ പാല്ക്കടലിൽ പോകട്ടെ. അവിടെ മലയിലുള്ള സഞ്ജീവനി കൊണ്ടുവരട്ടെ.”

പെട്ടെന്ന് മിന്നലോടുകൂടി മേഘങ്ങളെയും കടലിനെയും ചിന്നിച്ച് മലകളെ കുലുക്കി അതിഭയങ്കരമായ കൊടുങ്കാറ്റുണ്ടായി. മലമുകളിലെ എല്ലാ മരങ്ങളും കൊമ്പൊടിഞ്ഞ് കടലിൽ പതിച്ചു. എല്ലാവരും ഇതെന്തു സംഭവിക്കുന്നതെന്നറിയാതെ അമ്പരന്നു നില്ക്കുമ്പോൾ കൂറ്റൻ ചിറകുകൾ വീശിയടിച്ച് പറന്നു വരുന്ന ഗരുഡനെ അവർ കണ്ടു. ഗരുഡനെ കണ്ടമാത്രയിൽത്തന്നെ രാമലക്ഷ്മണന്മാരെ ബന്ധിച്ചിരുന്ന നാഗങ്ങളെല്ലാം ഓടിയൊളിച്ചു. പിന്നെ ഗരുഡൻ രാമലക്ഷ്മണന്മാരെ തൊട്ടുതലോടി. ഗരുഡന്റെ സ്പർശത്താൽ അവരുടെ മുറിവൊക്കെ ഉണങ്ങി. അവർ ഉറക്കത്തിൽ നിന്നെന്നപോലെ ഉണർന്നു. ഗരുഡൻ അവരെ ആലിംഗനം ചെയ്തു.

രാമൻ ഗരുഡനോട് പറഞ്ഞു. ഇന്ദ്രജിത്തേല്പിച്ച ആപത്തിൽനിന്ന് നീ മൂലം ഞങ്ങൾക്ക് രക്ഷ ലഭിച്ചു. അച്ഛനെ കണ്ടപോലെ അങ്ങയെ കണ്ട് ഞങ്ങൾ ആഹ്ലാദിക്കുന്നു. അങ്ങ്

ആരാണ്?"

അതുകേട്ട് ഗരുഡൻ പറഞ്ഞു. "ഞാൻ അങ്ങയുടെ പ്രിയ സുഹൃത്തായ ഗരുഡനാണ്. ഞാനൊഴികെ മറ്റാർക്കും ഇന്ദ്രജിത്തിന്റെ നാഗാസ്ത്രത്തെ അഴിക്കാനാവില്ല. ഞാൻ സമയത്തു തന്നെ വന്നു. നിങ്ങൾ ഭാഗ്യവാന്മാരാണ്. നിങ്ങൾ ഇപ്പോൾ ഈ ആപത്തിൽനിന്നു രക്ഷപ്പെട്ടു കഴിഞ്ഞു. രാക്ഷസന്മാർ മായാവികളും ഗൂഢതന്ത്രമറിയുന്നവരുമാണ്. നിങ്ങൾ കരുതലോടെയിരിക്കണം."

ഇങ്ങനെ പറഞ്ഞ് ഗരുഡൻ അവരോട് യാത്ര പറഞ്ഞു പോകുമ്പോൾ അങ്ങ് അധികം വൈകാതെ രാവണനെ കൊന്ന് സീതയെ വീണ്ടെടുക്കുന്നതാണ് എന്ന് ആശ്വസിപ്പിച്ചു. ഈ വാക്കുകൾ അവർക്ക് കരുത്തേകി.

രാമലക്ഷ്മണന്മാർ രക്ഷപ്പെട്ടു എന്നു കണ്ടപ്പോൾ വാനരന്മാർ ആർത്തുല്ലസിച്ചു. പൂർവ്വാധികം വീര്യത്തോടെ ആർപ്പുവിളിച്ച് അവർ പോരിനൊരുങ്ങി.

രാവണ മാനഭംഗം

ആർത്തലറുന്ന വാനരപ്പടയുടെ കോലാഹലം കേട്ടപ്പോൾ രാവണൻ സചിവന്മാരോടു പറഞ്ഞു. "സോദരന്മാരായ രാമലക്ഷ്മണന്മാർ ക്രൂരശരങ്ങളാൽ ബന്ധിക്കപ്പെട്ടിരിക്കുമ്പോൾ ഈ വലിയ ഒച്ച എനിക്കെന്തോ ആശങ്കയുണ്ടാക്കുന്നു. ആപത്തു വന്നിരിക്കെ ഈ കാടു വാഴുന്നവർക്ക് സന്തോഷത്തിന് കാരണമെന്ത്? നിങ്ങൾ പോയി വിവരം അന്വേഷിച്ചു വരണം."

ഇതു കേട്ട് രാക്ഷസന്മാർ മതിലിന് മുകളിൽ കയറി നോക്കി. അവിടെ നാഗാസ്ത്ര ബന്ധനത്തിൽനിന്ന് മോചിതരായ രാമലക്ഷ്മണന്മാരേയും സുഗ്രീവന്റെ നേതൃത്വത്തിൽ പോരിനൊരുങ്ങിയ വാനരസേനയേയും കണ്ടു.

ദുഃഖിതരായ അവർ രാവണനെ വിവരം അറിയിച്ചു. അത് കേട്ട് രാവണൻ ദുഃഖിതനും ചിന്താവിഷ്ടനും ആയിത്തീർന്നു. അദ്ദേഹം പറഞ്ഞു. "എന്റെ മകൻ അവരെ കെട്ടിയിട്ടത് നാഗാസ്ത്രം കൊണ്ടാണ്. അതിൽനിന്ന് മോചിതരായിട്ടുണ്ടെങ്കിൽ നമ്മുടെ സേനയ്ക്കത് ചീത്ത വാർത്തയാണ്."

അതുപറഞ്ഞ് രാവണൻ ധൂമ്രാക്ഷനെ വൻപടയോടുകൂടി യുദ്ധരംഗത്തേക്ക് അയച്ചു. ഘോരമായ പോരാട്ടത്തിൽ ഹനുമാൻ ധൂമ്രാക്ഷനെ വധിച്ചു.

ധൂമ്രാക്ഷൻ കൊല്ലപ്പെട്ട വിവരം അറിഞ്ഞ രാവണൻ വജ്ര

ദ്രംഷ്ടനെ യുദ്ധത്തിന് അയച്ചു. അവനെ അംഗദൻ വധിച്ചു. പിന്നീടുവന്ന അകമ്പനനെ ഹനുമാൻ വധിച്ചു. അകമ്പന വധത്തിൽ കോപം പൂണ്ട് രാവണൻ പ്രഹസ്തനെ സേനയോടുകൂടി അയച്ചു. പ്രഹസ്തൻ വാനരവീരനായ നീലനാൽ കൊല്ലപ്പെട്ടു. പ്രഹസ്തനും കൊല്ലപ്പെട്ടപ്പോൾ രാക്ഷസസേന പിന്തിരിഞ്ഞോടി വിവരം രാവണനോടു പറഞ്ഞു.

ഈ വാർത്ത കേട്ട് രാവണൻ അത്യന്തം ക്രുദ്ധനായി. "വൈരിയെ നശിപ്പിക്കാനും യുദ്ധം ജയിക്കാനുമായി ഞാൻ തന്നെ യുദ്ധക്കളത്തിലേക്ക് പോകുന്നു. ഇന്ന് രാമലക്ഷ്മണന്മാരേയും വാനരസേനയേയും ഞാൻ ശരജാലം കൊണ്ടു ചുട്ടെരിക്കും." ഇങ്ങനെ പറഞ്ഞ് ഉത്തമ അശ്വങ്ങളെ പൂട്ടിയ രഥത്തിൽ കയറി വലിയ സേനയോടൊത്ത് പോർക്കളത്തിലെത്തി.

"ആ വരുന്നത് രാവണ രാജനാണ്. കൂടെ ഇന്ദ്രജിത്ത്, മഹാകായൻ, മഹോദരഹൻ, ത്രിശിരസ്സ്, കുംഭൻ, നികുംഭൻ എന്നിവരുമുണ്ട്." രാവണ സൈന്യത്തെ വിഭീഷണൻ രാമന് പരിചയപ്പെടുത്തി.

"ഈ പാപി ഇന്നെന്റെ മുമ്പിൽപെട്ടത് ഭാഗ്യം. സീതാപഹരണം കൊണ്ടുണ്ടായ കോപം ഇന്നു ഞാൻ തീർക്കും." അത് പറഞ്ഞ് രാമൻ ലക്ഷ്മണനോടൊത്ത് നില കൊണ്ടു.

മിന്നുന്ന വില്ലുമായി രാവണൻ ചാടിയടുക്കുന്നത് കണ്ട് സുഗ്രീവൻ മരങ്ങൾ തിങ്ങിയ വലിയ മല അവന്റെ നേർക്കെറിഞ്ഞു. പാഞ്ഞു വരുന്ന മലയെ രാവണൻ അസ്ത്രങ്ങൾ കൊണ്ട് ഛിന്ന ഭിന്നമാക്കി. എന്നിട്ട് ഒരുഘോരമായ അസ്ത്രം സുഗ്രീവന് നേരെ അയച്ചു. അമ്പേറ്റ് ആർത്തനായ സുഗ്രീവൻ നിലം പതിച്ചു.

ഉടനെ വാനരന്മാർ രാവണന്റെ നേർക്കടുത്തു. പക്ഷേ, അവർ രാവണശരമേറ്റ് നിലംപതിച്ചു ദുഃഖിതരായ അവർ രാമനെ ശരണം പ്രാപിച്ചു അപ്പോൾ വില്ലുമേന്തി രാമൻ തന്നെ പോരിനിറങ്ങി.

ആ സമയത്ത് ലക്ഷ്മണൻ രാമന്റെ അടുത്തെത്തി പറഞ്ഞു. "ഈ ദുരാത്മാവിനെ കൊല്ലാനുള്ള കഴിവ് അങ്ങേക്കുണ്ട്. എന്നാൽ ഞാൻ ഇവനെ കൊല്ലാം. അതിനെനിക്ക് അനുവാദം

തരണം" അതിന് മറുപടിയായി രാമൻ പറഞ്ഞു.

"ലക്ഷ്മണാ ചെല്ലൂ. ആവുന്നത്ര ശ്രമിക്കൂ. രാവണൻ അത്ഭുത പരാക്രമനാണ്. കോപം കൊണ്ടാൽ മൂന്നു ലോകത്തിലും അവനെ തടുക്കാൻ ആരുമില്ല. വില്ലുകൊണ്ട് സ്വയം രക്ഷിക്കുക."

രാമന്റെ വാക്കുകൾ കേട്ട് ലക്ഷ്മണൻ പോരിനൊരുങ്ങി. തുമ്പിക്കൈയിനൊത്ത കൈയുള്ളവനും, തിളങ്ങുന്ന ഭയങ്കര ചാപം ഉയർത്തിപ്പിടിച്ചവനും, മർക്കടവീരന്മാരെ ശരവർഷം കൊണ്ടു മൂടുന്നവനുമായ രാവണനെ ലക്ഷ്മണൻ കണ്ടു.

അപ്പോഴേക്ക് രാവണന്റെ അസ്ത്രജാലങ്ങൾ തടുത്തുകൊണ്ട് ഹനുമാൻ അവന്റെ അടുത്തെത്തി. രാവണനെ നടുക്കിക്കൊണ്ട് ഹനുമാൻ പറഞ്ഞു. "നീ ദേവാസുരഗന്ധർവ്വന്മാരാൽ കൊല്ലപ്പെടില്ലെന്ന് വരം വാങ്ങിയിട്ടുണ്ട്. എന്നാൽ എന്റെ ഈ കൂറ്റൻ കൈ നിന്റെ ജീവൻ അപഹരിക്കുക തന്നെ ചെയ്യും."

അതുകേട്ട് രാവണൻ കൂസലില്ലാതെ പറഞ്ഞു. "മടി കൂടാതെ നീ എന്നെ തല്ല്. നിന്റെ കരുത്തറിഞ്ഞിട്ടേ നിന്നെ കൊല്ലുന്നുള്ളൂ."

അതിന് മറുപടിയായി ഹനുമാൻ പറഞ്ഞു. "പണ്ട് നിന്റെ മകൻ അക്ഷകുമാരനോട് ഞാൻ ചെയ്തത് നീ ഓർമ്മിക്കുന്നുണ്ടാവുമല്ലോ?" അത് കേട്ട് രാവണൻ കുപിതനായി. അവൻ ഹനുമാന്റെ മാറത്ത് കൈത്തലം പരത്തിയടിച്ചു. ആ തല്ലേറ്റ് ഹനുമാൻ വിറ പൂണ്ടു. കലിപൂണ്ട ഹനുമാൻ രാവണന്റെ മാറത്തും അടിച്ചു. ഹനുമാന്റെ അടികൊണ്ട് ഭൂകമ്പത്തിൽപ്പെട്ട പർവ്വതം പോലെ രാവണൻ ആടി."

രാവണൻ അല്പനേരം അങ്ങനെത്തന്നെ നിന്നു. പിന്നെ ആശ്വസിച്ച് അവൻ പറഞ്ഞു. "വാനരാ വീര്യത്തിൽ നീ കേമൻ തന്നെ. നീ എനിക്കു പറ്റിയ ശത്രു തന്നെ." മറുപടിയായി ഹനുമാൻ പറഞ്ഞു. "എന്റെ വീര്യം മോശം. കാരണം നീ ഉയിരോടെ ഇപ്പോഴും ബാക്കിയുണ്ടല്ലോ. ഇനി എന്നെ തല്ലി നോക്കൂ. എന്റെ മുഷ്ടികൊണ്ട് നിന്നെ കാലപുരിയിലേക്കയയ്ക്കും." ഹനുമാന്റെ വാക്കുകൾ കേട്ട് കോപം കത്തിയാളിയ രാവണൻ അവന്റെ നെഞ്ചത്ത് ഊക്കോടെ അടിച്ചു. ഹനുമാൻ വീണ്ടും വിറ പൂണ്ടു.

അപ്പോൾ നീലൻ രാവണന് മേൽ മലകൾ എറിഞ്ഞു.

രാവണൻ ആ മലയെ അസ്ത്രങ്ങൾ കൊണ്ട് ചിന്നിച്ചു. നീലൻ പലതരം മരങ്ങൾ അവന്റെ നേർക്കെറിഞ്ഞു ആ മരങ്ങളെ അസ്ത്രങ്ങൾ കൊണ്ട് എയ്ത് മുറിച്ച രാവണൻ നീലനെ ശരങ്ങൾ കൊണ്ടു മൂടി. നീലൻ ഉടനെ ഉടൽ ചെറുതാക്കി രാവണന്റെ കൊടിമരത്തിന്റെ മുകളിലേക്ക് ചാടിക്കയറി. കൊടിമരത്തിലും വില്ലിന്മേലും കിരീടത്തിലും ചാടിക്കളിക്കുന്ന വാനരവീരന്റെ വിക്രമങ്ങൾ കണ്ട് രാവണൻ വിസ്മയം പൂണ്ടു.

രാവണൻ ആഗ്നേയാസ്ത്രമെടുത്ത് കൊടിമേൽ നില്ക്കുന്ന വാനരനെ നോക്കി പറഞ്ഞു. "വാനരവീരാ, നീ മെയ് വഴക്കമുള്ളവൻ തന്നെ. പക്ഷേ,. ഞാനയക്കുന്ന ബാണം നിന്റെ പ്രാണൻ എടുക്കുക തന്നെ ചെയ്യും." എന്നിട്ട് ആഗ്നേയാസ്ത്രം നീലന് നേരെ തൊടുത്തു. അസ്ത്രമേറ്റ് മാറു പൊള്ളി അവൻ നിലത്തു വീണു. എന്നാൽ അച്ഛന്റെ മഹത്ത്വം കൊണ്ടും സ്വന്തം തേജസ്സു കൊണ്ടും അവൻ ഭൂമിയിൽ വീണതേയുള്ളൂ. മരണമടഞ്ഞില്ല.

നീലൻ ബോധം കെട്ടു വീണപ്പോൾ രാവണൻ ലക്ഷ്മണന് നേരെ തിരിഞ്ഞു. അതുകണ്ട് ലക്ഷ്മണൻ പറഞ്ഞു. "രാക്ഷസരാജാവേ, ഞാനെത്തിയിരിക്കുന്നു. ഇനി വാനരരോട് പോരാടുന്നത് ശരിയല്ല. നമുക്ക് തമ്മിൽ നേരിട്ടു പോരാടാം." അത് കേട്ട് രാവണൻ രോഷത്തോടെ പറഞ്ഞു.

"ബുദ്ധികെട്ട് മരണമടുത്ത നീ ഭാഗ്യംകൊണ്ട് ഇന്നെന്റെ കണ്ണിൽപ്പെട്ടു. എന്റെ ശരമേറ്റ് കാലപുരിയിലേക്ക് പോകാനാണ് നിന്റെ വിധി."

പിന്നെ രാവണനും ലക്ഷ്ണനും തമ്മിൽ ഘോരയുദ്ധം നടന്നു. രാവണനയച്ച അസ്ത്രങ്ങളെ സ്വന്തം അസ്ത്രങ്ങൾ കൊണ്ട് തടുത്തു. അപ്പോൾ രാവണൻ ബ്രഹ്മാവ് നല്കിയ അസ്ത്രം അവന്റെ നേരെ അയച്ചു. രാവണശരമേറ്റ് ലക്ഷ്മണൻ വിറച്ചു. വിൽപ്പിടി അയഞ്ഞു. വീണ്ടും ബോധം തെളിഞ്ഞു. അവൻ രാവണന്റെ വില്ലു മുറിച്ചു. വില്ലറ്റ രാവണനെ മൂന്നമ്പു കൊണ്ട് ലക്ഷ്മണൻ വിറപ്പിച്ചു.

അമ്പേറ്റ് ചോരയിൽ മുങ്ങിയ രാവണൻ ബ്രഹ്മദത്തമായ വേൽ ലക്ഷ്മണന് നേരെ അയച്ചു ആ വേൽ ലക്ഷ്മണന്റെ മാറിൽ തറച്ചു. ലക്ഷ്മണൻ മയങ്ങി തറയിൽ വീണു. മയക്ക

മാണ്ട ലക്ഷ്മണനെ പൊക്കിയെടുക്കാൻ രാവണൻ ശ്രമിച്ചു. എന്നാൽ കൈലാസപർവ്വതത്തെ പുഷ്പം പോലെ അമ്മാനമാടിയ രാവണന് ലക്ഷ്മണനെ പൊക്കാനായില്ല.

ഇത് കണ്ട് ഹനുമാൻ ചീറിക്കൊണ്ട് രാവണന് നേരെ പാഞ്ഞു വന്നു. അവന്റെ മാറത്ത് വജ്രതുല്യമായ മുഷ്ടികൊണ്ട് പ്രഹരിച്ചു. ആ ഇടിയേറ്റ് രാവണൻ മണ്ണിൽ മുട്ടുകുത്തി വീണു. മുഖങ്ങളിൽനിന്നും കണ്ണുകളിൽ നിന്നും ചോരയൊഴുകി വശം കെട്ട രാവണൻ മേൽത്തട്ടിൽ തളർന്നിരുന്നു.

രാവണൻ ബോധം കെട്ടപ്പോൾ ഹനുമാൻ ലക്ഷ്മണനെ കൈയിലെടുത്ത് രാമന്റെ അടുത്തെത്തിച്ചു. അപ്പോൾ രാമൻ രാവണന് നേരെയടുത്തു. ഹനുമാന്റെ പുറത്ത് കയറി രാമൻ രാവണനെ കണ്ടു. അസ്ത്രങ്ങളുമായി രാമരാവണന്മാർ പരസ്പരം ഏറ്റുമുട്ടി. രാമനെ തോളിലേറ്റിയ ഹനുമാനെ രാവണൻ ശരവർഷം കൊണ്ട് മൂടി. രാവണന്റെ തേരാളി,രഥം, അസ്ത്രങ്ങൾ എന്നിവയെ രാമൻ നശിപ്പിച്ചു. എന്നിട്ട് വജ്രതുല്യമായ ഒരസ്ത്രം രാവണന് നേരെ അയച്ചു. രാമശരമേറ്റ് രാവണൻ തളർന്ന് വിറച്ചു വില്ലു കൈവിട്ടു. ഉടനെ രാമൻ അർദ്ധ ചന്ദ്രബാണംകൊണ്ട് രാവണന്റെ കിരീടം തകർത്തു.

എന്നിട്ട് രാമൻ രാവണനോട് പറഞ്ഞു. “നീ തളർന്നിരിക്കുന്നതിൽ നിന്നെ ഇപ്പോൾ ഞാൻ കൊല്ലുന്നില്ല. നീ ഇന്ന് ലങ്കയിൽ പോയി വിശ്രമിച്ച് നാളെ യുദ്ധത്തിന് തയ്യാറായി വരിക. അപ്പോൾ നിനക്ക് എന്റെ ശരിക്കുള്ള കരുത്ത് കാണാം.”

വില്ലൊടിഞ്ഞ് കുതിരകളും തേരാളിയും കൊല്ലപ്പെട്ട, കിരീടം തകർക്കപ്പെട്ട രാവണൻ ലജ്ജ കൊണ്ടു തലതാഴ്ത്തി ലങ്കയിലേക്ക് മടങ്ങി.

കുംഭകർണ്ണ വധം

രാമബാണത്തെ ഭയന്ന് ലങ്കയിലെത്തിയ രാവണൻ സന്താപാർത്തനായി. വെറും മനുഷ്യനായ രാമനാൽ താൻ പരാജയപ്പെട്ടത് രാവണനെ ലജ്ജയിലാഴ്ത്തി. കനകസിംഹാസനത്തിലിരുന്ന് രാവണൻ രാക്ഷസന്മാരെ നോക്കി പറഞ്ഞു. "ഞാൻ ചെയ്ത ഉഗ്രതപസ്സാക്കെ വെറുതെയായി. ഇന്ദ്രതുല്യനായ താൻ കേവലം ഒരു മനുഷ്യനോട് തോറ്റല്ലോ. മനുഷ്യരിൽനിന്ന് നിനക്കു ഭയമേർപ്പെടുമെന്ന ബ്രഹ്മാവാക്യം ഞാനിപ്പോൾ ഓർക്കുന്നു. എന്റെ വംശത്തിൽ പിറന്ന ഒരുവൻ നിന്നെ കൊല്ലും എന്ന് വേദവതി ശപിച്ചതും ഞാനോർക്കുന്നു. വേദവതി തന്നയാണ് ഉഴവുചാലിൽ പിറന്ന സീത എന്നെനിക്കു തോന്നുന്നു. ഇനി ഒറ്റ മാർഗ്ഗമേയുള്ളൂ. കുംഭകർണ്ണനെ ഉറക്കത്തിൽനിന്ന് ഉണർത്തുക. മുപ്പത്തിനാലു മാസം അവൻ ഉറങ്ങും ഒമ്പതുനാൾ മുമ്പാണ് അവൻ ഉറക്കം തുടങ്ങിയത്. കുംഭകർണ്ണൻ ഉണർന്നിരുന്നെങ്കിൽ എനിക്ക് ഈ ഗതിവരുമായിരുന്നില്ല. ആപത്തിൽ തുണയ്ക്കില്ലെങ്കിൽ ഇന്ദ്രതുല്യനായ ഇവനെക്കൊണ്ട് എനിക്കെന്തു കാര്യം? നിങ്ങൾ വേഗം പോയി ഏതുവിധവും അവനെ ഉണർത്തുവിൻ."

രാവണവാക്കുകൾ കേട്ട് രാക്ഷസന്മാർ സംഭ്രമത്തോടെ കുംഭകർണ്ണ ഗൃഹത്തിലേക്ക് പോയി. മാലകളും ഒട്ടേറെ ഭക്ഷണസാധനങ്ങളും മദ്യഭരണികളും അവർ കൈയിലെടുത്തിരുന്നു.

അവിടെ പ്രവേശിച്ചപ്പോൾ തന്നെ കുംഭകർണ്ണന്റെ നിശ്വാസമേറ്റ് അവൻ തെറിച്ചു പോയി. ഒടുവിൽ പണിപ്പെട്ട് നിലയുറപ്പിച്ച് അവർ വലിയ വാതിലുള്ളതും നൂറു യോജന വിസ്തീർണ്ണമുള്ളതും പുഷ്പഗന്ധം നിറഞ്ഞതുമായ ഗുഹയിൽ പ്രവേശിച്ചു. മറിഞ്ഞു വീണ മല പോലെ ഗാഢനിദ്രയിലർന്ന കുംഭകർണ്ണനെ അവർ അവിടെ കണ്ടു.

ശരീരത്തിലാകെ ഉയർന്ന രോമങ്ങളോടു കൂടിയ, പാമ്പിനെപ്പോലെ ചീറ്റുന്ന, കൂർക്കംവലി കൊണ്ട് നടുക്കമുണ്ടാക്കുന്ന, പാതാളം പോലെയുള്ള വായോടു കൂടിയ കുംഭകർണ്ണനെ ഉണർത്താൻ വേണ്ടി ധാരാളം മൃഗങ്ങളും മലപോലെ ചോറും ചോര നിറഞ്ഞ കുടങ്ങളും പലവിധ മദ്യങ്ങളും അവർ ഒരുക്കി. ചന്ദനച്ചാർ പൂശി. സുഗന്ധം പൂശി. ഇടിമുഴക്കം പോലെ ഒച്ചയിട്ടു. ഇരുമ്പുലക്കകളും ചാട്ടുളികളും കൊടുമുടികളും ഗദകളും കൊണ്ട് ഒരുപാട് അടിച്ചു. ഒന്നിച്ച് കൈകൊട്ടി അലറി. പക്ഷേ, ഈ വലിയ കോലാഹലമൊന്നും കുംഭകർണ്ണനെ ഉണർത്തിയില്ല. ഒടുവിൽ ആയിരം ആനകളെ അവന്റെ മീതെ നിർത്തിപ്പിച്ചു. അപ്പോൾ എന്തോ ഒന്ന് തന്റെ മേൽ തൊട്ടതായി തോന്നിയ കുംഭകർണ്ണൻ ഉണർന്നു. അവൻ വലിയ കോട്ടുവായിട്ടു. രാക്ഷസന്മാർ ഭക്ഷണവും മദ്യവും മൃഗങ്ങളും അവന് കാണിച്ചു കൊടുത്തു.

ഉറക്കത്താൽ മിഴി അല്പം അടഞ്ഞും കണ്ണു കലങ്ങിയും ഇരുന്നു അവൻ ചുറ്റുപാടുമുള്ള രാക്ഷസവീരന്മാരെ നോക്കി ചോദിച്ചു. "നിങ്ങളെന്നെ ഉണർത്തിയതെന്തിന്? രാജാവിന് കുശലം തന്നെയല്ലേ? അദ്ദേഹത്തിന് എന്തോ ഭയം സംഭവിച്ചിരിക്കണം. നിസ്സാര കാര്യത്തിനൊന്നും ഉറക്കത്തിലാണ്ട എന്നെ ഉണർത്താൻ അദ്ദേഹം മുതിരുകയില്ല. കാര്യമെന്തെന്ന് നേരെ പറയുവിൻ."

കുംഭകർണ്ണന്റെ ഘോരവാക്കുകൾകേട്ട് അവർ താണു വണങ്ങി ഉണ്ടായ സംഭവങ്ങൾ വിവരിച്ചു. "നമുക്കു ദേവന്മാരിൽ നിന്നല്ല മനുഷ്യന്മാരിൽ നിന്നാണ് ഭയമേറ്റിരിക്കുന്നത്. പർവ്വത രൂപികളായ വാനരന്മാരാൽ ലങ്ക ചുറ്റപ്പെട്ടിരിക്കുന്നു. ഒറ്റക്കുരങ്ങൻ ലങ്കയെ ചുട്ടെരിയിച്ചു. അക്ഷകുമാരനേയും

കൊന്നു. പോരിൽ പരാജയമടഞ്ഞ രാവണൻ യുദ്ധക്കളത്തിൽ പൊയ്ക്കൊൾക എന്നു പറഞ്ഞ് രാമനാൽ വിട്ടയക്കപ്പെട്ടു"

പോരിൽ സഹോദരൻ പരാജയപ്പെട്ടു എന്ന വാർത്ത കേട്ട് കുംഭകർണ്ണൻ ഉറക്കെ അലറി. "വേഗം സേനയെ ഒരുക്കൂ. രാമലക്ഷ്മണന്മാരെ കൊന്ന് അവരുടെ ചോര ഞാൻ കുടിക്കും."

അപ്പോൾ മഹോദരൻ എന്ന രാക്ഷസൻ തൊഴുകൈയോടെ പറഞ്ഞു. "രാവണന്റെ വാക്കുകൾ കേട്ട് നമുക്ക് ശത്രുവിനെ ജയിക്കാൻ പോകാം." സഹോദരൻ പറഞ്ഞത് ശരിയെന്നു കുംഭകർണ്ണനും തോന്നി. കുംഭകർണ്ണൻ രാവണന്റെ അടുത്തെത്തി. എന്നിട്ട് അഗ്രജന്റെ പാദങ്ങളിൽ നമസ്കരിച്ചു. രാവണൻ അവനെ ആലിംഗനം ചെയ്തു. "രാജൻ അങ്ങേക്ക് ആരിൽ നിന്നാണ് ഭയമുണ്ടായത്? ആരെയാണ് ഞാൻ ശവമാക്കേണ്ടത്?" കോപം കൊണ്ട് കലങ്ങിയ കണ്ണുകളോടെ കുംഭകർണ്ണൻ ചോദിച്ചപ്പോൾ രാവണൻ പറഞ്ഞു. "നീ ഉറങ്ങാൻ തുടങ്ങിയിട്ട് കാലമേറെയായി. അതിനാൽ രാമൻ മൂലം ഏർപ്പെട്ട ആപത്തൊന്നും അറിഞ്ഞിട്ടില്ല. ബലവാനായ രാമൻ സുഗ്രീവാദികളോടൊത്ത് കടൽ താണ്ടി വന്ന് നമ്മുടെ കുലത്തിന്റെ വേരറുക്കുകയാണ്. ലങ്കയിലെ വനങ്ങളും ഉപവനങ്ങളും വാനരസാഗരമാക്കി ത്തീർത്തിരിക്കുന്നു. നീ അവരെ നശിപ്പിക്കണം. അതിനാണ് നിന്നെ ഇപ്പോൾ ഉണർത്തിയത്. നിനക്കത് സാധിക്കും."

അതുകേട്ട് ചിരിച്ചുകൊണ്ട് കുംഭകർണ്ണൻ പറഞ്ഞു. "നേരത്തെ നടന്ന മന്ത്രാലോചനകളിൽ ഇക്കാര്യത്തിൽ നാം ദോഷം കണ്ടതാണ്. അങ്ങ് വീരഗർവ്വം കൊണ്ട് ഭവിഷ്യത്തിനെക്കുറിച്ച് ഓർത്തില്ല. മിത്രമെന്നു ഭാവിച്ച് നമുക്കാപത്തുണ്ടാക്കുന്നവരെ രാജാവ് തിരിച്ചറിയേണ്ടതുണ്ട്. ശത്രുവിനെ അവഗണിച്ച് സ്വയരക്ഷ ചെയ്യാതിരുന്നാൽ അപകടത്തിൽ ചെന്നു ചാടും. നേരത്തെ അങ്ങയുടെ പത്നിയായ മണ്ഡോദരിയും അനുജനും എന്തു പറഞ്ഞുവോ അത് ചെയ്യുന്നതാണ് നല്ലത്."

കുംഭകർണ്ണൻ പറഞ്ഞത് കേട്ട് പുരികം ചുളിച്ചുകൊണ്ട് കോപത്തോടെ രാവണൻ പറഞ്ഞു. "മാന്യനും ഗുരുവുമായ ആചാര്യനെപ്പോലെ നീയെന്നെ ഉപദേശിക്കുകയാണോ? എന്തിനിങ്ങനെ വായിട്ടലയ്ക്കുന്നു? വിഭ്രമം കൊണ്ടോ മനസ്സിന്റെ

ആഗ്രഹം കൊണ്ടോ ചെയ്യാതെ പോയ കാര്യങ്ങൾ വീണ്ടും പറയുന്നതെന്തിന്? കഴിഞ്ഞതോർത്ത് കരഞ്ഞിട്ടെന്തു കാര്യം? ഇപ്പോൾ യുക്തമായത് ചെയ്യുക. എന്നോട് സ്നേഹമുണ്ടെങ്കിൽ നിനക്ക് വിക്രമമുണ്ടെങ്കിൽ എനിക്കു വന്ന ദോഷം നീ നികത്തുക. ആപത്തിൽ വലയുന്നവനെ തുണയ്ക്കുന്നവനാണ് സുഹൃത്തും ബന്ധുവും."

ജ്യേഷ്ഠൻ കുപിതനായിരിക്കുന്നു. എന്നു മനസ്സിലാക്കിയ കുംഭകർണ്ണൻ പറഞ്ഞു. "കോപം വെടിഞ്ഞ് അങ്ങ് സ്വസ്ഥനാവുക. ആരു മൂലമാണോ അങ്ങു ദുഃഖിക്കുന്നത് അവനെ ഞാൻ ഇല്ലാതാക്കുന്നുണ്ട്. അങ്ങയുടെ ശത്രുവിനെ കൊല്ലാൻ തയ്യാറായി നില്ക്കുകയാണ് ഞാൻ. രാമലക്ഷ്മണന്മാരെ കൊന്ന ശേഷം വാനരന്മാരെ മുഴുവൻ ഞാൻ പിടിച്ചു തിന്നും. സീത അങ്ങേക്ക് കീഴ്പ്പെടും."

"സൗഹൃദത്തിലും ബലത്തിലും നിനക്കു തുല്യരായി ആരുമില്ല. ശത്രുവിനെ കൊല്ലാനും വിജയം നേടാനും നീ ഉടനെ പുറപ്പെടുക. കാലനെപ്പോലെ ശൂലവുമായി പോകുന്ന നിന്നെ കണ്ടാൽ തന്നെ വാനരന്മാർ ഓടും. രാമലക്ഷ്മണന്മാരുടെ നെഞ്ച് പിളർന്ന് തിരിച്ചു വരിക." കുംഭകർണ്ണന്റെ വാക്കുകൾ കേട്ട് സന്തോഷത്തോടെ രാവണൻ പറഞ്ഞു.

വൻശൂലം കൈയിലെടുത്ത് കുംഭകർണ്ണൻ പറഞ്ഞു. "ഞാൻ ഒറ്റയ്ക്ക് പോകാം യുദ്ധത്തിന്. എന്റെ പട ഇവിടെ നില്ക്കട്ടെ. വിശപ്പാർന്ന ഞാൻ കോപം പൂണ്ട് വാനരന്മാരെ മുഴുവൻ തിന്നു തീർക്കുന്നുണ്ട്."

"കൂറ്റന്മാരും വീരന്മാരുമാണ് മർക്കടങ്ങൾ. തനിച്ചോ കരുതൽ കൂടാതെയോ ചെന്നാൽ അവർ കടിച്ചു കൊല്ലും. അതുകൊണ്ട് നീ ആയുധപാണികളായ സൈന്യങ്ങളോട് കൂടി ചെന്ന് അവരെ മുടിക്കുക. "ഇതും പറഞ്ഞ് രത്നങ്ങൾ കോർത്ത ഒരു മാല രാവണൻ കുംഭകർണ്ണനെ അണിയിച്ചു. ആലിംഗനം ചെയ്തു ജ്യേഷ്ഠനെ തൊഴുത് വന്ദിച്ച് കുംഭകർണ്ണൻ യുദ്ധത്തിന് പുറപ്പെട്ടു. ആശിസ്സുകളോടെ രാവണൻ അവനെ യാത്രഅയച്ചു.

മഹാബലനും മാമലയ്ക്കൊപ്പം കൂറ്റനുമായ അവൻ മതിൽ കടന്ന് നഗരത്തിന് പുറത്തെത്തി. ഇടിമുഴക്കം പോലെ അവൻ അലറി. അവൻ വരുന്നത് കണ്ട് ഭയന്ന് വാനരന്മാർ അങ്ങിങ്ങോടാൻ തുടങ്ങി.

അംഗദൻ, നീലൻ, തുടങ്ങിയവർ അവരെ തടഞ്ഞു. “സ്വന്തം വീര്യവും മഹിമയും മറന്ന് കാട്ടുകുരങ്ങന്മാരെപ്പോലെ നിങ്ങളെങ്ങോട്ടാണ് ഓടുന്നത്? പ്രാണൻ രക്ഷിക്കാൻ ഓടുകയാണോ? മടങ്ങിവരിൻ. ഈ രാക്ഷസപേക്കോലത്തെ നമുക്ക് വിക്രമംകൊണ്ട് ചുട്ടെരിക്കാം.”

അതുകേട്ട് വാനരർ വർദ്ധിത വീര്യത്തോടുകൂടി മരങ്ങളുമേന്തി പോർക്കളത്തിലേക്ക് മടങ്ങി. പാറകൾകൊണ്ടും മരങ്ങൾകൊണ്ടും കുംഭകർണ്ണനെ അടിച്ചു. എത്ര തല്ലിയിട്ടും കുംഭകർണ്ണന് യാതൊരു കുലുക്കവുമുണ്ടായില്ല. അവയൊടിഞ്ഞ് നിലത്തു വീണു. കുംഭകർണ്ണൻ വലിയ ഗദയെടുത്ത് വാനരരെ ആഞ്ഞടിച്ചു. അവന്റെ തല്ലേറ്റ് വാനരർ ചിന്നിച്ചിതറി. അപ്പോൾ ഹനുമാൻ വലിയ മലകൊണ്ട് കുംഭകർണ്ണനെ തല്ലി. കുംഭകർണ്ണൻ ഒന്നു വിറച്ചു. സ്വയം നിയന്ത്രിച്ച് ഹനുമാനെ തന്റെ ശൂലം കൊണ്ടു കുത്തി. അവൻ വായിൽക്കൂടി ചോരയുമൊലിപ്പിച്ച് ഉറക്കെ അലറി. രാക്ഷസർ സന്തുഷ്ടരായി.

ഇതുകണ്ട് വാനരർ പേടിച്ചരണ്ട് ഓടിയകന്നു. അപ്പോൾ നീലൻ വലിയൊരു മല കുംഭകർണ്ണന്റെ നേരെ എറിഞ്ഞു. അതിനെ അവൻ കൈചുരുട്ടിയടിച്ച് തകർത്തു. വാനരന്മാർ കുംഭകർണ്ണനെ എമ്പാടും തല്ലി. അതൊക്കെ അവന് തലോടലായേ തോന്നിയുള്ളൂ. അവൻ ഋഷഭനെ കൈക്കുള്ളിലാക്കി. ആ വീരൻ വായിൽ ചോരയൊലിപ്പിച്ച് താഴെ വീണു. നീലനെ മുട്ടുകൊണ്ടുകുത്തി. ഗവാക്ഷനെ കൈക്കൊണ്ടു തല്ലി. അപ്പോൾ കോപം കൊണ്ട വാനരന്മാർ അവന്റെ മേൽ ചാടിക്കയറി അവനെ കടിച്ചു പരിക്കേല്പിച്ചു. കോപം പൂണ്ട കുംഭകർണ്ണൻ അവരെ പിടിച്ചു വിഴുങ്ങി. പാതാളം പോലുള്ള വായിലേക്കിട്ട വാനരർ മൂക്കിലൂടെയും വായിലൂടെയും പുറത്തുവന്നു.

വാനരസേന തകർക്കപ്പെട്ടപ്പോൾ അംഗദൻ മലമുടികളുമായി കുംഭകർണ്ണനുമായി ഏറ്റുമുട്ടി. കുംഭകർണ്ണൻ അംഗദന് നേരെ

ശൂലം പ്രയോഗിച്ചു. പാഞ്ഞുവരുന്ന ശൂലത്തെ അവൻ ഒഴിഞ്ഞ് മാറി. എന്നിട്ട് കുതിച്ചു ചാടി കൈത്തലം കൊണ്ടു അവന്റെ നെഞ്ചത്തടിച്ചു. കുംഭകർണ്ണൻ അല്പനേരം മോഹാലസ്യപ്പെട്ട് നിന്നു പോയി. മോഹത്തിൽ നിന്നുണർന്ന് മുഷ്ടി ചുരുട്ടി അവനെ തട്ടിയിട്ടു. പിന്നെ ശൂലവുമായി സുഗ്രീവന് നേരെ പാഞ്ഞു.

സുഗ്രീവൻ കുംഭകർണ്ണന് നേരെ മല വീശിയെറിഞ്ഞു അത് അവന്റെ വിരിഞ്ഞ മാറിൽത്തട്ടി തകർന്നു. കുംഭകർണ്ണൻ ശൂലം സുഗ്രീവന് നേരെയെറിഞ്ഞു. ആ ശൂലം ഹനുമാൻ പിടിച്ചെടുത്ത് ഒടിച്ചുകളഞ്ഞു. അപ്പോൾ കുംഭകർണ്ണൻ ഒരു വലിയ മല എടുത്ത് സുഗ്രീവനെ തല്ലി. അവൻ ബോധം കെട്ടു വീണു. അവനെയും എടുത്ത് കുംഭകർണ്ണൻ രാവണസന്നിധിയിലേക്കു പോയി. രാജപാതയിലെ തണുപ്പുകൊണ്ടും സുഗന്ധ ജലം തൂകുന്നതുകൊണ്ടും അവൻ ഉണർന്നു. എന്നിട്ട് ചാടിയെഴുന്നേറ്റ് കുംഭകർണ്ണന്റെ കാതുകൾ മാന്തിപ്പൊളിച്ചു.

അവന്റെ പല്ലുകൊണ്ടുള്ള കടിയും, നഖംകൊണ്ടുള്ള മാന്തലും ഏറ്റ് ചോരയിൽ മുങ്ങിയ കുംഭകർണ്ണൻ അവനെ നിലത്തിട്ടു വലിച്ചിഴച്ചു. രാക്ഷസന്മാർ ചുറ്റും കൂടി തല്ലിച്ചതയ്ക്കെ അവൻ പന്തുപോലെ മേലോട്ടുയർന്ന് രാമസന്നിധിയിലെത്തി.

കുംഭകർണ്ണൻ വീണ്ടും പോരിനായി ഓടി. വാനരരെ അവൻ വായിലാക്കി. ആ കരുത്തന്റെ വായിൽനിന്നു രക്ഷപ്പെട്ടവർ ഭയന്നോടി രാമനെ ആശ്രയിച്ചു.

അപ്പോൾ ക്രുദ്ധനായ ലക്ഷ്മണൻ കുംഭകർണ്ണനോടേറ്റു മുട്ടി. ലക്ഷ്മണൻ അവന്റെ മേൽ ഏഴ് അസ്ത്രങ്ങൾ തൊടുത്തു. എന്നാൽ അവൻ സ്വന്തം അസ്ത്രങ്ങൾ കൊണ്ടു അവയെ വിഫലമാക്കി. കോപം പൂണ്ട ലക്ഷ്മണൻ അവന്റെ പോർച്ചട്ടയെ അസ്ത്രങ്ങൾ കൊണ്ട് കീറി മുറിച്ചു.

ഇടിമുഴക്കംപോലുള്ള ശബ്ദത്തിൽ കുംഭകർണ്ണൻ അലറി. "നീ എന്നോട് പോരാടിയതുകൊണ്ട് എനിക്ക് തൃപ്തിയായി. ബാലനാണെങ്കിലും വിക്രമംകൊണ്ട് നീയെന്നെ സന്തോഷിപ്പിച്ചു. ഞാൻ രാമനോട് യുദ്ധംചെയ്യാനാണ് ആഗ്രഹിക്കുന്നത്.

രാമനെ മാത്രം കൊല്ലാനാണ് ഞാൻ കൊതിക്കുന്നത്. അവൻ തീർന്നാൽ എല്ലാം തീർന്നല്ലോ."

ഇങ്ങനെ പറഞ്ഞ് അവൻ രാമന്റെ നേരെ പാഞ്ഞെത്തി. രാമാസ്ത്രമേറ്റ് അവന്റെ വായിൽനിന്ന് തീക്കട്ടകളും തീനാളങ്ങളും പുറത്തുചാടി. വാനരരെ പറപ്പിച്ചു. രാമന്റെ അസ്ത്രങ്ങൾ അവന്റെ മാറിൽ തുളച്ചുകയറി. ഗദ തെറിച്ചു നിലത്തുവീണു. നിരായുധനായ അവൻ മുഷ്ടിയുദ്ധം തുടങ്ങി. കരുത്തനും കാലതുല്യനുമായ കുംഭകർണ്ണൻ കൊടുമുടിയെടുത്തു ചുഴറ്റി രാമന് നേരെ എറിഞ്ഞു. രാമൻ ഏഴമ്പുകളാൽ അവനെ തകർത്തു. പിന്നെ ശരങ്ങൾകൊണ്ട് അവന്റെ ഒരു കൈ മുറിച്ചിട്ടു. ആ കൈ വീണ് കുറെ വാനരർ ചത്തു. അവൻ മറ്റേ കൈകൊണ്ട് മലയെടുത്ത് എറിയാൻ വന്നപ്പോൾ ആ കൈയും രാമൻ മുറിച്ചിട്ടു. കൈകളറ്റ അവൻ ആർത്തുവിളിച്ച് വരുന്നതു കണ്ട് അവന്റെ കാലുകൾ രണ്ടും മുറിച്ചു കളഞ്ഞു. അവന്റെ കൈകാലുകൾ രാക്ഷസന്മാരേയും വാനരന്മാരേയും ലങ്കാപുരിയേയും വിറപ്പിച്ചുകൊണ്ട് താഴെ വീണു. കൈകളും കാലുകളും അറ്റ അവൻ വലിയ വായും പൊളിച്ച് രാമന്റെ നേരെ വന്നു. അപ്പോൾ ഐന്ദ്രം എന്ന അസ്ത്രം കൊണ്ട് അവന്റെ ശിരസ്സറുത്തിട്ടു. രാമബാണത്താൽ മുറിക്കപ്പെട്ട ആ വൻതല ഗോപുരങ്ങളെയും മതിലുകളെയും തകർത്തുകൊണ്ട് നിലംപതിച്ചു.

അവന്റെ വധത്തിൽ ഭീതി പൂണ്ട രാക്ഷസർ മുറവിളി കൂട്ടി രാവണന്റെ അടുത്തെത്തി വിവരമറിയിച്ചു. വാനരരാകട്ടെ കുംഭകർണ്ണവധത്തിൽ ആർത്തു വിളിച്ച് ആഹ്ലാദം പ്രകടിപ്പിച്ചു.

ഇന്ദ്രജിത്തിന്റെ വധം

കരുത്തനായ കുംഭകർണ്ണനും യുദ്ധത്തിൽ വീണപ്പോൾ രാവണൻ തളർന്ന് ബോധരഹിതനായി നിലംപതിച്ചു. പിതൃസഹോദരൻ മരിച്ചതറിഞ്ഞ് ദേവാന്തകനും നരാന്തകനും അതികായനും ദുഃഖിതരായി. രാവണൻ കുംഭകർണ്ണനെയോർത്ത് വിലപിച്ചു. “അതിശക്തനായ നീയും എന്നെ ഉപേക്ഷിച്ചു പോയല്ലോ. ഇനി ഞാൻ ജീവിച്ചിരുന്നിട്ടെന്തു കാര്യം?” അതുകേട്ട് ത്രിശിരസ്സ് രാവണനെ സമാധാനിപ്പിച്ചു പറഞ്ഞു. “അങ്ങ് ഭയപ്പെടേണ്ട. ഞാനിതാ യുദ്ധത്തിന് പോകുന്നു. ഞാൻ അവരെ നശിപ്പിച്ച് വരുന്നുണ്ട്.” ത്രിശിരസ്സിന്റെ കൂടെ ദേവാന്തകനും നരാന്തകനും അതികായനും പുറപ്പെട്ടു.

എന്നാൽ അവരെല്ലാം പോരിൽ കൊല്ലപ്പെട്ട വിവരം കേട്ട് രാവണൻ കണ്ണീരിൽ കുളിച്ചു. സഹോദരന്റേയും മക്കളുടെയും മരണം രാവണനെ ആകെ തളർത്തിക്കളഞ്ഞു.

ദുഃഖിതനായ രാവണനെ കണ്ട് ഇന്ദ്രജിത്ത് പറഞ്ഞു. “ഞാൻ ജീവിച്ചിരിക്കെ അങ്ങിപ്രകാരം ദുഃഖിക്കുന്നത് ശരിയല്ല. എന്റെ ബാണമേറ്റ് രാമലക്ഷ്മണന്മാർ ഭൂമിയിൽ വീണു കിടക്കുന്നത് ഇന്ന് അങ്ങേക്ക് കാണാം.” ഇങ്ങനെ പറഞ്ഞ് ദേവശത്രുവായ ഇന്ദ്രജിത്ത് വിശിഷ്ടങ്ങളായ കുതിരകളെ പൂട്ടിയ രഥത്തിൽ രാവണാനുഗ്രഹം വാങ്ങി യുദ്ധക്കളത്തിലേക്ക് പുറപ്പെട്ടു. മകന്റെ

പുറപ്പാട് കണ്ട് രാവണൻ മനസ്സിൽ വിചാരിച്ചു. 'നീ ഇന്ദ്രനെ ജയിച്ചവനാണ്. പിന്നെ മനുഷ്യന്റെ കഥയെന്ത്? നീ രാമനെ കൊന്നേ തിരിച്ചു വരൂ. എനിക്കതിൽ സംശയമില്ല.'

ഇന്ദ്രജിത്ത് ഉത്തമമന്ത്രങ്ങൾകൊണ്ട് അഗ്നിയിൽ ഹോമം ചെയ്ത് ആഗ്നേയാസ്ത്രം വരിച്ചു. എന്നിട്ട് പോർക്കളത്തിലേക്ക് തിരിച്ചു. വാനരന്മാർ കൊടുമുടികളും മരങ്ങളും അവന്റെ നേരെ എറിഞ്ഞു. ഇന്ദ്രജിത്ത് അവയെയെല്ലാം നിഷ്പ്രയാസം തകർത്ത് വീര്യമേറിയ അസ്ത്രങ്ങൾകൊണ്ട് വാനരപ്പടയെ പിളർത്തി. മായായുദ്ധത്തിൽ സ്വയം മറഞ്ഞ് യുദ്ധരംഗമാകെ അസ്ത്രങ്ങൾ കൊണ്ടുമൂടി. വാനരവീരരെയൊക്കെ അസ്ത്രങ്ങൾ കൊണ്ട് മുറി വേല്പിച്ചു.

രാമലക്ഷ്മണന്മാർ ഇന്ദ്രജിത്തിന്റെ ബ്രഹ്മാസ്ത്രത്താൽ ബന്ധിതരായി. വാനരനായകൻ പോരിൽ മരിച്ചുവീണു.

ഈ വിവരം ഇന്ദ്രജിത്ത് രാവണനെ അറിയിച്ചു. രാവണൻ സന്തുഷ്ടനായി. മകന്റെ പരാക്രമവീര്യത്തെ പുകഴ്ത്തി.

വിഭീഷണനും ഹനുമാനും മാത്രമാണ് ബ്രഹ്മാസ്ത്ര ത്തിൽനിന്ന് രക്ഷപ്പെട്ടത്. അവർ പന്തവുമേന്തി പോർക്കളത്തിൽ സഞ്ചരിച്ച് വീണ് കിടക്കുന്നവരെ ശുശ്രൂഷിച്ചു. സുഗ്രീവൻ, അംഗ ദൻ, നീലൻ, തുടങ്ങിയവരൊക്കെ വീണു കിടക്കുന്നത് അവർ കണ്ടു.

വിഭീഷണനും ഹനുമാനും ജാംബവാനെ തേടി. മെയ്യാകെ കൂരമ്പുകളേറ്റു അവശനായിക്കിടക്കുന്ന ജാംബവാനെ അവർ കണ്ടു. “കൂരമ്പുകളേറ്റ് അങ്ങയുടെ ജീവൻ പോയിട്ടില്ലല്ലോ.” എന്നു വിഭീഷണൻ ചോദിച്ചു. അതുകേട്ട് പണിപ്പെട്ട് ഒച്ചയു ണ്ടാക്കി ജാംബവാൻ ചോദിച്ചു “കൂരമ്പുകളേറ്റ് എനിക്ക് ഒന്നും കാണാനാവുന്നില്ല. വാനരശ്രേഷ്ഠനായ ഹനുമാൻ ഇപ്പോഴും ജീവിച്ചിരിപ്പുണ്ടോ?”

അതുകേട്ട് അത്ഭുതപ്പെട്ട് വിഭീഷണൻ ചോദിച്ചു. “രാമല ക്ഷ്മണന്മാരെവിട്ട് അങ്ങ് ഹനുമാനെക്കുറിച്ച് ചോദിക്കാനെന്തേ കാരണം?” അതിന് മറുപടിയായി ജാംബവാൻ മന്ദസ്വരത്തിൽ പറഞ്ഞു. “ഞാൻ മാരുതിയെ ചോദിക്കാൻ കാരണം അവൻ ജീ വനോടു കൂടിയുണ്ടെങ്കിൽ പട മുടിഞ്ഞാലും നമുക്ക് പ്രതീ

ക്ഷയ്ക്ക് വകയുണ്ട്. അവൻ പ്രാണനൊടുക്കിയെങ്കിൽ നാമൊക്കെ തുലഞ്ഞതു തന്നെ.”

ഉടനെ ഹനുമാൻ ജാംബവാന്റെ അടുത്തേക്ക് വന്നു. കാലുകൾ പിടിച്ച് വന്ദിച്ചു. അവശനെങ്കിലും താൻ വീണ്ടും ജീവൻ കൊണ്ടതായി ജാംബവാന് തോന്നി. എന്നിട്ട് ഹനുമാനോട് പറഞ്ഞു. “തളർന്നുപോയ രാമലക്ഷ്മണന്മാരെ ശല്യമുക്തരാക്കുക. നീ വേഗം ഹിമാലയത്തിൽ ചെല്ലണം. അവിടെ ഋഷഭം എന്ന പർവ്വതത്തിന്റെയും കൈലാസത്തിന്റെയും നടുക്ക് ഔഷധി പർവ്വതം കാണാം. അവിടെ പത്തു ദിക്കും വിളങ്ങുന്ന മട്ടിൽ തിളങ്ങുന്ന മൃതസഞ്ജീവനി എന്ന ചെടി കാണാം. അത് ശേഖരിച്ച് നീ അതിവേഗം വരണം.”

ജാംബവാൻ പറഞ്ഞതുകേട്ട് ഹനുമാൻ വായുവേഗത്തിൽ ഹിമാലയത്തിലെത്തി. ഓഷധി പർവ്വതത്തിൽ കയറി ഹനുമാൻ ഓഷധികൾ തേടി. മരുന്നുകളൊക്കെ ഹനുമാന്റെ ദൃഷ്ടിയിൽനിന്ന് മറഞ്ഞു നിന്നു. കോപം പൂണ്ട ഹനുമാൻ പർവ്വതശിഖരം തന്നെ പറിച്ചെടുത്തു. പിന്നെ ആകാശത്തിലേക്ക് കുതിച്ച് അതിവേഗം തന്നെ ലങ്കയിലെത്തി.

കൊടുമുടി ഹനുമാൻ സേനയുടെ നടുവിലിറക്കി. ഓഷധികളുടെ ഗന്ധമേറ്റ് രാമലക്ഷ്മണന്മാർ ബ്രഹ്മാസ്ത്രശല്യത്തിൽനിന്ന് മോചിതരായി. കൊല്ലപ്പെട്ട വാനരന്മാർപോലും ഉണർന്നു. വാനരന്മാർ ആർത്തു വിളിച്ചു. അവർ ആഹ്ലാദ നൃത്തമാടി. രാമൻ ഹനുമാനെ ആലിംഗനം ചെയ്തു.

ഹനുമാൻ ഔഷധി പർവ്വതത്തെ ഹിമാലയത്തിൽ തന്നെ തിരിച്ചെത്തിച്ചു. എന്നിട്ട് രാമസന്നിധിയിൽ എത്തി.

രാമലക്ഷ്മണന്മാർ മകന്റെ ബ്രഹ്മാസ്ത്രത്തിൽനിന്ന് മോചിതരായെന്ന വാർത്ത പരിഭ്രമത്തോടെയാണ് രാവണൻ കേട്ടത്. അത് വിശ്വസിക്കാനായില്ല. പോരാട്ടം തുടരാനുള്ള കല്പന രാക്ഷസർക്കു കൊടുത്തു. പോരാട്ടത്തിന് നേതൃത്വം നല്കിയ കുംഭനും നികുംഭനും മകരാക്ഷനും കൊല്ലപ്പെട്ടപ്പോൾ മകൻ ഇന്ദ്രജിത്തിനെ തന്നെ പോരിന് നിയോഗിച്ചു.

അച്ഛന്റെ കല്പന കൈകൊണ്ട് യജ്ഞശാലയിൽ അഗ്നിഹോമം നടത്തി അവൻ യുദ്ധത്തിനൊരുങ്ങി. അവൻ പറഞ്ഞു. “ഭിക്ഷു

വേഷം കെട്ടി നടക്കുന്ന രാമലക്ഷ്മണന്മാരെ ഇന്ന് യുദ്ധത്തിൽ കൊന്ന് ആ യുദ്ധവിജയം ഞാൻ അച്ഛന് സമർപ്പിക്കുന്നതാണ്. ലങ്കയെ ഞാൻ വാനരശൂന്യമാക്കുന്നുണ്ട്." ഇങ്ങനെ പറഞ്ഞ് അവൻ തേരിൽ അദൃശ്യനായിനിന്ന് ശരമാരി പെയ്തു. രാമനും തിരിച്ചും അസ്ത്രങ്ങൾ എയ്തു. ഇന്ദ്രജിത്ത് തേരിൽ എല്ലായിടത്തും എത്തി അസ്ത്രങ്ങൾ വർഷിച്ചു. അവന്റെ പോക്കോ വരവോ വില്ലോ ശരമോ ആരും കാണുകയുണ്ടായില്ല. അവന്റെ ബാണമേറ്റ് നൂറു കണക്കിന് വാനരന്മാർ നിലത്തു വീണു. അത് കണ്ട് കുപിതനായ ലക്ഷ്മണൻ പറഞ്ഞു. "ഞാൻ ബ്രഹ്മാസ്ത്രം കൊണ്ട് രാക്ഷസന്മാരെ മുഴുവൻ കൊല്ലാൻ പോകുന്നു." രാമൻ ലക്ഷ്മണനെ തടഞ്ഞു പറഞ്ഞു. ഒരാൾ ചെയ്ത കുറ്റത്തിന് എല്ലാരേയും ശിക്ഷിക്കുന്നത് ശരിയല്ല. അവനെ ഞാൻ തന്നെ കൊല്ലും. എവിടെ ഒളിഞ്ഞാലും ഞാനവനെ കണ്ടുപിടിക്കും."

രാമലക്ഷ്മണന്മാർ പോരിനൊരുങ്ങി നില്ക്കുന്നത് കണ്ടപ്പോൾ ഇന്ദ്രജിത്ത് ഒരു മായ പ്രയോഗിച്ചു. മായാസീതയെ തേരിലേറ്റി വൻപടയെ ചുറ്റും നിർത്തി അവളെ വാനരന്മാർ നോക്കി നില്ക്കേ കൊല്ലാനൊരുങ്ങി. ഇന്ദ്രജിത്തിന്റെ തേരിൽ പട്ടിണി കൊണ്ടു മെലിഞ്ഞ് ഏകവസ്ത്രം ധരിച്ച, ഒട്ടിയ കവിളോടുകൂടിയ, ശരീരമാകെ അഴുക്കു പുരണ്ട സീതയെ കണ്ടു. അത് സീത തന്നെയെന്ന് ഹനുമാൻ തിരിച്ചറിഞ്ഞു. രാമ, രാമ എന്നു കരയുന്ന സീതയെ വാനരന്മാർ കാൺകെ ഇന്ദ്രജിത്ത് തല്ലി. മുടിയിൽ കടന്നുപിടിച്ചു.

അതുകണ്ട് ഹനുമാൻ പറഞ്ഞു. "ദുഷ്ടാ നിന്റെ നാശത്തിനാണ് നീ സീതാദേവിയുടെ മുടിയിൽ പിടികൂടിയത്. അവൾ നിന്നോട് എന്തു തെറ്റാണ് ചെയ്തത്." ഇങ്ങനെ ചോദിച്ച് ഹനുമാൻ അതീവ കോപത്തോടെ ഇന്ദ്രജിത്തിന് നേരെ പാഞ്ഞു ചെന്നു. അവനെ രാക്ഷസസേന തടഞ്ഞു.

"സുഗ്രീവനും നീയും രാമനുമൊക്കെ ഇവിടെവന്ന് ആർക്കു വേണ്ടി പൊരുതുന്നുവോ ആ സീതയെ നിങ്ങളുടെ കൺമുന്നിൽ വെച്ചു ഞാൻ കൊല്ലും. ഇവളെ കൊന്നശേഷം ഞാൻ രാമനേയും ലക്ഷ്മണനെയും നിന്നെയും സുഗ്രീവനെയും വിഭീഷണനെയുമൊക്കെ കൊല്ലും." ഇങ്ങനെപറഞ്ഞ് ഇന്ദ്രജിത്ത് വാൾ കൊണ്ട്

സീതയെ വെട്ടി. അവൾ തലയറ്റ് താഴെ വീണു. "രാമന്റെ പ്രിയയെ ഞാൻ വെട്ടിക്കൊന്നത് നിങ്ങൾ കണ്ടുകൊള്ളുക." എന്നു പറഞ്ഞ് അവൻ ഉച്ചത്തിൽ അലറി.

അതുകണ്ട് വാനരന്മാർ പേടിച്ചോടി. എന്നാൽ ഹനുമാൻ അവരെ തടഞ്ഞു പറഞ്ഞു. "എവിടേക്കാണ് ഓടുന്നത്? എന്റെ പിറകേ വരുവിൻ. അപ്പോൾ വാനരന്മാർ കൊടുമുടികളും മരങ്ങളും കൈയിലേന്തി രാക്ഷസരുടെ നേരെ ചാടി. ഹനുമാൻ കത്തിക്കാളുന്ന തീ പോലെ രാക്ഷസന്മാരെ എരിച്ചു. ഹനുമാൻ വാനരന്മാരോടായി പറഞ്ഞു. "നമുക്കു തല്ക്കാലം പിൻവാങ്ങാം. നാം ആർക്കുവേണ്ടി പൊരുതുന്നുവോ ആ ജനകപുത്രി കൊല്ലപ്പെട്ട വിവരം രാമനേയും സുഗ്രീവനേയും അറിയിക്കാം." ഇങ്ങനെ പറഞ്ഞ് എല്ലാവരും രാമന്റെ അടുത്തെത്തി. "ഞങ്ങൾ നോക്കിനില്ക്കേ ഇന്ദ്രജിത്ത് സീതയെ വെട്ടിക്കൊന്നു." അതു കേട്ട് രാമൻ മോഹാലസ്യപ്പെട്ട് വീണു. രാമനെ ലക്ഷ്മണൻ ആശ്വസിപ്പിച്ചു. "ഞാൻ തന്നെ അവനെ പോരിൽ വധിക്കുന്നുണ്ട്." എന്ന് ലക്ഷ്മണൻ പറഞ്ഞു.

രാമൻ ലക്ഷ്മണന്റെ മടിത്തട്ടിൽ കിടക്കുന്നത് കണ്ട് വിഭീഷണൻ ഇതിന് കാരണമെന്ത് എന്നന്വേഷിച്ചു. അപ്പോൾ സീത ഇന്ദ്രജിത്തിനാൽ കൊല്ലപ്പെട്ട കഥ ലക്ഷ്മണൻ പറഞ്ഞു. അതു കേട്ട വിഭീഷണൻ പറഞ്ഞു. "ദുരാത്മാവായ രാവണന് സീതയെക്കുറിച്ചുള്ള അഭിപ്രായം എനിക്കറിയാം.അവൻ ഒരിക്കലും സീതയെ കൊല്ലാൻ സമ്മതിക്കുകയില്ല. വാനരരെ വഞ്ചിച്ച് ഇന്ദ്രജിത്ത് മടങ്ങിപ്പോയി. ആ സീത മായാ സീതയാണ്. അങ്ങ് ദുഃഖം വെടിയുക. ലക്ഷ്മണനെ ഞങ്ങളോടൊപ്പമയക്കുക. അവനെ ഞങ്ങൾ ഇല്ലാതാക്കുന്നുണ്ട്."

വിഭീഷണന്റെ വാക്കുകൾ കേട്ട് രാമന് ആശ്വാസമായി. "ലക്ഷ്മണാ, നീ വാനരനായകന്മാർക്കൊപ്പം ചെന്ന് ഇന്ദ്രജിത്തിനെ വധിക്കുക." ലക്ഷ്മണൻ രാമനിർദ്ദേശം കൈക്കൊണ്ട് വില്ലു ധരിച്ച് പോരിനൊരുങ്ങി.

ഇന്ദ്രജിത്തും ലക്ഷ്മണനും തമ്മിൽ ഘോരമായ യുദ്ധം നടന്നു. ലക്ഷ്മണൻ ഇന്ദ്രജിത്തിന്റെ വില്ല് മുറിച്ചു. തേരാളിയേയും

കൊന്നു.സ്വയം തേർ തെളിച്ച് ഇന്ദ്രജിത്ത് വില്ലെടുത്തു. കുതിര കളുടെ പുറത്ത് വാനരന്മാർ ചാടി വീണ് അവയെ കൊന്നു. ഇന്ദ്രജിത്ത് തേരിൽനിന്ന് ചാടിയിറങ്ങി. ലക്ഷ്മണനു നേരെ ശര വർഷം പൊഴിച്ചു.

ഇന്ദ്രജിത്ത് പറഞ്ഞു. "അല്ലയോ രാക്ഷസവീരരെ, ദിക്കുക ളാകെ ഇരുളിൽ ആണ്ടിരിക്കുന്നു. ശത്രുക്കളെയും സ്വജനങ്ങ ളെയും തിരിച്ചറിയാൻ കഴിയുന്നില്ല. നിങ്ങൾ യുദ്ധം ചെയ്തു കൊള്ളൂ. ഞാൻ മറ്റൊരുതേരിലേറി പോരിനെത്തിക്കൊള്ളാം."

ഇതും പറഞ്ഞ് വാനരരെ വഞ്ചിച്ച് ഇന്ദ്രജിത്ത് തേരിനായി ലങ്കയിൽ പ്രവേശിച്ചു. പുതിയ തേരുമായി ലക്ഷ്മണന് നേരെ പാഞ്ഞെത്തി. വാനരന്മാരെ നിർദ്ദയം വധിച്ചു. ഇന്ദ്രജിത്തിന്റെ വില്ല് ലക്ഷ്മണൻ മുറിച്ചു. അവൻ വേറൊരു വില്ലെടുത്ത് കുലയേറ്റി. ലക്ഷ്മണൻ അതും മുറിച്ച് അവന്റെ നെഞ്ചിൽ അസ്ത്രമെയ്തു. ഇന്ദ്രജിത്ത് വായിൽ ചോരയും ഒലിപ്പിച്ച് മറ്റൊരു വില്ലെടുത്ത് ലക്ഷ്മണന് നേരെ ശരമാരി പെയ്തു. ലക്ഷ്മണൻ ഭയം കൂടാതെ അവ അസ്ത്രമെയ്ത് മുറിച്ചു.

ഒരുവിൽ ഐന്ദ്രം എന്ന അസ്ത്രം ലക്ഷ്ണൻ ഇന്ദ്രജിത്തിന് നേരെ പ്രയോഗിച്ചു. അത് അവന്റെ തലയറുത്തു.

ഇന്ദ്രജിത്തിന്റെ വധം വാനരന്മാർ ആർത്തുവിളിച്ച് ആഘോ ഷിച്ചു. ഇന്ദ്രജിത്ത് കൊല്ലപ്പെട്ടതറിഞ്ഞപ്പോൾ രാക്ഷസർ അല റിക്കരഞ്ഞ് രാവണസന്നിധിയിൽ വിവരമറിയിക്കാൻ പാഞ്ഞു പോയി.

സീതാവധശ്രമം

രാവണമന്ത്രിമാർ ഇന്ദ്രജിത്തിന്റെ മരണവൃത്താന്തമറിയിച്ചപ്പോൾ രാവണൻ ബോധരഹിതനായി. ഏറെനേരം കഴിഞ്ഞപ്പോൾ ഉണർന്ന ദീനനും, അവയവങ്ങൾ തളർന്നവനും, ദുഃഖിതനുമായ രാവണൻ വിലപിച്ചു. "അമ്പുകൾ കൊണ്ട് കാലനെപ്പോലും ഇല്ലാതാക്കാൻ കഴിവുള്ള നിനക്കിത് സംഭവിച്ചല്ലോ. യുവരാജപ്പട്ടം, ലങ്ക, അമ്മ, ഭാര്യമാർ ഇവരെയെല്ലാം വെടിഞ്ഞ് നീ പോയല്ലോ. ഞാൻ മരിച്ചാൽ കർമ്മങ്ങൾ ചെയ്യേണ്ടത് നീയാണല്ലോ. ആ നീയാണല്ലോ എനിക്ക് വന്ന ശല്യത്തെ നീക്കാതെ ഞങ്ങളെ വെടിഞ്ഞു പോയത്."

കോപം പൂണ്ട രാവണന്റെ വായിൽനിന്ന് പുകയോടു കൂടിയ തീ പുറത്തു ചാടി. സ്വതേ തുടുത്ത കണ്ണുകൾ കൂടുതൽ ചുവന്നു. ആട്ടു ചക്കിന്റെ ഒച്ച പോലെ അവന്റെ പല്ലു കടിക്കുന്ന ഒച്ച കേട്ടു.

പുത്രവധത്തിൽ ദുഃഖിതനായ രാവണൻ ഇതിനൊക്കെ കാരണക്കാരിയായ സീതയെ കൊല്ലാൻ നിശ്ചയിച്ചു. "എന്റെ മകൻ മർക്കടന്മാരെ പറ്റിക്കാൻ മായാസീതയെയാണ് വെട്ടിക്കൊന്നത്. ഞാനിതാ യഥാർത്ഥ സീതയെ കൊല്ലാൻപോകുന്നു." മന്ത്രിമാരോട് ഇങ്ങനെ പറഞ്ഞ് വാളുമായി അശോകവനികയിലേക്ക് ചാടിപ്പുറപ്പെട്ടു. രാക്ഷസിമാരുടെ മദ്ധ്യത്തിൽ ഇരിക്കുകയായി

രുന്ന സീതയുടെ നേർക്ക് സുഹൃത്തുക്കൾ തടഞ്ഞിട്ടും വാളുമായി ക്രോധത്തോടെ അടുത്തു. സീത സ്വന്തം അവസ്ഥയെക്കുറിച്ച് ഓർത്ത് വിലപിച്ചു.

അത് കണ്ട് മന്ത്രിയായ സുപാർശ്വൻ രാവണനെ തടഞ്ഞു പറഞ്ഞു. "ഹേ, രാജൻ കോപം പൂണ്ട് ധർമ്മം വെടിഞ്ഞ് സ്ത്രീവധം ചെയ്യാനൊരുങ്ങുന്നത് ന്യായമല്ല. അങ്ങ് ഞങ്ങളുമൊത്ത് പോരിനൊരുങ്ങുക. വീരനായ അങ്ങ് വാളുമായി തേരിലേറി രാമനെ കൊന്നതിന് ശേഷം സീതയെ സ്വന്തമാക്കുക."

സുപാർശ്വന്റെ ധർമ്മവാക്കുകൾ കേട്ട് രാവണൻ കൊട്ടാരത്തിലേക്ക് മടങ്ങി. സഭ ചേർന്ന് സേനാനിപധികളോടെല്ലാവരോടുമായി പറഞ്ഞു. "നിങ്ങളെല്ലാവരും ആനകളോടും കുതിരകളോടും തേരുകളോടും ചേർന്ന് പുറപ്പെടുക. രാമനെ ചുറ്റുംനിന്ന് ശരങ്ങൾ അയച്ച് കൊല്ലുവിൻ. ഇല്ലെങ്കിൽ നാളെ ഞാൻ രാമനെ കൊല്ലുന്നതാണ്."

രാജാവിന്റെ ആജ്ഞ അനുസരിച്ച് സേന ആർപ്പു വിളികളോടെ യുദ്ധമുഖത്തെത്തി. വാനരസേനയും രാക്ഷസസേനയും തമ്മിൽ അതിഘോരയുദ്ധം നടന്നു. രാക്ഷസസേന വാനരപ്പടയെ നശിപ്പിക്കാൻ തുടങ്ങി. അവർ ഭയന്ന് രാമനെ അഭയം പ്രാപിച്ചു.

ഉടൻതന്നെ രാമൻ രാക്ഷസസേനയിൽ പ്രവേശിച്ച് ശരമാരി പെയ്യാൻ തുടങ്ങി. രാക്ഷസസേന രാമശരങ്ങളാൽ തെറിച്ചും തകർന്നും കാണായി. അനവധി രാമന്മാരെ അവർ കണ്ടു. വിൽത്തല ചക്രം പോലെ കറങ്ങുന്നത് അവർ കണ്ടു. യഥാർത്ഥ രാമനെ കാണാനായില്ല.

കുതിരകൾ ചത്ത്, തേര് തകർന്ന്, ചുണയറ്റ് ശേഷിക്കുന്ന രാക്ഷസസേന ലങ്കയിലേക്കോടി. സേനകളുടെ നാശമറിഞ്ഞ് രാക്ഷസിമാർ കൂട്ടക്കരച്ചിൽ നടത്തി. ഭർത്താവ് മരിച്ചവർ, മക്കൾ മരിച്ചവർ, ബന്ധുക്കൾ മരിച്ചവർ, എന്നിവരെല്ലാം ഇതിനൊക്കെ കാരണക്കാരിയായി. ശൂർപ്പണഖയേയും സീതയെ അപഹരിച്ച രാവണനേയും കുറ്റപ്പെടുത്തി.

സ്ത്രീകൾ വിലപിക്കുന്നത് രാവണൻ കേട്ടു. അയാൾ അത്യന്തം കോപം പൂണ്ടു. അടുത്തു നില്ക്കുന്ന രാക്ഷസരോട്

പറഞ്ഞു, "സേനയോട് പുറപ്പെടാൻ ഞാൻ ആജ്ഞാപിക്കുന്നതായി പറയുക."

അവന്റെ കോപം നിറഞ്ഞ വാക്കുകേട്ട് പേടിച്ചരണ്ട രാക്ഷസസേന പുറപ്പെടാൻ തയ്യാറായി. തിളങ്ങുന്ന എട്ടുകുതിരകളെ പൂട്ടിയ തേരിൽ രാവണന് യുദ്ധത്തിന് പുറപ്പെട്ടു. രാക്ഷസരാൽ ചുറ്റപ്പെട്ട് അവന്റെ വരവ് ഊഴിയെ പിളർക്കുമോ എന്ന സംശയം ജനിപ്പിച്ചു. വമ്പന്മാരായ രാക്ഷസസേനയുടെ തേർശബ്ദം കേട്ട് വാനരസേനയും പോരിനൊരുങ്ങി വന്നു. കുപിതരും വിജയം ആഗ്രഹിക്കുന്നവരുമായ രാക്ഷസസേനയും അവരെ നശിപ്പിക്കാനാഗ്രഹിക്കുന്ന വാനരസേനയും അന്യോന്യം ഏറ്റുമുട്ടി. കോപം പൂണ്ട രാവണൻ വാനരപ്പടയിൽ കടുത്ത നാശമുണ്ടാക്കി. അവന്റെ ശരവേഗം വാനരർക്ക് നേരിടാനാവാതായി. കൂരമ്പുകളേറ്റ വാനരന്മാർ പിന്തിരിഞ്ഞ് ഓടി. അത് കണ്ട് സുഗ്രീവൻ പോരിനൊരുങ്ങി. സുഗ്രീവന്റെ അസ്ത്രങ്ങൾ രാക്ഷസസേനയിൽ വലിയ നാശമുണ്ടാക്കി. അപ്പോൾ വിരൂപാക്ഷൻ ചാടി ആനപ്പുറത്തേറി അവരുടെ നേർക്കു വന്നു. ഘോരയുദ്ധത്തിൽ സുഗ്രീവൻ അവനെ വധിച്ചു.

അത് കണ്ട് കലി കയറിയ രാവണൻ മഹോദരനെ യുദ്ധത്തിന് അയച്ചു. അവൻ വാനരന്മാരെ കഠിനമായി പീഢിപ്പിച്ചു. വാനരന്മാരുടെ വൻപട തകർന്നത് കണ്ട് സുഗ്രീവൻ മഹോദരന്റെ നേർക്കണഞ്ഞു. മലയ്ക്കൊപ്പം വലിയ പാറ അവന് നേരെ എറിഞ്ഞു. അവൻ അസ്ത്രങ്ങളാൽ അത് ഛിന്നഭിന്നമാക്കി. എന്നിട്ട് ശൂരനായ മഹോദരൻ സുഗ്രീവന്റെ പോർച്ചട്ടയിൽ ആഞ്ഞു വെട്ടി. അതിൽ ഉടക്കിയ വാൾ വലിച്ചെടുക്കുന്നതിനിടയിൽ സുഗ്രീവൻ വാളുകൊണ്ട് അവന്റെ തലയറുത്തിട്ടു. പിന്നീടു യുദ്ധത്തിന് വന്ന മഹാപാർശ്വനെ അംഗദൻ വധിച്ചു.

രാവണവധം

കലശലായ കോപത്തോടു കൂടി രാവണൻ പോരിനിറങ്ങി. അവൻ പറഞ്ഞു. "മന്ത്രിമാരെ കൊന്നതിനും മകന്റേയും അനുജന്മാരുടെയും മരണത്തിനും പരിഹാരമായി രാമലക്ഷ്മണന്മാരെ കൊന്ന് ഞാൻ ലങ്കയുടെ ദുഃഖം തീർക്കുന്നുണ്ട്."

രഥഘോഷംകൊണ്ട് പത്തുദിക്കും മുഴക്കി രാവണൻ രാമന്റെ നേർക്കടുത്തു. അതിഭയങ്കരമായ ബാണങ്ങൾകൊണ്ട് വാനരന്മാർക്ക് ദുഃഖം ഉണ്ടാക്കി. രാമലക്ഷ്മണന്മാർ വില്ലുമായി പോരിനിറങ്ങി. വില്ലാളിയായ ലക്ഷ്മണൻ അയച്ച അസ്ത്രങ്ങളെ രാവണൻ വായുവിൽ വെച്ചു തന്നെ തടഞ്ഞു. എന്നിട്ട് ലക്ഷ്മണനെ വിട്ട് രാമനോടേറ്റു മുട്ടി. രാമൻ രാവണനിലും രാവണൻ രാമനിലും നിശിതങ്ങളായ അസ്ത്രങ്ങൾ പ്രയോഗിച്ചു. യമനും ശിവനും ഒരുമിച്ച് പോരാടുന്നതു പോലെ ലോകമാകെ ഭയന്നു വിറച്ചു.

അതിനിടെ ലക്ഷ്മണൻ വേഗമേറിയ ഒരമ്പുകൊണ്ട് രാവണന്റെ തേരാളിയുടെ തലയറുത്തു. രാവണന്റെ കുതിരകളെ സുഗ്രീവൻ തച്ചു കൊന്നു.

കുതിരചത്ത തേരിൽനിന്ന് ചാടിയിറങ്ങി രാവണൻ വിഭീഷണന് നേരെയടുത്തു. ഇടിവാൾ പോലെയുള്ള വേൽ രാവ

ണൻ വിഭീഷണനു നേരെ അയച്ചു. എന്നാൽ ലക്ഷ്മണൻ അത് അസ്ത്രങ്ങൾകൊണ്ട് മുറിച്ചു. സഹോദരനെ ലക്ഷ്മണൻ രക്ഷിക്കുന്നു എന്നു കണ്ട രാവണൻ ശക്തിയെന്ന വേൽ അവന് നേരെ അയച്ചു. ആ വേൽ ലക്ഷ്മണന്റെ നെഞ്ചിൽ വന്നു തറച്ചു. രാവണന്റെ ശക്തികൊണ്ട് ഉള്ളിലേക്ക് ആഞ്ഞിറങ്ങിയ വേലേറ്റ് ലക്ഷ്മണൻ നെഞ്ചു തകർന്നു വീണു.

ലക്ഷ്മണന്റെ അവസ്ഥ കണ്ട് രാമൻ ദുഃഖിതനായി. വാനരന്മാരോട് ചുറ്റുംനിന്ന് ലക്ഷ്മണനെ കാക്കാൻ ആവശ്യപ്പെട്ട് രാമൻ രാവണന് നേരെ അസ്ത്രങ്ങൾ അയച്ചു. രാമന്റെ ശക്തമായ ശരവൃഷ്ടിയേറ്റ് രാവണൻ അനുചരന്മാരുമൊത്ത് പിൻവാങ്ങി.

വീണു കിടക്കുന്ന ലക്ഷ്മണന്റെ ജീവൻ രക്ഷിക്കാനായി ഹനുമാൻ വാനരശ്രേഷ്ഠനായ സുഷേണന്റെ നിർദ്ദേശപ്രകാരം മരുന്നുകൾക്കായി മഹോദയപർവ്വത്തിൽ പോയി. എന്നാൽ മരുന്നു കണായ്കയാൽ മലയുടെ ശിഖരവുമായി അതിവേഗം തിരിച്ചെത്തി. സുഷേണൻ മരുന്നു തിരിച്ചറിഞ്ഞ് പറിച്ചെടുത്ത് ലക്ഷ്മണനെ മണപ്പിച്ചതോടെ ലക്ഷ്മണൻ ഉറക്കത്തിൽ നിന്നെന്ന പോലെ ഉണർന്നു. രാമൻ ലക്ഷ്മണനെ ആലിംഗനം ചെയ്തു പറഞ്ഞു. "നിന്നെ എനിക്ക് ഭാഗ്യംകൊണ്ട് തിരിച്ചു കിട്ടി. നീ മരിച്ചാൽ പിന്നെ ജീവിതം കൊണ്ടെനിക്കെന്തു കാര്യം?" അത് കേട്ട് ലക്ഷ്മണൻ പറഞ്ഞു. "അങ്ങ് രാവണനെ കൊന്ന് സീതയെ വീണ്ടെടുക്കുമെന്ന് പ്രതിജ്ഞ ചെയ്തിട്ടുണ്ട്. ഇന്നുതന്നെ ആ പ്രതിജ്ഞ പാലിക്കുക."

ലക്ഷ്മണൻ പറഞ്ഞത് കേട്ട് രാമൻ വില്ലു കുലച്ച് രാവണന് നേരെ അസ്ത്രങ്ങൾ എയ്തു. രാവണൻ തേരിൽ കയറി രാമന് നേരെ പാഞ്ഞെത്തി.

രാമൻ നിലത്ത്. രാവണൻ തേരിൽ. ഇത് ശരിയല്ല എന്നു പറഞ്ഞ് ഇന്ദ്രൻ സ്വന്തം രഥം തേരാളിയായ മാതലിയൊന്നിച്ച് രാമന് അയച്ചു കൊടുത്തു. പിന്നീട് രാമരാവണന്മാർ തമ്മിൽ നടന്ന യുദ്ധം അത്ഭുതകരമായിരുന്നു. രാക്ഷസരാജാവിന്റെ ഗന്ധർവ്വാസ്ത്രത്തെ ഗന്ധർവ്വം കൊണ്ടും, ദൈവാസ്ത്രത്തെ

ദൈവാസ്ത്രം കൊണ്ടും രാമൻ തടഞ്ഞു. അപ്പോൾ രാവണൻ രാക്ഷസാസ്ത്രം രാമന് നേരെ അയച്ചു. അസ്ത്രങ്ങൾ വിഷം ചീറ്റുന്ന പാമ്പുകളായി രാമന് നേരെ വന്നു. രാമൻ ഗരുഡാസ്ത്രം പ്രയോഗിച്ച് അതിനെ തടഞ്ഞു.

രാമന്റെ അസ്ത്രമേറ്റ് ശരീരമാകെ ചോരയിൽ കുതിർന്ന രാവണൻ ദുഃഖം പൂണ്ടു. വാനരന്മാരുടെ കൽമാരിയും രാമന്റെ ശരമാരിയും കൊണ്ട് രാവണൻ ഭ്രാന്തചിത്തനായി. രാവണനെ ആ മട്ടിൽ കണ്ട് സൂതൻ തേര് അവിടെനിന്ന് ഒഴിച്ചുകൊണ്ടുപോയി. അതിൽ അത്യന്തം ക്രുദ്ധനായ രാവണൻ സൂതനെ ശകാരിച്ചു. "എന്നെ അവഗണിച്ച്, എന്റെ ഇഷ്ടം നോക്കാതെ, ശത്രുവിന്റെ മുമ്പിൽനിന്ന് എന്റെ തേര് എന്തുകൊണ്ട് നീ അകറ്റി? ഞാൻ വളരെക്കാലമായി നേടിയ കീർത്തിയും വീര്യവും നീ നശിപ്പിച്ചു കളഞ്ഞല്ലോ. സുഹൃത്തുക്കൾ ചെയ്യുന്ന പണിയല്ലിത്. വേഗം തേർ തിരിച്ചു കൊണ്ടു പോകുക."

ബുദ്ധിമോശം കൊണ്ടും, പൗരുഷം കൊണ്ടും ഇങ്ങനെ പറയുന്ന രാവണനോട് സൂതൻ പറഞ്ഞു. "ഞാൻ പേടിച്ചിട്ടല്ല. മൂഢത്വം കൊണ്ടല്ല, ശത്രുക്കൾക്ക് കീഴങ്ങിയിട്ടുമല്ല ഇപ്രകാരം ചെയ്തത്. കടുത്തപോരാട്ടത്തിൽ അങ്ങേക്ക് തളർച്ച വന്നതുകൊണ്ടാണ് ഞാനിങ്ങനെ ചെയ്തത്." തേരാളിയുടെ വാക്കുകൾ കേട്ടപ്പോൾ രാവണന് അവൻ പറയുന്നത് ശരിയാണെന്ന് തോന്നി അവനെ അഭിനന്ദിച്ചു. തേർ വേഗം ശത്രുവായ രാമന് നേരെ തിരിക്കാൻ അവനോട് ആവശ്യപ്പെട്ടു.

രാവണൻ ക്ഷണനേരം കൊണ്ട് രാമന്റെ മുമ്പിലെത്തി. യുദ്ധത്തിൽ ക്ഷീണിച്ച് ചിന്താധീനനായി നില്ക്കുന്ന രാമനേയും പോരിനായി മുമ്പിലെത്തിയ രാവണനെയും കണ്ട് അഗസ്ത്യമഹർഷി രാമന്റെ അടുത്തെത്തി. "നീ രാവണനെ വധിക്കാനുള്ള ശക്തി ലഭിക്കാൻ ആദിത്യഹൃദയമന്ത്രം ജപിക്കുക. അത് നിനക്ക് മംഗളമായിത്തീരും." ഇങ്ങനെ പറഞ്ഞ് അദ്ദേഹം രാമന് ആദിത്യഹൃദയമന്ത്രം ഉപദേശിച്ചു മറഞ്ഞ് പോയി.

രാമൻ ആദിത്യഹൃദയമന്ത്രം ചൊല്ലി. സൂര്യനെ നോക്കി നമസ്കരിച്ച് രാവണന് നേരെ ചെന്നു. എന്നിട്ട് തേരാളിയായ മാത

ലിയോട് പറഞ്ഞു. "മാതലി ശത്രുവിന്റെ രഥം ഇടം ചുറ്റി പാഞ്ഞു വരുന്നു. അവൻ സ്വയം മരണം വരിക്കാൻ ഉറച്ചാണ് വരുന്നത്. അതുകൊണ്ട് പിഴയില്ലാതെ ശത്രുവിന്റെ രഥത്തിന് നേരെ പോകുക. ഞാൻ ശത്രുവിന്റെ രഥം തകർക്കാൻ ആഗ്രഹിക്കുന്നു."

മാതലി രാമന്റെ വാക്കുകൾ പ്രകാരം തേർ തെളിച്ചു. തേരുരുളുമ്പോൾ ഉണ്ടായ പൊടി രാവണനെ മൂടി. കലിപൂണ്ട രാവണൻ രാമന് നേരെ ശരങ്ങൾ എയ്തു. രാമൻ അമ്പുകൊണ്ട് രാവണന്റെ കൊടിമരം മുറിച്ചു. അപ്പോൾ രാവണൻ രാമന്റെ കുതിരകൾക്ക് നേരെ അസ്ത്രങ്ങൾ എയ്തു. എന്നാൽ ദിവ്യങ്ങളായ കുതിരകൾ സ്വസ്ഥരായി ഇടറാതെ ഇളകാതെ നിന്നു. രാവണൻ ശരവർഷം പൊഴിച്ചു.

രാമൻ സർപ്പവിഷതുല്യമായ ഒരസ്ത്രം രാവണന്റെ നേരെ അയച്ചു. അത് രാവണന്റെ ശിരസ്സറുത്തു. എന്നാൽ അപ്പോൾ തന്നെ വേറൊരു തല മുളച്ചു വന്നു. രണ്ടാം തലയും അറുത്തു. അതും നിലത്തു വീണ ഉടനെ തല്സ്ഥാനത്ത് മറ്റൊരു തലയും അറുത്തു. തല അറുക്കുന്തോറും മുളച്ചു വരുന്നത് കണ്ട് രാമൻ ചിന്തയിൽമുഴുകി.

അപ്പോൾ തേരാളിയായ മാതലി രാമനെ ഓർമ്മിപ്പിച്ചു. "അങ്ങ് അറിവില്ലാത്തവനെപ്പോലെ പെരുമാറുന്നതെന്ത്? രാവണവധത്തിന് വേണ്ടി അഗസ്ത്യമഹർഷി തന്ന പൈതാമഹാസ്ത്രം പ്രയോഗിക്കുക."

ആ അസ്ത്രം രാമൻ തൊടുക്കേ സർവ്വഭൂതങ്ങളും നടുങ്ങി. ഭൂമി കുലുങ്ങി. ആ അസ്ത്രം രാവണന്റെ ഹൃദയം ഭേദിച്ച് പ്രാണനെ അപഹരിച്ചു. രാവണന്റെ കൈയിൽനിന്ന് വില്ലും ശരങ്ങളും താഴെ വീണു.

രാവണൻ നിലം പതിച്ചപ്പോൾ വാനരന്മാർ ആർത്തു വിളിച്ച് രാക്ഷസരുടെ നേരെ അടുത്തു. അവർ ഭയം പൂണ്ട് ലങ്കയിലേക്ക് ഓടി. രാമന്റെ വിജയത്തെയും രാവണന്റെ മരണത്തെയും ആഘോഷിച്ചുകൊണ്ട് വാനരസേന ആഹ്ലാദനൃത്തം ചവിട്ടി.

മരിച്ചുകിടന്ന ജ്യേഷ്ഠനെ കണ്ട് വിഭീഷണൻ വിലപിച്ചു. "അങ്ങ് ഇപ്രകാരം വീണു കിടക്കുന്നുവല്ലോ. പണ്ടുഞാൻ പറഞ്ഞത് ഇപ്പോൾ സംഭവിച്ചു കഴിഞ്ഞു. അന്ന് ഞാനത് പറഞ്ഞ

പ്പോൾ അങ്ങോ കുംഭകർണ്ണനോ ഇന്ദ്രജിത്തോ അത് കേട്ടില്ല. ഇപ്പോൾ അതിന്റെ ഫലമാണ് അനുഭവിക്കുന്നത്."

ഇതുകേട്ട് രാമൻ വിഭീഷണനെ സമാശ്വസിപ്പിച്ചു കൊണ്ടു പറഞ്ഞു. "ക്ഷത്രിയർ പോരിൽ മരണമടഞ്ഞാൽ അവർ ശോകത്തിന് അർഹരല്ല. പോരിൽ ഇന്ദ്രനെപ്പോലും ജയിച്ച രാവണൻ മരണമടഞ്ഞതിൽ കരയാനില്ല. ഇനിയിപ്പോൾ വേണ്ട കാര്യം ആലോചിക്കുക."

അതുകേട്ട് വിഭീഷണൻ പറഞ്ഞു. "ഇവൻ ആവശ്യപ്പെട്ടവർക്ക് ദാനം ചെയ്തു. സ്വന്തം സുഖങ്ങൾ വെടിഞ്ഞ് മിത്രങ്ങളെയും ഭൃത്യന്മാരെയുംപാലിച്ചു. ഇവൻ അഗ്നിഹോത്രി എന്ന യാഗം നടത്തി. മഹാതപസ്വിയും വേദാന്തിയുമായിരുന്നു. പരേതനായ ഇദ്ദേഹത്തിന് ഉചിതമായ മരണാനന്തരകർമ്മങ്ങൾ അങ്ങയുടെ അനുഗ്രഹത്തോടെ ചെയ്യാൻ ആഗ്രഹിക്കുന്നു."

രാവണൻ കൊല്ലപ്പെട്ടു എന്നറിഞ്ഞ് രാക്ഷസിമാർ ശോകം പൂണ്ട് അന്തഃപുരത്തിൽനിന്ന് പുറത്തിറങ്ങി. രാവണഭാര്യമാർ ശോകാർത്തരായി ചോരയിൽ കുതിർന്ന രാവണന്റെ മൃതശരീരം മടിയിൽ കിടത്തി വിലപിച്ചു.

രാമനാൽ കൊല്ലപ്പെട്ട രാവണനെ കണ്ട് മൂത്ത പത്നിയായ മണ്ഡോദരി വിലപിച്ചു. "വീര്യം കൊണ്ട് മൂന്ന് ലോകങ്ങളെയും കീഴടക്കിയ, ബലം കൊണ്ടു മറ്റാർക്കും അടുക്കാനാവാത്ത അങ്ങയെ കാട്ടിലലയുന്ന ഒരുമനുഷ്യൻ കൊന്നതെങ്ങനെ? മായാരൂപം സ്വീകരിച്ച് അങ്ങയുടെ കൊലയ്ക്കായി രാമരൂപത്തിൽ വന്നത് സാക്ഷാൽ കാലൻതന്നെയായിരിക്കും. അനേകം രാക്ഷസന്മാരോടൊത്ത് ഖരൻ കൊല്ലപ്പെട്ടപ്പോൾ തന്നെ രാമൻ മനുഷ്യപുത്രനല്ല എന്നു വ്യക്തമായിരുന്നു. ദേവന്മാർക്കുപോലും പ്രവേശിക്കാനാവാത്ത ലങ്കയിൽ ഹനുമാൻ എന്നു പ്രവേശിച്ചുവോ അന്ന് നമ്മുടെ നാശം ആരംഭിച്ചു. രാമനുമായുള്ള വൈരം വെടിയണമെന്ന് അന്ന് ഞാൻ പറഞ്ഞത് സ്വീകരിക്കാത്തതിന്റെ ഫലമാണ് ഇന്ന് നാം അനുഭവിക്കുന്നത്. അങ്ങ് സീതയെ കാമിച്ചു. അരുന്ധതിയെക്കാളും രോഹിണിയെക്കാളും വിശിഷ്ടയും മാന്യയുമായ സീതയെ അപഹരിച്ചതിലൂടെ അനുചിതമാണ് അങ്ങ് പ്രവർത്തിച്ചത്. ആ പതിവ്രതയുടെ തപഃശക്തി കൊണ്ട്

അങ്ങ് ദഹിപ്പിക്കപ്പെട്ടു. കുലം കൊണ്ടോ രൂപം കൊണ്ടോ വിദ്യാസാമർത്ഥ്യം കൊണ്ടോ എനിക്ക് തുല്യപോലുമല്ല സീത. മോഹം കൊണ്ട് അങ്ങ് അതറിഞ്ഞില്ല. അങ്ങേക്ക് സീതാരൂപമായ മരണം അകപ്പെട്ടു. സീത ശോകത്തിൽനിന്ന് മുക്തയായി. ഞാനോ ദുഃഖസമുദ്രത്തിലേക്ക് ആണ്ടു പോയി."

ഇപ്രകാരമെല്ലാം വിലപിച്ച് മണ്ഡോദരി മോഹാലസ്യപ്പെട്ടു. ഭർത്താവിന്റെ മാറിൽ വീണു വിലപിക്കുന്ന അവളെ സപത്നിമാർ ആശ്വസിപ്പിച്ചു.

ഈ അവസരത്തിൽ രാമൻ വിഭീഷണനോട് പറഞ്ഞു. "രാവണൻ നിന്റെ കൈകൊണ്ട് വിധിയനുസരിച്ചുള്ള സംസ്കാരം അർഹിക്കുന്നു. നീയത് വേഗം ചെയ്യുക." രാമവാക്യം കേട്ട് വിഭീഷണൻ രാവണനെ സംസ്കരിക്കാനുള്ള ഒരുക്കങ്ങൾ ആരംഭിച്ചു.

പട്ടുവസ്ത്രത്തിൽ മൂടിയ രാവണനെ സ്വർണ്ണപ്പല്ലക്കിൽ കയറ്റി. നാനാവാദ്യങ്ങൾ മുഴക്കി. പുഷ്പങ്ങൾകൊണ്ടും കൊടികൾകൊണ്ടും അലങ്കരിച്ച പല്ലക്ക് എടുപ്പിച്ചുകൊണ്ട് വിഭീഷണനെ മുൻനിർത്തി വിറകുമായി എല്ലാവരും തെക്കോട്ട് പുറപ്പെട്ടു. പുരോഹിതന്മാർ ജ്വലിപ്പിച്ച അഗ്നിയുമായി മുന്നിൽ നടന്നു.

അന്തഃപുരസ്ത്രീകൾ ഉറക്കെ കരഞ്ഞുകൊണ്ട് പിന്നാലെ പോയി. രാവണനെ ശുദ്ധമായ സ്ഥലത്ത് വെച്ച് രാമച്ചം, പതിമുഖം, രക്തചന്ദനം എന്നിവ ചുറ്റും വെച്ച് മാന്തോൽ വിരിച്ച് ചന്ദനത്തടികൊണ്ട് ചിതയുണ്ടാക്കി. വിഭീഷണനെ സഹായിക്കുന്ന രാക്ഷസന്മാർ നാനാതരം മാലകൾകൊണ്ടും വസ്ത്രങ്ങൾകൊണ്ടും രാവണന്റെ മൃതശരീരം അലങ്കരിച്ചു. ദുഃഖിതനായി കണ്ണീരോടെ പുഷ്പം അർപ്പിച്ച് വിഭീഷണൻ ചിതയ്ക്ക് തീ കൊളുത്തി. ഈറൻ തുണിയോടെ വെള്ളം ചേർന്ന എള്ളും ദർഭയും നല്കി. ചടങ്ങുകൾക്കുശേഷം അന്തഃപുര സ്ത്രീകളെ പറഞ്ഞയച്ചു.

അയോദ്ധ്യയിലേക്ക് വീണ്ടും

ചെയ്ത സേവനത്തിന് നന്ദി പറഞ്ഞ് രാമൻ മാതലിയെ സ്വർഗ്ഗത്തിലേക്ക് തിരിച്ചയച്ചു. പിന്നെ ലക്ഷ്മണനോട് വിഭീഷണനെ ലങ്കാധിപതിയായി അഭിഷേകം ചെയ്യാൻ കല്പിച്ചു.

വാനരവീരർ സമുദ്രത്തിൽപോയി ജലം കൊണ്ടുവന്നു. വിഭീഷണനെ ഉത്തമമായ ഇരിപ്പിടത്തിലിരുത്തി. കുടത്തിലെ ജലം കൊണ്ട് അഭിഷേകം നടത്തി. അദ്ദേഹത്തിന്റെ അനുചരന്മാരും ബന്ധുക്കളും സന്തോഷത്തിൽ ആറാടി.

എല്ലാം കഴിഞ്ഞപ്പോൾ രാമൻ രാവണൻ കൊല്ലപ്പെട്ട വിവരം സീതയെ അറിയിച്ച് അവൾ എന്തു പറയുന്നുവെന്നറിയുവാൻ ഹനുമാനെ നിയോഗിച്ചു.

ഹനുമാൻ അശോകവനികയിലെത്തി. രാവണൻ വധിക്കപ്പെട്ട വിവരം സീതയെ അറിയിച്ചു. സീത തനിക്കുണ്ടായ സന്തോഷാധിക്യം കൊണ്ട് അല്പനേരം മിണ്ടാനാവാതെ നിന്നു. അപ്പോൾ ഹനുമാൻ അത്ഭുതത്തോടെ ചോദിച്ചു. "ദേവി, എന്താണ് ചിന്തിക്കുന്നത്? എന്താണ് ഭവതി മറുപടിയൊന്നും പറയാത്തത്?" അപ്പോൾ സന്തോഷംകൊണ്ട് കണ്ണീരടക്കാനാവാതെ ഹനുമാനോട് പറഞ്ഞു. "ഭർത്താവിന്റെ വിജയത്തെക്കുറിച്ച് കേട്ടപ്പോൾ ഞാൻ കുറച്ചുനേരം വാക്കുകളില്ലാത്തവളായിപ്പോയി. നിന്റെ നാക്ക് പൊന്നാവട്ടെ. സ്വർണ്ണമോ രത്നമോ മൂന്നു

ലോകത്തിന്റെയും ആധിപത്യമോ ഈ പ്രിയവാക്യത്തിന് തുല്യമാവില്ല. നിനക്ക് സന്തോഷസൂചകമായി എന്തെങ്കിലും നല്കാൻ ആലോചിച്ചിട്ട് ഒന്നും കാണുന്നില്ല."

അതുകേട്ടു ഹനുമാൻ പറഞ്ഞു. "ഇത്തരം സ്നേഹസമ്പന്നമായ വാക്ക് ഭവതിക്കേ പറയാൻ കഴിയൂ. ഈ വാക്കുകൾത്തന്നെ ദേവരാജ്യത്തേക്കാളും വിശിഷ്ടമാണ്. ലോകത്തുള്ള എല്ലാ സമ്പത്തും എനിക്ക് കിട്ടിക്കഴിഞ്ഞിരിക്കുന്നു. ശത്രുവിനെ കൊന്ന് വിജയം വരിച്ച രാമനെ എന്റെ കണ്ണ് കണ്ടുവല്ലോ."

ഹനുമാൻ പറഞ്ഞത് കേട്ട് സന്തുഷ്ടയായ സീത പറഞ്ഞു. "വായുപുത്രനായ നിനക്കു മാത്രമേ ഇത്ര മധുരമായി സംഭാഷണം ചെയ്യാനാവൂ. ബലം, ശൗര്യം, ശാസ്ത്രജ്ഞാനം, വിക്രമം, വിനയം, ക്ഷമ, ധൈര്യം എന്നിങ്ങനെ ഒട്ടനവധി ഗുണങ്ങളാണ് നിന്നിൽ കാണുന്നത്." അപ്പോൾ ഹനുമാൻ ചോദിച്ചു. "ദേവിയെ ഇത്രകാലം പീഡിപ്പിച്ച ഈ രാക്ഷസികളെ വെട്ടി നുറുക്കാൻ ഞാൻ കൊതിക്കുന്നു. ദേവി അനുവദിക്കുന്ന പക്ഷം..." ഹനുമാൻ മുഴുമിക്കാതെ നിർത്തി.

അപ്പോൾ ഹനുമാനെ തടഞ്ഞ് സീത പറഞ്ഞു. "ഹേ വാനരശ്രേഷ്ഠാ, രാജാശ്രയികളും സ്വാതന്ത്ര്യമില്ലാത്തവരും അന്യന്റെ കല്പനപ്രകാരം പ്രവർത്തിക്കുന്നവരുമായ ഈ ദാസികളുടെ പേരിൽ ആർക്ക് കോപം ഉണ്ടാവും? എന്റെ കഷ്ടകാലം കൊണ്ട് ഇങ്ങനെയൊക്കെ വന്നു കൂടിയെന്നുമാത്രം കരുതിയാൽ മതി. ഇവർ പാപം ചെയ്താലും നേരായ വഴിവിട്ട് ഒന്നും ചെയ്യരുത്."

സീതാവാക്യം കേട്ട് ഹനുമാന് സീതയോട് ആദരവ് തോന്നി. "രാമന് അനുരൂപയായ ധർമ്മപത്നിയാണ് ദേവി. ഞാൻ രാമസമീപത്തേക്ക് പോവുകയാണ്. രാമനോട് ഭവതിക്ക് എന്താണ് പറയാനുള്ളത്?"

"ഭക്തവത്സലാ, ഞാൻ രാമനെ എത്രയും വേഗം കാണാൻ ആഗ്രഹിക്കുന്നു എന്ന് രാമനെ അറിയിക്കുക" എന്നു സീത പറഞ്ഞു.

ഹനുമാൻ അതിവേഗം രാമസന്നിധിയിൽ തിരിച്ചെത്തി. സീതയുടെ സന്ദേശം രാമനെ അറിയിച്ചു. അത് കേട്ട് രാമൻ വിഭീഷണനോട് പറഞ്ഞു. "കുറിക്കൂട്ടുകളും ആഭരണങ്ങളും

അണിഞ്ഞ് നീ പോയി സീതയെ വേഗം ഇവിടേക്ക് കൂട്ടിക്കൊണ്ടു വരൂ.”

ഉടനെ വിഭീഷണൻ സീതാസന്നിധിയിൽ എത്തി. കൂപ്പുകൈ തലയിൽവെച്ച് സീതയോട് പറഞ്ഞു. “സീതേ, ഭവതിക്ക് മംഗളം ഭവിക്കട്ടെ. കുറിക്കൂട്ടുകളും ആഭരണങ്ങളുമണിഞ്ഞ് വേഗം പല്ലക്കിലേറുക. രാമൻ ഭവതിയെ കാണാൻ ആഗ്രഹിക്കുന്നു.” അതുകേട്ട് സീത പറഞ്ഞു. “രാക്ഷസരാജൻ, ഞാൻ ഈ വേഷത്തിൽത്തന്നെ രാമനെ കാണാൻ ആഗ്രഹിക്കുന്നു. അപ്പോൾ വിഭീഷണൻ പറഞ്ഞു. ഭവതീ, രാമൻ പറഞ്ഞതുപോലെത്തന്നെ ചെയ്യേണ്ടതാണ്. അത് കേട്ട സീത മുങ്ങിക്കുളിച്ച് വിശിഷ്ടാഭരണങ്ങൾ ധരിച്ച് പല്ലക്കിൽ കയറി.

സീത വന്ന വിവരം വിഭീഷണൻ രാമനെ അറിയിച്ചു. അതുകേട്ട് രാമൻ, രാക്ഷസരാജാവേ സീത എന്റെ അരികത്തു വരട്ടെ, എന്ന് കല്പിച്ചു. രാമന്റെ കല്പന കേട്ട് സീതയ്ക്ക് വരാനായി രാക്ഷസരേയും വാനരന്മാരേയും ദൂരേക്ക് നീക്കാൻ തുടങ്ങി. അപ്പോൾ രാമൻ പറഞ്ഞു. “അതിന്റെയൊന്നും ആവശ്യമില്ല. ക്ലേശത്തിൽപ്പെട്ട ഇവളെ കണ്ടത് കൊണ്ട് തെറ്റൊന്നുമില്ല. പല്ലക്കിൽ നിന്നിറങ്ങി അവൾ നടന്നു തന്നെ എന്റെ അരികിലേക്ക് വരട്ടെ.”

ലക്ഷ്മണനും സുഗ്രീവനും ഹനുമാനും രാമൻ പറഞ്ഞത് കേട്ട് ദുഃഖിതരായി. വിഭീഷണൻ സീതയെ രാമസമീപത്തേക്ക് കൂട്ടിക്കൊണ്ടു വന്നു.രാമൻ സീതയെ നോക്കി പറഞ്ഞു. “ഭദ്രേ, യുദ്ധത്തിൽ രാവണനെ ജയിച്ച് നിന്നെ കൊണ്ടു വന്നു. സുഹൃത്തുക്കളുടെ സഹായത്തോടെ ഞാൻ നേടിയ വിജയം നിനക്ക് വേണ്ടിയല്ല. എന്റെ വംശമഹിമയ്ക്ക് വേണ്ടി ചെയ്തതാണ്. നിന്റെ കാഴ്ച നേത്രരോഗിക്ക് ദീപമെന്നപോലെ എനിക്ക് എത്രയും അപ്രിയമായിരിക്കുന്നു. നിനക്ക് എവിടേക്ക് വേണമെങ്കിലും പോകാം. സത്കുലത്തിൽ പിറന്ന ആരെങ്കിലും അന്യന്റെ വീട്ടിൽ കഴിഞ്ഞ സ്ത്രീയെ വീണ്ടും സ്വീകരിക്കുമോ? ലക്ഷ്മണനെയോ ശത്രുഘ്നനെയോ സുഗ്രീവനെയോ വിഭീഷണനെയോ നിനക്ക് സ്വീകരിക്കാം.”

ഇതുകേട്ട് സീത അതീവ ദുഃഖിതയായി. “കർണ്ണകഠോരമായ ഇത്തരം വാക്കുകൾ അവിടുന്ന് എന്നോട് പറയുന്നതെന്ത്? അങ്ങ് കരുതുന്നതു പോലെയുള്ളവളല്ല ഞാൻ. എനിക്കധീനമായ ഹൃദയം അങ്ങയിൽ മാത്രം കുടികൊള്ളുന്നു. ശരീരം പരാധീനമായതിൽ ഞാനെന്തു പിഴച്ചു. അങ്ങേക്ക് എന്നെ സ്വീകരിക്കാനാവില്ലെങ്കിൽ ഞാൻ എന്നേക്കുമായി കൊല്ലപ്പെട്ടു. എന്റെ പരിശുദ്ധിയോ ഭക്തിയോ, ശീലമോ ഒന്നും അങ്ങ് കണക്കിലെടുത്തില്ല. ഭർത്താവ് തള്ളിപ്പറഞ്ഞ ഞാൻ അഗ്നിയിൽചാടി മരിക്കാൻ ആഗ്രഹിക്കുന്നു. ലക്ഷ്മണാ, വേഗം ചിതയൊരുക്കൂ.”

സീത ഇങ്ങനെ പറഞ്ഞപ്പോൾ ലക്ഷ്മണൻ അമർഷത്തോടെ രാമനെ നോക്കി. എങ്കിലും സീതയ്ക്കായി ചിതയൊരുക്കി. കീഴോട്ടു നോക്കി നില്ക്കുന്ന രാമനെ വലംവെച്ച് സീത കത്തുന്ന തീക്ക് അരികെ എത്തി. എന്നിട്ട്പറഞ്ഞു. “എന്റെ ഹൃദയം രാമനിൽനിന്ന് അകന്നിട്ടില്ലെങ്കിൽ ലോകസാക്ഷിയായ അഗ്നി എന്നെ രക്ഷിക്കട്ടെ. രാമൻ കരുതുന്നതുപോലെയല്ല ഞാനെങ്കിൽ അഗ്നി എന്നെ കാക്കട്ടെ.”

ഇങ്ങനെ പറഞ്ഞ് അചഞ്ചലചിത്തയായി സീത കത്തിക്കാളുന്ന അഗ്നിയിലേക്ക് എടുത്തുചാടി. അഗ്നിയിൽ പതിക്കുന്ന സീതയെ കണ്ട് സ്ത്രീകളാകെ മുറവിളി കൂട്ടി. വാനരന്മാരും രാക്ഷസരും ഹാ! ഹാ! എന്ന് നിലവിളിച്ചു.

ആ സമയത്ത് ബ്രഹ്മാവ്, ശിവൻ, വരുണൻ എന്നിവർ അവിടെ പ്രത്യക്ഷരായി. ബ്രഹ്മാവ് രാമനോട് പറഞ്ഞു. “അങ്ങ് ആരാണെന്ന് അങ്ങ് അറിയുന്നില്ല. സാധാരണമനുഷ്യരെപ്പോലെ സീതയെ അങ്ങ് ഉപേക്ഷിക്കുന്നതെന്ത്?”

അപ്പോൾ അഗ്നി സീതയെ ഒക്കത്ത് വെച്ചുകൊണ്ട് പൊന്തിവന്നു. സീതയെ രാമന് നല്കി അഗ്നി പറഞ്ഞു. “ഹേ, രാമാ, ഇവളിൽ ദോഷമൊന്നുമില്ല. പലതരത്തിലും പ്രലോഭിപ്പിച്ചിട്ടും ശകാരിച്ചിട്ടും നിന്നിൽ മനസ്സുറപ്പിച്ച സീത ആ രാക്ഷസനെക്കുറിച്ച് ചിന്തിച്ചതേയില്ല. പാപമില്ലാത്തവളും പരിശുദ്ധയുമായ ഇവളെ കൈക്കൊള്ളുക.

രാമൻ ഇതു കേട്ടിട്ട് തൊണ്ടയിടറിക്കൊണ്ട് പറഞ്ഞു. “ഇവൾ ഏറെനാൾ രാവണന്റെ അന്തഃപുരത്തിൽ താമസിച്ചുവല്ലോ. ആ

സീതയെ പരീക്ഷിക്കാതെ സ്വീകരിച്ചാൽ രാമൻ കാമാത്മാവും ബാലിശനുമാണെന്ന് ആളുകൾ എന്നെക്കുറിച്ച് പറയും. അതിനാൽ ജനകപുത്രിയായ സീത സ്വന്തം ശുദ്ധി തെളിയിക്കേണ്ടതുണ്ട്. ഇവൾ ശുദ്ധയാണെന്ന് എനിക്ക്അറിയാത്തതല്ല."

അതുകേട്ട് ദേവന്മാർ പറഞ്ഞു. "ഹേ രാജൻ, ഇവിടെനിന്ന് വേഗം അയോദ്ധ്യയിലേക്ക് മടങ്ങുക. അത് സീതയ്ക്കും ആശ്വാസമായിരിക്കും. ദുഃഖത്തോടെ കാത്തിരിക്കുന്ന ഭരത ശത്രുഘ്നന്മാരെയും അമ്മമാരെയും ചെന്ന് കാണുക. അഭിഷേകം കഴിച്ച് പൗരന്മാരെ സന്തോഷിപ്പിക്കുക." ഇങ്ങനെ പറഞ്ഞ് അവർ പോയി. ഉണ്ടായ സംഭവങ്ങൾ എല്ലാവരിലും അത്ഭുതവും ആഹ്ലാദവുമുണ്ടാക്കി.

വിഭീഷണൻ രാമനോട് തന്റെ സൽക്കാരം സ്വീകരിച്ച് കുറച്ചുദിവസം ഇവിടെ താമസിച്ചിട്ട് പോയാൽ മതി എന്ന് പറഞ്ഞു. എന്നാൽ രാമനാകട്ടെ എത്രയും പെട്ടെന്ന് അയോദ്ധ്യയിലെത്തണമെന്ന് തിരക്കു കൂട്ടി. രാമൻ പറഞ്ഞു "നിന്റെ മധുരമായ വാക്കുകൾ കൊണ്ടു തന്നെ ഞാൻ പൂജിതനായിരിക്കുന്നു. എന്നാൽ എനിക്കെത്രയും വേഗം അയോദ്ധ്യയിലെത്തേണ്ടിയിരിക്കുന്നു. വേഗം പുഷ്പകവിമാനം വരുത്തുക."

രാമന്റെ കല്പന കേട്ട് വിഭീക്ഷണൻ പുഷ്പകവിമാനം അലങ്കരിച്ചൊരുക്കി. രാമൻ പുഷ്പകവിമാനത്തിൽ സീതയോടും ലക്ഷ്മണനോടും ഒപ്പം കയറി. വാനരന്മാർക്ക് വിട നല്കി. വിഭീഷണനോട് ലങ്കയെ നന്നായി ഭരിക്കാൻ ആവശ്യപ്പെട്ടു.

അത് കേട്ട് വാനരവീരരും രാക്ഷസവീരരും വിഭീഷണനനും കൈകൂപ്പിക്കൊണ്ട് പറഞ്ഞു. "ഞങ്ങൾക്കും അയോദ്ധ്യയിലേക്ക് വരാൻ ആഗ്രഹമുണ്ട്. അങ്ങ് ഞങ്ങളെയും കൂടെ കൂട്ടുക." അതിന് മറുപടിയായി രാമൻ പറഞ്ഞു. അങ്ങനെയാണ് നിങ്ങൾക്കെല്ലാം ആഗ്രഹമെങ്കിൽ എന്റെപ്രിയ സുഹൃത്തുക്കളായ നിങ്ങൾക്ക് അയോദ്ധ്യയിലേക്ക് സ്വാഗതം.

രാക്ഷസശ്രേഷ്ഠരും വാനരവീരരും വിമാനത്തിൽ കയറി. വിമാനവഴിയിലെ കാഴ്ചകൾ രാമൻ സീതയ്ക്ക് വിശദീകരിച്ചുകൊടുത്തു. കിഷ്കിന്ധയിലെത്തി ബാലിയുടെ ഭാര്യയായ

താരയെ കണ്ടു. അവളെ ആശ്വസിപ്പിച്ചു. ഭരദ്വാജ ആശ്രമത്തിൽ എത്തി മഹർഷിയെ സീതാസമേതം നമസ്കരിച്ചു.

അവിടെനിന്ന് പുറപ്പെടുമ്പോൾ രാമൻ ഹനുമാനോട് പറഞ്ഞു. “നീ മുമ്പേ പോയി നന്ദിഗ്രാമത്തിലെത്തി ഭരതന്റെ നിശ്ചയവും ഏർപ്പാടും അറിഞ്ഞുവരണം.”

രാമന്റെ കല്പന ശിരസ്സാ വഹിച്ച് ഹനുമാൻ അതിവേഗത്തിൽ നന്ദിഗ്രാമത്തിലെത്തി. രാമൻ വരാൻ വൈകുന്നത് കണ്ട് ഭരതൻ ചിത കൂട്ടി അതിൽ ചാടാൻ തയ്യാറായി നില്ക്കുകയായിരുന്നു. ഹനുമാൻ ഭരതനെ തടഞ്ഞ് രാമാഗമനവിവരം അറിയിച്ചു. സന്തുഷ്ടരായ ഭരതനും അമ്മമാരും ഋഷിജനങ്ങളും പൗരജനങ്ങളും രാമലക്ഷ്മണന്മാരേയും സീതയേയും സ്വീകരിക്കാനുള്ള ഒരുക്കങ്ങൾ ആരംഭിച്ചു.

അയോദ്ധ്യ കുലവാഴകളാലും തോരണങ്ങളാലും അലങ്കരിക്കപ്പെട്ടു. നിരത്ത് നിറയെ ആഹ്ലാദാരവം മുഴങ്ങി. വിമാനത്തിൽ നിന്നിറങ്ങിയ രാമലക്ഷ്മണന്മാർക്കും സീതയ്ക്കും വാനരരാക്ഷസവീരന്മാർക്കും അയോദ്ധ്യാനിവാസികളും ഭരതശത്രുഘ്നന്മാരും ഋഷിമാരും അമ്മമാരും ചേർന്ന് വമ്പിച്ച സ്വീകരണം നല്കി. ആർപ്പുവിളികളോടെ ജനങ്ങൾ അവരെ എതിരേറ്റു. അയോദ്ധ്യാനിവാസികൾക്ക് അതൊരു ഉത്സവവേളയായിരുന്നു. അവരുടെ മുഖങ്ങളും മനസ്സും പൂ പോലെ വിടർന്നു. അതിൽ സന്തോഷത്തിന്റെ തേൻ നിറഞ്ഞു.